അധികാര വികേന്ദ്രീകരണത്തിന്റെ ചരിത്രവും രാഷ്ട്രീയവും

Adhikaravikendreekaranathinte charithravum rashtreeyavum
Politics/Study

Dr. A Suhruthkumar

CHINTHA PUBLISHERS
Thiruvananthapuram

First Edition
May 2022

Published
Chintha Publishers, Thiruvananthapuram

Typesetting
Star communications, Thiruvananthapuram

Printed at
Akshara Offset, Thiruvananthapuram

Cover Design
Beingdesign

ISBN : 978-93-93468-20-8

CO - 3108 / 5996

Email: chinthapublishers@gmail.com
Website: www.chinthapublishers.com

A version is available at National Libraries
Kolkata, Mumbai, Chennai and Delhi

Distribution
DESHABHIMANI BOOKHOUSE
H O Thiruvananthapuram 695035

Branch
Head Office Kunnukuzhi • Statue Thiruvananthapuram
KSRTC Bus Terminal Thampanoor • Saphalyam Complex Thiruvananthapuram
KSRTC Bus Station Alappuzha • KSRTC Bus Station Ernakulam
Machingal Lane Thrissur • IG Road Kozhikode
Mavoor Road Kozhikode • NGO Union Building Kannur
Central Bus Terminal Complex Thavakkara Kannur

അധികാര വികേന്ദ്രീകരണത്തിന്റെ ചരിത്രവും രാഷ്ട്രീയവും

ഡോ. എ സുഹൃത്കുമാർ

ചിന്ത പബ്ലിഷേഴ്സ്
തിരുവനന്തപുരം-695 035

ഡോ. എ സുഹൃത്കുമാർ

11–07–1963 ൽ തിരുവല്ലാ താലൂക്കിൽ പരിമലയിൽ തോപ്പിൽ വീട്ടിൽ കെ അപ്പുക്കുട്ടനാദിശ്ശരുടെയും ജി ഭാർഗ്ഗവിയമ്മ യുടെയും മകനായി ജനിച്ചു. കേരള സർവ്വകലാശാലയിൽ നിന്നും ബിരുദം, നിയമബിരുദം, നിയമത്തിൽ ബിരുദാന ന്തരബിരുദം, എം ഫിൽ ബിരുദം എന്നിവയും മഹാത്മാ ഗാന്ധി സർവ്വകലാശാലയിൽനിന്നും ഗവേഷണ ബിരുദവും നേടി. മഹാരാഷ്ട്രയിലെ ചന്ദ്രപൂർ, കേരളത്തിലെ കോഴി ക്കോട്, തൃശൂർ, എറണാകുളം, തിരുവനന്തപുരം എന്നിവി ടങ്ങളിലെ ഗവൺമെന്റ് ലോ കോളേജുകളിൽ നിയമാദ്ധ്യാ പകനായി പ്രവർത്തിച്ചു. വിവിധ പഠന–ഗവേഷണ സ്ഥാപ നങ്ങളിൽ നിയമശാസ്ത്ര ഫാക്കൽറ്റി അംഗമായും ബോർഡ് ഓഫ് സ്റ്റഡീസ് അംഗമായും പ്രവർത്തിച്ചു. കര കുളം ഗ്രാമീണ പഠനകേന്ദ്രത്തിന്റെ എക്സിക്യൂട്ടീവ് ഡയ റക്ടറായും പ്രവർത്തിച്ചു. 2021 ൽ അന്തരിച്ചു.

പ്രസിദ്ധീകൃതമായ കൃതികൾ: *നിയമം സമൂഹം നീതിവ്യ വസ്ഥ, നിയമം കുട്ടികളുടെ രക്ഷയ്ക്ക്, പഞ്ചായത്ത് രാജ് കുട്ടികൾക്ക്, പരിസ്ഥിതിയും നിയമവും, അറിവിന്റെ അവ കാശികൾ, പഞ്ചായത്ത് രാജ് നിയമവും ഭരണവും, ഉപ ഭോക്തൃനിയമങ്ങൾ, കുട്ടികളും നിയമവും, വിവേചന ത്തിന്റെ ഭിന്നമുഖങ്ങൾ, പരിസ്ഥിതി നിയമം ഒരു പരിചയം, അധികാരവികേന്ദ്രീകരണം പ്രശ്നങ്ങളും സാദ്ധ്യതകളും, സ്ത്രീകളും നിയമവും, നിയമപ്രകാരം, നിയമം കുട്ടികളു ടെയും കൗമാരപ്രായക്കാരുടെയും രക്ഷയ്ക്ക്, സ്ത്രീപദ വി–നിലവിലുള്ള സങ്കല്പനവും വരുത്തേണ്ട മാറ്റങ്ങളും, ഇ എം എസ് സ്മൃതി സമാഹാരം, ഹാന്റ് ബുക്ക് ഓൺ ലീഗൽ ലാംഗ്വേജ് ലീഗൽ റൈറ്റിങ്.*

ഭാര്യ : ഡോ. കെ ടി ശ്രീലതകുമാരി
മക്കൾ : അശ്വിനി, അനന്യ
വിലാസം : സൗഹൃദ
ടി സി 6/1016(2)
പി ആർ എ –136 (എ)
പടയണി റോഡ്, വട്ടിയൂർക്കാവ്
തിരുവനന്തപുരം – 13

ഉള്ളടക്കം

പ്രസാധകക്കുറിപ്പ്

അധികാര വികേന്ദ്രീകരണമെന്ന ആശയം സ്വാതന്ത്ര്യ പ്രസ്ഥാനത്തിനൊപ്പം തന്നെ ഇന്ത്യയിൽ രൂപംകൊണ്ടതാണെങ്കിലും പരിമിതമായ അധികാരവും വിഭവങ്ങളുമായി കേവലം നോക്കുകുത്തികൾ മാത്രമായി നില്ക്കാനായിരുന്നു തൊണ്ണൂറുകളുടെ ആദ്യ വർഷങ്ങൾ വരെയും നമ്മുടെ പ്രാദേശിക ഭരണകൂടങ്ങളുടെ വിധി. 1992 ലെ പഞ്ചായത്ത് രാജ് ഭേദഗതി നിയമം അധികാര വികേന്ദ്രീകരണത്തിന്റെ സാങ്കേതികവും നിയമപരവുമായ തടസ്സങ്ങൾ മറികടക്കുന്നതിന് വഴിയൊരുക്കിയെങ്കിലും ഇക്കാര്യത്തിൽ ആത്മാർത്ഥമായ സമീപനം കൈക്കൊണ്ടത് എക്കാലവും ഇടതുപക്ഷം മാത്രമായിരുന്നു. അധികാരവും വിഭവവും പ്രാദേശിക സമിതികൾക്ക് പകുത്തു നല്കിക്കൊണ്ട് കേരളം ഇക്കാര്യത്തിൽ നല്കിയ ധീരമായ ചുവടുവെയ്പായിരുന്നു ജനകീയാസൂത്രണ പ്രസ്ഥാനം. നമ്മുടെ നാട്ടിൻപുറങ്ങളിലെ വിദ്യാലയങ്ങളും സർക്കാർ ആശുപത്രികളും ഇന്ന് കൈവരിച്ചിരിക്കുന്ന അഭൂതപൂർവ്വമായ നേട്ടങ്ങൾ തുടക്കമിടുന്നത് ധീരമായ ഈ ചുവടുവെയ്പുകളിൽ നിന്നാണ്.

അധികാര വികേന്ദ്രീകരണത്തിന്റെ യഥാർത്ഥ സാദ്ധ്യതകൾ എന്ത് എന്നത് ഗൗരവപൂർവ്വം പഠിക്കപ്പെടേണ്ട വിഷയമാണ്. ചൈനീസ് സാമ്പത്തിക വളർച്ചയെന്ന അത്ഭുതത്തിന്റെ ഉറവിടങ്ങൾ തിരയുന്ന പലരും ചെന്നെത്തിനില്ക്കുന്ന കാരണങ്ങളിലൊന്ന് അവിടെ നിലനില്ക്കുന്ന ഭരണപരവും ധനപരവുമായ അധികാരവികേന്ദ്രീകരണത്തിലാണ്. ആഭ്യന്തര വരുമാനത്തിന്റെ പകുതിയോളം പ്രാദേശിക ഭരണകൂടങ്ങൾക്ക് നല്കിയ ഭരണ സമീപനത്തിന്റെ ചുമലിലേറിയാണ് ആധുനിക ചൈന വൻ സാമ്പത്തിക കുതിപ്പ് നടത്തിയത് എന്ന് പല പഠനങ്ങളും കാണിക്കുന്നു.

ഇത്തരമൊരു പശ്ചാത്തലത്തിൽ, ഇന്ത്യയിലെ അധികാര വികേന്ദ്രീകരണത്തിന്റെ ചരിത്രവും രാഷ്ട്രീയവും അതിന്റെ നാൾവഴികളും പ്രായോഗിക സാദ്ധ്യതകളും വിശകലനം ചെയ്യുന്ന പഠനഗ്രന്ഥമാണ് അകാലത്തിൽ നമ്മെ വിട്ടുപോയ സുഹൃത്കുമാറിന്റെ ഈ പുസ്തകം.

ചിന്ത പബ്ലിഷേഴ്സ്

ദേശീയ പ്രസ്ഥാനവും സ്വയംഭരണ സമീപനവും

തദ്ദേശഭരണം എന്നത് പുരാതനവും ആധുനികവുമായ വീക്ഷണങ്ങൾ ഉൾക്കൊള്ളുന്നതാണ്. ബി സി 4–5 നൂറ്റാണ്ടുകളിൽത്തന്നെ പ്രാദേശിക ഭരണം എന്ന സങ്കല്പനം നിലവിലുണ്ടായിരുന്നത് *ഋഗ്വേദ*ത്തിലും *ജാതകകഥ*കളിലും കാണാം. *ശത്രുനീതി*സാരത്തിലും മറ്റും ഗ്രാമങ്ങളെ ഭരണ സംവിധാനത്തിന്റെ അടിസ്ഥാനതലമായി കണ്ടിരുന്നതായി സൂചിപ്പിക്കുന്നു. ഉദാഹരണത്തിന് ഗ്രാമത്തലവൻ എന്ന നിലയ്ക്ക് “ഗ്രാമ്ണി” എന്ന പ്രയോഗമുണ്ട്. ഇവരെ ഗ്രാമീണർ തിരഞ്ഞെടുത്തിരുന്ന സാഹചര്യവും ചൂണ്ടിക്കാണിക്കപ്പെട്ടിട്ടുണ്ട്.

ചാണക്യന്റെ *അർത്ഥശാസ്ത്ര*ത്തിൽ, വ്യക്തിഗതവും സാമുദായികവുമായ തർക്കങ്ങൾ പരിഹരിക്കാനായി ഗ്രാമതലത്തിൽ ന്യായപഞ്ചായത്തുകൾ പ്രവർത്തിച്ചിരുന്നതിന്റെ പരാമർശവുമുണ്ട്. ഖാപ്പ് പഞ്ചായത്തുകളും ജാതിപഞ്ചായത്തുകളും സമുദായ കോടതികളും ശക്തമായി പ്രവർത്തിക്കുന്ന ഇടങ്ങൾ ഇന്നും രാജ്യത്തുണ്ട്. എന്നാൽ പില്ക്കാലത്ത് രാജ്യത്ത് പരക്കെ പ്രബലമായ റയത്ത്‌വാരി, സമിന്ദാരി, മഹൽവാരി സമ്പ്രദായങ്ങൾ ഭൂപ്രഭു സംവിധാനം സ്ഥാപിക്കുക വഴി ഗ്രാമീണ ജനകീയ സംവിധാനങ്ങളെ നിരാകരിക്കുന്ന സ്ഥിതിയുണ്ടായി. പകരം രാജാധികാരം ശിരസ്സാവഹിക്കുന്ന ഗ്രാമത്തലവന്മാർ ഭരണാധികാരം കൈയടക്കി.

ബ്രിട്ടീഷ് കാലഘട്ടമായതോടെ ഭരണപ്രക്രിയ ഏറക്കുറെ പൂർണ്ണമായും കേന്ദ്രീകരിക്കപ്പെട്ടു. എന്നാൽ ഗ്രാമങ്ങളിൽ പലപ്പോഴും പ്രാദേശിക ജനസമൂഹത്തിന്റെ പൊതുജീവിതത്തെ ആശ്രയിച്ചുള്ള സംവിധാനങ്ങൾ തുടർന്നുപോന്നു. തദ്ദേശീയ തർക്ക പരിഹാരം ഉൾപ്പെടെ ജനകീയ സംവിധാനങ്ങൾ ന്യായ പഞ്ചായത്തുകളിലൂടെ നിർവ്വഹിക്കപ്പെ

ടുന്ന രീതി ഇക്കാലത്ത് നിലനിന്നിരുന്നതായി ജോർജ് മാത്യുവും മറ്റും പ്രതിപാദിക്കുന്നുണ്ട്. എന്നാൽ അത്തരം സംവിധാനങ്ങളെല്ലാം അതാതിടങ്ങളിലെ രാജാധികാരകോയ്മകളുടെ കീഴിലുള്ള ഭരണ ഉപകരണങ്ങൾ മാത്രമായിരുന്നു എന്നു കാണാം.

ചുരുക്കത്തിൽ രാഷ്ട്രഭരണ സംവിധാനത്തിൽ മാറ്റം മറിച്ചിലുകൾ സംഭവിക്കുകയും വൈദേശികാധിപത്യം വന്നുചേരുകയും ഉണ്ടായിട്ടും പ്രാദേശിക തലങ്ങളിൽ ചിരപുരാതനവും പാരമ്പര്യാധിഷ്ഠിതവുമായ ഭരണക്രമം ഏറക്കുറെ പരിപാലിക്കപ്പെട്ടുപോന്ന സമൂഹമാണ് ഇന്ത്യയിലേത്. എന്നാൽ ഇക്കാര്യം തദ്ദേശീയ ഭരണ സംവിധാനത്തെ പരിപാലിക്കുന്നതിലും ഉപനികുതിപിരിവും നീതിന്യായവും ഉൾപ്പെടെ പ്രാദേശിക ഭരണതലത്തിൽ നിർവ്വഹിക്കപ്പെട്ടിരുന്ന ഘട്ടങ്ങൾ ഉണ്ട്. എന്നാൽ ഭൂപ്രഭുത്വം ശക്തിപ്പെട്ടതോടെ ജഗിറുകളും സമിന്ദാറുകളും ജന്മിമാരും അധികാരികളും മറ്റും രാജകീയാധികാരത്തണലിൽ പ്രാദേശികാധികാര കേന്ദ്രങ്ങളായി മാറുന്ന സാഹചര്യം രൂപപ്പെട്ടു.

ബ്രിട്ടീഷ് കോളണി വാഴ്ചക്കാലമായതോടെ തദ്ദേശീയമായ സംരംഭങ്ങളെയും സംവിധാനങ്ങളെയും ഏറക്കുറെ തകർക്കുകയും ഇറക്കുമതി ഏറ്റെടുക്കുകയും ചെയ്ത അവരാകട്ടെ പ്രാദേശിക ജനകീയ ഭരണനടത്തിപ്പും അതിന്റെ സത്തയും ക്രമവും മനസ്സിലാക്കുന്നതിലും പരിപാലിക്കുന്നതിലും പരാജയപ്പെട്ടു. ഗവർണർ ജനറൽ കൗൺസിലിലേക്ക് അധികാര കുത്തക വന്നുചേർന്നു. അന്തിമമായി ഈ അധികാര കേന്ദ്രീകരണം ദുർഭരണത്തിലേക്കും അഴിമതിയിലേക്കും അതിക്രമത്തിലേക്കും അരാജകത്വത്തിലേക്കുമാണ് നയിച്ചത്. ഇതാണ് കോളനി ഭരണകാര്യാധികാരം ബ്രിട്ടീഷ് പാർലമന്റിന്റെയും ഭരണകൂടത്തിന്റെയും നേരിട്ടുള്ള നിയന്ത്രണത്തിലേക്ക് മാറ്റപ്പെടുന്നതിന് ഇടയാക്കിയത്. അതായത് ഇന്ത്യൻ ഭൂപ്രദേശത്തും ഇന്ത്യൻ ജനതയ്ക്കുമേലും ബ്രിട്ടീഷ് അധികാര കാര്യനിർവ്വഹണത്തിന്റെ പിന്തുടർച്ച ആയി അക്കാലയളവിലെ പ്രാദേശിക ഭരണക്രമം പരിവർത്തനം ചെയ്യപ്പെട്ടു.

തദ്ദേശഭരണം: ബ്രിട്ടീഷ് നടപടികൾ

തികച്ചും തദ്ദേശീയ പ്രാക്‌രൂപങ്ങളിലുള്ള ഭരണ സംവിധാനങ്ങൾ അതാതിടങ്ങളിൽ ഇടയ്ക്കിടെ ശക്തിപ്പെട്ടും ഏറിയകുറും ദുർബ്ബലതകളോടെയും നിലനിന്നിരുന്ന സമൂഹമാണ് നമ്മുടേത്. അതിൽത്തന്നെ വ്യക്തിഗതവും സാമുദായികവും മതപരവും രാജകീയവുമായ നിർണ്ണായക സ്വാധീനങ്ങളും നിലനിന്നു. തൽഫലമായുള്ള വൈരുദ്ധ്യങ്ങളും വൈജാത്യങ്ങളും അവയുടെ ദുർബ്ബലാവസ്ഥയുടെ പ്രധാന കാരണമായിത്തീരുകയും ചെയ്തു.

ഈ സാഹചര്യത്തിലാണ് അതികേന്ദ്രീകൃത ഉദ്യോഗസ്ഥ ഭരണത്തിൻകീഴിൽ അല്പമാത്ര പ്രാദേശിക ഭരണരൂപങ്ങൾ നിർദ്ദേശിച്ചുകൊണ്ടുള്ള ബ്രിട്ടീഷ് ഇടപെടലുകൾ സംഭവിക്കുന്നത്. ഒരുപക്ഷേ, ഇന്നു

കാണുന്ന ഗ്രാമ–നഗര ഭരണ സംവിധാനങ്ങളുടെ തുടക്കം ബ്രിട്ടീഷ് ഭരണ നടപടികൾ തന്നെയാണെന്ന് പറയേണ്ടിവരും. കോളനി വാഴ്ചയിൽ വൈദേശിക ഭരണകൂട ലക്ഷ്യം എന്തുതന്നെ ആയിരുന്നാലും തദ്ദേശീയ തലത്തിലെ കാര്യനിർവ്വഹണക്രമം രൂപപ്പെടുത്തുന്നതിനുള്ള നിയമ നിർദ്ദേശങ്ങൾ ഇക്കാലയളവിൽ ഉണ്ടായതായി കാണാം. അവയുടെ വിശദാംശങ്ങളിലേക്കിവിടെ കടക്കുന്നില്ല. എന്നാൽ ഇത്തരം പരിശ്രമങ്ങളിൽ അന്നേ സംഭവിച്ച ഒരു സവിശേഷത പില്ക്കാലത്തു പിന്തുടരുന്നത്. ഏറക്കുറെ ഇപ്പോൾപ്പോലും, ചൂണ്ടിക്കാട്ടാതെ തരമില്ല. അത് അത്തരം നയ–നിയമനടപടികളിലുണ്ടായ മേൽ–കീഴ് വഴിത്താരയാണ്. അതായത് മുകളിൽനിന്ന് അഥവാ കേന്ദ്രത്തിൽനിന്ന് താഴേക്ക് അഥവാ തദ്ദേശീയ തലത്തിലേക്ക് വിന്യസിക്കപ്പെടുന്നതോ പ്രാബല്യം നല്കപ്പെടുന്നതോ ആയ രീതി. അതാകട്ടെ ഒട്ടുംതന്നെ ജനാധികാരപരമായിരുന്നില്ല. ഉദ്യോഗസ്ഥമേധാവിത്തപരമായിരുന്നുതാനും. മാത്രമല്ല ബ്രിട്ടീഷ് പൗരർ അധിവസിച്ചിരുന്നതോ ഇംഗ്ലീഷ് ഈസ്റ്റിന്ത്യാ കമ്പനി കോട്ടകൊത്തളങ്ങൾ സ്ഥാപിച്ചിരുന്നതോ ആയ പ്രദേശങ്ങളിലായിരുന്നു ഈ ഉദ്യമങ്ങൾ അധികവും. എങ്കിലും അവയുടെ ചരിത്രപരമായ പ്രസക്തി കുറച്ചുകാണേണ്ടതില്ല.

മദിരാശി ഫോർട്ടിൽ നാമനിർദ്ദേശം ചെയ്യപ്പെട്ട അംഗങ്ങളെ ഉൾപ്പെടുത്തി സ്ഥാപിതമായ ആദ്യനഗര കോർപ്പറേഷൻ 1637 ൽ നിലവിൽ വന്നു. 1793 ലെ ചാർട്ടർ ആക്ട് വഴി മുനിസിപ്പൽ നഗര ഭരണക്രമത്തിന് ഇന്ത്യയിൽ നിയമ പ്രാബല്യം സിദ്ധിച്ചു. 1842 ൽ ബംഗാൾ പീപ്പിൾ ആക്ടിന് അംഗീകാരം നല്കിക്കൊണ്ട് ബംഗാൾ പ്രവിശ്യയിലും മുനിസിപ്പൽ ഭരണം സാധിതമാക്കി. അത് വേണ്ടത്ര ഫലപ്രദമാകുന്നില്ലെന്ന് കണ്ട് 1850 ൽ പുതുക്കിയ നിയമം നടപ്പാക്കി. 1863 ലെ രാജകീയ സൈനിക കമ്മീഷൻ റിപ്പോർട്ടിനെ അവലംബിച്ച് ഗ്രാമ–നഗരപ്രദേശങ്ങളിൽ പൊതുശുചിത്വ സംവിധാനം ഉൾപ്പെടെ ചുമതലപ്പെടുത്തപ്പെട്ട സാനിട്ടേഷൻ ആക്ടുകൾ പ്രവിശ്യാതലങ്ങളിൽ പ്രാവർത്തികമാക്കപ്പെട്ടു. 1870 ൽ അവതരിപ്പിക്കപ്പെട്ട ലോർഡ് മയോയുടെ പ്രമേയം ഭരണകാര്യ നീതിന്യായ ധനകാര്യ രംഗങ്ങളിലെ അധികാരവികേന്ദ്രീകരണത്തിന്റെ ലക്ഷ്യവും ആശയവും മുന്നോട്ടുവച്ചിരുന്നു. തൽഫലമായി 1871 ആയപ്പോഴേക്കും ബോംബെ, പഞ്ചാബ്, ബംഗാൾ, വടക്കുകിഴക്കൻ പ്രവിശ്യകൾ ഉൾപ്പെടെയുള്ളവയിൽ ലോർഡ് മായോയുടെ നയനിർദ്ദേശം പ്രാവർത്തികമാക്കുന്ന സ്ഥിതിയുണ്ടായി. പക്ഷേ, അപ്പോഴും തീർത്തും ജനാധിപത്യപരമായോ ജനപ്രാതിനിദ്ധ്യ സമ്പ്രദായത്തിലോ ആയിരുന്നില്ല നടപടികൾ. മറിച്ച് ഉദ്യോഗസ്ഥപ്രമത്തമായ നടപടികൾ ആയിരുന്നു അവയെല്ലാം.

ബ്രിട്ടീഷ് ഇന്ത്യയിലെ തദ്ദേശഭരണ സംവിധാനത്തിന്റെ മാഗ്നാകാർട്ട എന്ന് വിശേഷിപ്പിക്കാവുന്നത് 1882 ലെ റിപ്പൺ പ്രഭുവിന്റെ നയരേഖയാണ്. ആകെ അംഗത്വത്തിന്റെ മൂന്നിൽ രണ്ടുഭാഗം ഉദ്യോഗസ്ഥേതര അംഗങ്ങൾ ഉൾക്കൊള്ളുന്നതായ തദ്ദേശഭരണ സംവിധാനമാണ്

റിപ്പൺപ്രഭു നിർദ്ദേശിച്ചത്. മുനിസിപ്പൽ ഭരണ പ്രദേശങ്ങളിൽ രണ്ടു വർഷക്കാലാവധിയിലാണ് ഇത്തരം ജനപ്രാതിനിദ്ധ്യം അനുവദിക്കപ്പെട്ടത്, മാത്രമല്ല തദ്ദേശഭരണ കാര്യ നടത്തിപ്പിന് ദ്വിതല സംവിധാനം അതായത് താലൂക്ക് തലത്തിൽ ഉപജില്ലാ ബോർഡും ജില്ലാതലത്തിൽ ഉയർന്ന തട്ടായി ജില്ലാ ബോർഡും ഉൾക്കൊള്ളുന്ന സംവിധാനം ഏതാണ്ട് എല്ലാ പ്രവിശ്യകളിലും 1883–85 കാലയളവിൽ രൂപീകൃതമായി.

സർചാൾസ് ഹോബൗസിന്റെ അദ്ധ്യക്ഷതയിൽ 1907 ൽ രൂപീകൃതമായ അധികാരവികേന്ദ്രീകരണത്തിനുള്ള രാജകീയ കമ്മീഷന്റെ ശുപാർശകളും ശ്രദ്ധേയമായിരുന്നു. 1909 ൽ കമ്മീഷൻ അതിന്റെ റിപ്പോർട്ട് സമർപ്പിച്ചു. പ്രാദേശിക പശ്ചാത്തലസൗകര്യങ്ങൾ, അടിസ്ഥാന സേവനാവശ്യങ്ങൾ, ചെറുകിട സിവിൽ–ക്രിമിനൽ വ്യവഹാരങ്ങൾ മുതലായവ സംബന്ധിച്ച അധികാര വ്യവസ്ഥകളോടെയുള്ള പ്രാദേശിക ഭരണകൂടങ്ങൾ നിലവിൽവരണമെന്നും താലൂക്ക് അഥവാ ഉപജില്ലാ തലത്തിലാകണം മുഖ്യ പ്രാദേശിക ചുമതലയെന്നും കമ്മീഷൻ നിർദ്ദേശിച്ചു. എന്നാൽ ഈ റിപ്പോർട്ട് നടപ്പാക്കാൻ ഗൗരവപൂർണ്ണമായ ശ്രമമൊന്നും ഉണ്ടായില്ല. തുടർന്ന് 1915 ൽ ഗവൺമെന്റ് ഓഫ് ഇന്ത്യാ ആക്ടിന്റെ ഉള്ളടക്കത്തിലും പ്രവിശ്യാഭരണകൂടത്തിനു മേലുള്ള ഉത്തരവാദിത്വ സമ്മർദ്ദം പങ്കുവയ്ക്കാനും കുറയ്ക്കാനുമുതകുന്ന പ്രാദേശിക ഭരണ സ്ഥാപനങ്ങൾ ഉണ്ടാകണമെന്ന് നിർദ്ദേശിക്കപ്പെട്ടു. എന്നാൽ 1919 വരേയ്ക്കും ഇത്തരം കാര്യങ്ങളിലൊന്നും ഉചിതമായ നടപടികൾ ഉണ്ടായില്ല.

1918 ലെ മൊണ്ടേഗ്–ചെംസ് ഫോർഡ് കമ്മീഷന്റെ ഇടപെടലുകളാണ് ഈ സ്ഥിതിക്ക് മാറ്റമുണ്ടാക്കിയത്. ഭൂരിപക്ഷാടിസ്ഥാനത്തിൽ തിരഞ്ഞെടുക്കപ്പെടുന്ന ജനകീയ അദ്ധ്യക്ഷനു കീഴിൽ പ്രവർത്തിക്കുന്ന മുനിസിപ്പൽ ബോർഡ് എന്ന ആശയവും, അവയ്ക്ക് അധികാരവും ഉത്തരവാദിത്വങ്ങളും ഏല്പിച്ചുകൊണ്ടുള്ള നിയമനിർമ്മാണവും കമ്മീഷന്റെ പരിഷ്കരണ നിർദ്ദേശമായി മുന്നോട്ടുവയ്ക്കപ്പെട്ടു. 1919 ലെ ഗവൺമെന്റ് ഓഫ് ഇന്ത്യ ആക്ടിന്റെ വ്യവസ്ഥയിലൂടെ തദ്ദേശ–ഭരണം എന്നത് പ്രവിശ്യ നിയമ നയവിഷയ പട്ടികയിൽ ഉൾച്ചേർക്കപ്പെട്ടു. തെരഞ്ഞെടുക്കപ്പെട്ട ഉദ്യോഗസ്ഥേതര ഭരണാധികാരികളുടെ പരിധിയിൽ പ്രസ്തുത ചുമതല ഏല്പിക്കപ്പെട്ടു. തദ്ദേശഭരണ സ്ഥാപനങ്ങളെ ജനകീയ വേദികൾ ആക്കുന്നതിനുള്ള ശുപാർശ എട്ട് പ്രവിശ്യകളിൽ നിയമനിർമ്മാണ വിധേയമാക്കപ്പെട്ടു. എന്നാൽ പ്രായോഗികമായ ഒരുതീരുമാനവും നിർവ്വഹണവും ഇക്കാര്യത്തിൽ സംഭവിച്ചില്ല.

പിന്നീട് 1935 ലെ ഗവൺമെന്റ് ഓഫ് ഇന്ത്യ ആക്ടിന്റെ ഉള്ളടക്കത്തിലാണ് പ്രവിശ്യകൾക്ക് കൈമാറിയ കേന്ദ്രവിഷയമെന്നതിൽനിന്ന് പ്രവിശ്യാ ഭരണകൂട വിഷയപ്പട്ടികയിലേക്കും, നിയമനിർമ്മാണ സാദ്ധ്യതയിലേക്കും വഴിതുറക്കുന്ന വ്യവസ്ഥകൾ ഉണ്ടായത്. തദ്ദേശഭരണ സ്ഥാപനങ്ങൾക്ക് പരിമിതസ്വയംഭരണവും ഉത്തരവാദിത്വങ്ങളും ഭരമേല്പിക്കപ്പെട്ടു. എന്നാൽ രണ്ടാം ലോകയുദ്ധം പൊട്ടിപ്പുറപ്പെട്ടതോടെ എല്ലാ

ജനാധികാര സംവിധാനങ്ങളും രാജ്യത്ത് നിർജ്ജീവമാക്കപ്പെട്ടു. എല്ലാ ഭരണ കാര്യാധികാരങ്ങളും ഗവർണർ എന്ന സ്ഥാനത്തേക്ക് കേന്ദ്രീകരിക്കപ്പെട്ടു. ഇതര ഭരണകാര്യമേഖലകളിൽ എന്നതുപോലെ പ്രാദേശിക ഭരണരംഗത്തും ഗൗരവപൂർണ്ണമായ തിരിച്ചടികൾ നേരിട്ടു.

1800 കൾ മുതൽ 1947 വരെയുള്ള ബ്രിട്ടീഷ് അധികാര വാഴ്ചക്കാലം എന്നത് ഒരേസമയം തദ്ദേശീയ ഭരണക്രമത്തെ നക്കിക്കൊല്ലുകയും ഞെക്കിക്കൊല്ലുന്നതും പോലെയായിരുന്നു. അല്പമാത്രമായി നടപ്പാക്കപ്പെട്ട തദ്ദേശഭരണ ഉദ്യമങ്ങളാകട്ടെ ബ്രിട്ടീഷ് അധികാരവാഴ്ചയുടെ സൗകര്യത്തിനുവേണ്ടി മാത്രമുള്ളതായിരുന്നു. ഗ്രാമ-നഗര ഭരണസ്ഥാപനങ്ങളെ കേന്ദ്രീകൃത ഉദ്യോഗസ്ഥ ഭരണ സംവിധാനത്തിന്റെ ചട്ടുകങ്ങളാക്കി അവർ മാറ്റി. അറുന്നൂറിൽപരം നാട്ടുരാജ്യങ്ങളുടെ പരിധിയിലായിരുന്ന പ്രദേശങ്ങളിൽ തദ്ദേശഭരണ സ്ഥാപനങ്ങളെ സംബന്ധിച്ചും അതുവഴിക്കുള്ള ജനാധിപത്യഭരണ വികേന്ദ്രീകരണത്തെക്കുറിച്ചും തികച്ചും പ്രതിലോമ സമീപനമായിരുന്നു അക്കാലത്ത് അനുവർത്തിച്ചുവന്നത്.

തദ്ദേശഭരണവും ദേശീയ പ്രസ്ഥാനവും

ഏതൊരു അധീശത്വ ഭരണത്തിനും ചൂഷണാധിഷ്ഠിത നയത്തിനും അതിന്റേതായ വിരോധ ഭാവങ്ങളും ഉണ്ടാകുകയെന്നത് സ്വാഭാവിക പ്രതിഭാസമാണ്. പ്രപഞ്ച സത്യമാണ്. ബ്രിട്ടീഷ് ഭരണം ശക്തിപ്പെടുത്തുന്നതിനുവേണ്ട നടപടികളിൽ തന്നെ അതിന്റെ നാശത്തിന്റെ വിത്തുകൾ കൂടി അടങ്ങിയിരുന്നു. ഭിന്നിപ്പിക്കാനായി സാമ്രാജ്യത്വം സ്വീകരിച്ച ഓരോ തീരുമാനവും ഇന്ത്യൻ ജനതയെ യോജിപ്പിലേക്കും ഐക്യത്തിലേക്കുമാണ് നയിച്ചത്. ഇന്ത്യൻ സമ്പദ് ഘടനയെ തകർക്കാൻ കോളനി വാഴ്ചയിൽ സ്വീകരിച്ച ഓരോ നയവും ഇന്ത്യൻ ബൂർഷ്വാസിയുടെ വർഗ്ഗാവിർഭാവത്തിനും വളർച്ചയ്ക്കുമാണ് ഇട നല്കിയത്.

ഇന്ത്യയിലെ ബ്രിട്ടീഷ് ഭരണത്തിന്റെ ഭാവിയെന്ന കൃതിയിൽ കാൾ മാർക്സ് എഴുതിയത് ഇന്നും പ്രസക്തമാണ്. ഗ്രേറ്റ് ബ്രിട്ടണിലെ ഭരണാധികാരികൾക്ക് ഇന്ത്യയുടെ പുരോഗതിയിൽ ആകസ്മികവും താല്കാലികവും സവിശേഷവുമായ ഒരുതാല്പര്യമേ ഉണ്ടായിരുന്നുള്ളൂ. അഭിജാതവർഗ്ഗം ഇന്ത്യാ രാജ്യത്തെ ജയിച്ചടക്കാനും പണപ്രഭുക്കൾ ജനങ്ങളെയും രാജ്യത്തെയും കൊള്ളയടിക്കാനും മില്ലുടമാവർഗ്ഗം വില കുറച്ച് വിറ്റ് കൊള്ളലാഭം കൊയ്യാനുമാണ് ആഗ്രഹിക്കുന്നത്. ഈ സ്ഥിതി മാറിയിരിക്കുന്നു. ഇന്ത്യയെ പ്രത്യുല്പാദനക്ഷമമായ ഒരു രാജ്യവും സമൂഹവുമാക്കി മാറ്റുകയെന്നത് തങ്ങളെ സംബന്ധിച്ചിടത്തോളം ജീവൽ പ്രധാന വിഷയമാണെന്ന് ബ്രിട്ടീഷ് അധികാരികൾ തിരിച്ചറിഞ്ഞിരിക്കുന്നു. ഈ മാറ്റം അവരെ കൊണ്ടു ചെന്നെത്തിക്കുന്ന ഫലം ദുർഗ്രഹവും പ്രവചനാതീതവുമാണ്. ആധുനികതയിലേക്കുള്ള ഈ മാറ്റം ഇന്ത്യയിൽ ജാതികളുടെ അടിസ്ഥാനമായി നില്ക്കുന്നതായ പരമ്പരാ

ഗത തൊഴിൽ വിഭജനത്തെ തകർത്തുകളയും. ഈ ജാതി വ്യവസ്ഥയാണ് ഇന്ത്യയുടെ നിർണ്ണായകമായ ശക്തിയെയും പുരോഗതിയെയും ജനാധിപത്യത്തെയും തടഞ്ഞുവയ്ക്കുന്നത് എന്നതായിരുന്നു മാർക്സിന്റെ നിരീക്ഷണം.

വിദ്യാഭ്യാസരംഗം, ഗതാഗതരംഗം, വാണിജ്യരംഗം, റവന്യൂ, നികുതി, ധനകാര്യം മുതലായ മേഖലകളിൽ ബ്രിട്ടീഷുകാർ സ്വീകരിച്ച നയങ്ങളും നടപ്പിലാക്കിയ നടപടികളും ഇത്തരമൊരു നിരീക്ഷണത്തിന് കൃത്യമായ പിൻബലം നല്കുന്നുണ്ട്. ഇന്ത്യയിൽ ഇത്തരത്തിൽ രൂപംകൊണ്ടുവന്ന കോളനി വിരുദ്ധ പ്രസ്ഥാനങ്ങൾക്കിടയിൽ മുഖ്യമായും രണ്ട് ധാരകൾ ഉരുവപ്പെട്ടുവന്നു. മിതവാദികളും തീവ്രവാദികളും. ഇവരിൽ മിതവാദികൾ ബ്രിട്ടീഷ് നയങ്ങളോട് ആഭിമുഖ്യം പുലർത്തുകയും ഒപ്പം സമൂഹത്തിൽ പരിഷ്കരണാത്മക സമീപനം മുന്നോട്ടുവയ്ക്കുകയും ചെയ്തു. എന്നാൽ തീവ്രവാദികളാകട്ടെ ബ്രിട്ടീഷ് ഭരണാധിപത്യത്തോട് കടുത്ത വിമുഖത പുലർത്തുകയും ഇന്ത്യൻ ആചാരവിശ്വാസപാരമ്പര്യങ്ങളോട് കൂറുപുലർത്തുകയും ചെയ്യുന്ന നിലയായിരുന്നു. ഏറിയും കുറഞ്ഞും ഇവർക്കിടയിലുള്ള സംഘർഷങ്ങളാൽ സ്വാധീനിക്കപ്പെട്ടതായിരുന്നു ഇന്ത്യൻ ദേശീയ പ്രസ്ഥാനത്തിന്റെ പ്രാഥമികഘട്ടം. അക്കാരണത്താൽത്തന്നെ ബ്രിട്ടീഷ് പരിഷ്കരണ നീക്കങ്ങളോട് ഏറെ പ്രതിപത്തി പുലർത്തിക്കൊണ്ടും സഹകരിച്ചുമുള്ള പ്രവർത്തനമായിരുന്നു ദേശീയ കോൺഗ്രസിന്റെ തുടക്കം.

എന്നാൽ ധർമ്മാർത്ഥപാലനത്തേക്കാൾ കർമ്മയോഗപ്രയോഗത്തിന് പ്രാമുഖ്യം നല്കിക്കൊണ്ടുള്ള ലോകമാന്യതിലകന്റെ നിലപാടുകൾ ശ്രദ്ധേയമായി മാറി. "സ്വരാജ്യം, എന്റെ ജന്മാവകാശമാണ്. ഞാനത് നേടുകതന്നെ ചെയ്യും" എന്ന് പ്രഖ്യാപിച്ച തിലകൻ ജീവിതവും ധർമ്മവും സ്വരാജ്യത്തിന്റെ അഭാവത്തിൽ വൃഥാവിലാണെന്ന് പ്രഖ്യാപിച്ചു.

ഈ രണ്ടു ധാരകളെയും അവ തമ്മിലുള്ള സംഘർഷങ്ങളിൽ നിന്ന് വിമോചിപ്പിച്ച് ഐക്യപാതയിലേക്ക് നയിക്കാൻ ശ്രമിച്ചതും വലിയ അളവിൽ വിജയിച്ചതും ആനിബസന്റ് ആയിരുന്നു. അതിനവർ പ്രയോഗിച്ച ഉപാധിയാണ് "സ്വയം ഭരണം" അഥവാ "ഹോം റൂൾ" പ്രസ്ഥാനം. 1908 ൽ ഇതുസംബന്ധിച്ച പ്രമേയം ദേശീയ കോൺഗ്രസ് പാർട്ടി നേതാക്കൾക്കു മുമ്പിൽ അവതരിപ്പിച്ചു. അതായത് ഭരണകാര്യ നിർവ്വഹണം മെച്ചപ്പെടുത്തി തദ്ദേശീയ ജനാധിപത്യ പങ്കാളിത്തം സാദ്ധ്യമാക്കാമെന്ന ഗോപാലകൃഷ്ണ ഗോഖലെയുടെ പക്ഷത്തിനും, പരമമായ പരിഗണന സ്വരാജ്യവും അതിന്റെ നിർമ്മാണവുമെന്ന തിലകന്റെ വീക്ഷണവും സമീകരിച്ച് യോജിപ്പിന്റെ പാതയിലെത്തിക്കാനായിരുന്നു ആനി ബസന്റിന്റെ ശ്രമം.

തിലകന്റെയും ഗോഖലെയുടെയും സങ്കല്പനങ്ങളെ സംയോജിപ്പിക്കാനായിരുന്നു നീക്കം. 'നിങ്ങളുടെ ഭാവി നിങ്ങളുടെ കൈകളിൽ തന്നെയാണ്. വേണമെങ്കിൽ നിങ്ങൾക്ക് സ്വതന്ത്രരാകാൻ കഴിയും. ഇല്ലെങ്കിലോ

എക്കാലവും അധഃപതിച്ചുതന്നെ കഴിയേണ്ടിവരും.' എന്നതായിരുന്നു തിലകന്റെ സന്ദേശം. ഇന്ത്യയിൽ ഭരണം നടത്തിക്കൊണ്ടുപോകുന്നതിൽ വലിയൊരു ഘടകം, ഭീമമായ ഭരണയന്ത്രത്തെ സുഗമമായി ചലിപ്പിക്കുന്നതിന് പ്രാപ്തമാക്കുന്നതും പ്രയോജനകരമാക്കുന്നതും ഇന്ത്യയിലെ ജനങ്ങൾ തന്നെയാണ് എന്നതാണ്. അവഗണിതരും അടിച്ചമർത്തപ്പെട്ടവരുമാണെങ്കിലും ഭരണയന്ത്രത്തെ നിശ്ചലമാക്കാൻ തക്ക ശക്തി വേണമെന്നുവച്ചാൽ ഇന്ത്യൻ ജനതയ്ക്കുണ്ട് എന്ന് തിലകൻ വാദിച്ചു. ഇവിടെയാണ് സ്വയം ഭരണം അഥവാ സ്വരാജ് എന്ന ആശയം ശക്തമാകുന്നത്. 1914 ൽ മദിരാശിയിൽ ചേർന്ന കോൺഗ്രസ് സമ്മേളനം സ്വയംഭരണ പ്രമേയം അംഗീകരിച്ചു.

1920 ൽ തിലകന്റെ നിര്യാണശേഷം ദേശീയ സ്വാതന്ത്ര്യപ്രക്ഷോഭത്തിന്റെ നേതൃപദവിയിലേക്ക് എത്തിയ ഗാന്ധിജി തനിക്ക് തിലകനെപ്പോലെ ഇന്ത്യൻ സാഹചര്യങ്ങളെ സംബന്ധിച്ച് ഉൾക്കാഴ്ചയോ ദർശനങ്ങളിലോ തത്ത്വചിന്തയിലുള്ള പാണ്ഡിത്യമോ ഇല്ല, എങ്കിലും ഇന്ത്യയുടെ ദേശീയ സ്വാതന്ത്ര്യ പ്രസ്ഥാനം പൂർണ്ണസ്വരാജിനു വേണ്ടിയുള്ള വിട്ടുവീഴ്ചയില്ലാത്ത ഇടതടവില്ലാത്ത സമരമായിരിക്കണമെന്ന് പ്രഖ്യാപിച്ചു. താൻ വിഭാവനം ചെയ്ത പൂർണ്ണസ്വരാജിന്റെ അടിത്തറയായി ഗാന്ധിജി സങ്കല്പിച്ചത് സ്വയം സമ്പൂർണ്ണമായ ഗ്രാമങ്ങളെയാണ്. സമഗ്രാർത്ഥത്തിൽ സ്വയംനിർണ്ണയാവകാശവും സ്വയംപര്യാപ്തതയുമുള്ള ഗ്രാമസ്വരാജ് എന്ന സങ്കല്പനം തുടർന്ന് ഗാന്ധിജി മുന്നോട്ടുവച്ചു. ലാഹോർ കോൺഗ്രസ് സമ്മേളനം ഗ്രാമസ്വരാജ്, കൃഷിഭൂമി കർഷകന്, സാർവ്വത്രിക വിദ്യാഭ്യാസം എന്നിവ ഇന്ത്യൻ ദേശീയ സ്വാതന്ത്ര്യപ്രക്ഷോഭത്തിന്റെ മൂന്ന് മുഖമുദ്രാവാക്യങ്ങളായി അംഗീകരിച്ചതോടെ പൂർണ്ണസ്വരാജിന്റെ അവിഭാജ്യ ഘടകമായി സ്വയംപര്യാപ്ത തദ്ദേശഭരണ സംവിധാനമെന്നുള്ള ഗാന്ധിയൻ ദർശനം ഏറക്കുറെ സ്ഥാപിതമായി മാറി.

ലക്ഷ്യവും മാർഗ്ഗവും അസാധുവാക്കപ്പെടുമ്പോൾ

ഇരുപതാം നൂറ്റാണ്ടിന്റെ ആദ്യദശകം മുതലുള്ള അരനൂറ്റാണ്ട് ഇന്ത്യയെ സംബന്ധിച്ചിടത്തോളം ഇളകിമറിഞ്ഞുകൊണ്ടിരുന്ന സാമൂഹ്യാവസ്ഥയുടേതായിരുന്നു. ദേശീയ സ്വാതന്ത്ര്യസമരപ്രക്ഷോഭം, സ്വയംഭരണത്തിനുവേണ്ടിയുള്ള ത്യാഗനിർഭരമായ പോരാട്ടങ്ങൾ നടക്കുമ്പോൾ മറുവശത്ത് അതാതു സന്ദർഭങ്ങളിൽ ഇന്ത്യൻ ജനതയുടെ അദമ്യമായ സ്വാതന്ത്ര്യഭിവാഞ്ഛയെ ശമിപ്പിക്കാനും വിമോചന പോരാട്ടങ്ങളെ അടിച്ചമർത്താനുമായി ബ്രിട്ടീഷ് ഭരണകൂടം നടത്തിയ ഉദ്യമങ്ങളുടെ പങ്കുപറ്റുന്ന രീതിയും പ്രകടമായിരുന്നു. ഈ രണ്ട് ധ്രുവങ്ങൾക്കിടയിലെ സംഘർഷം രാഷ്ട്രത്തെയും സമൂഹത്തെയും അടിച്ചുലച്ചുകൊണ്ടിരുന്നു.

ലക്ഷ്യം മാർഗ്ഗത്തെ സാധൂകരിച്ചുകൊള്ളുമെന്ന വാദത്തോട് നെഹ്റു വിയോജിച്ചു. മികച്ച ലക്ഷ്യത്തിന് മികച്ച മാർഗ്ഗവും വേണം. തെറ്റായ മാർഗ്ഗത്തിൽനിന്ന് തെറ്റായ ഫലം മാത്രമേ ലഭിക്കൂ എന്നും

അദ്ദേഹം വാദിച്ചുറപ്പിച്ചു. ലക്ഷ്യം ശരിയാണെങ്കിൽക്കൂടി തെറ്റായ മാർഗ്ഗം നമ്മെ തെറ്റായ ദുഷിച്ച ലക്ഷ്യത്തിലേക്ക് തിരിച്ചുവിടാനിടയാക്കുമെന്നും നെഹ്റു അഭിപ്രായപ്പെട്ടു. ലക്ഷ്യവും മാർഗ്ഗവും തമ്മിൽ അഭേദ്യബന്ധമുണ്ടെന്നും നെഹ്റു പറഞ്ഞു. അതുകൊണ്ടുതന്നെ സ്വയം സമ്പൂർണ്ണവും സ്വയംഭരണക്ഷമവുമായ പൂർണ്ണസ്വരാജ് നേടണമെങ്കിൽ ലോകത്തിലെ മാറ്റത്തിനുവേണ്ടി പ്രവർത്തിച്ചുകൊണ്ടിരിക്കുന്ന പുരോഗമന സാമൂഹ്യ പ്രസ്ഥാനങ്ങളുമായി സഹകരിച്ചു പ്രവർത്തിക്കണമെന്നുമുള്ള നിലപാട് അദ്ദേഹം പിൻതുടർന്നു.

എന്നാൽ ലോകത്തെവിടെയും കോളനി വാഴ്ചയും വൈദേശികാധിപത്യവും അന്തിമമായി സാമ്രാജ്യത്വവും ശ്രമിച്ചുപോന്നത് വിധേയരായ ജനതയ്ക്കുമേൽ മിഥ്യാവബോധം സൃഷ്ടിക്കുന്നതിനാണ്. സാമൂഹിക–സാമ്പത്തിക മേഖലകളിൽ മാത്രമല്ല മനുഷ്യരുടെ മാനസിക മണ്ഡലത്തിലും അവബോധത്തിലും ഉൾപ്പെടെ ഈ മിഥ്യാരൂപം രൂഢമൂലമാക്കുന്നതിൽ അവർ വിജയിച്ചുകൊണ്ടിരുന്നു. ഇതിന്റെ ഏറ്റവും നല്ല ഉദാഹരണമാണ് ഗാന്ധിജി പ്രാമുഖ്യം നല്കിയ "ട്രസ്റ്റിഷിപ്പ്" സമ്പ്രദായം. രാജ്യത്തെയോ ജനങ്ങളുടെയോ മൗലിക പ്രശ്നങ്ങൾ അഭിമുഖീകരിക്കാനോ പരിഹരിക്കാനോ ഉതകിയില്ലെങ്കിലും അധികാരവും സ്വത്തുവകകളും കൈയടക്കി വച്ചിരിക്കുന്നവർ, അതില്ലാത്ത പരകോടികളുടെ താല്പര്യസംരക്ഷണാർത്ഥം അവ സ്വയം കൈയൊഴിയാൻ തയ്യാറാകുമെന്ന മിഥ്യാബോധമാണ് ഗാന്ധിജിയെ അതിന് പ്രേരിപ്പിച്ചത്.

കോളനി വാഴ്ചയുടെ നുകത്തിൻകീഴിൽ നിന്ന്, രാജ്യത്തെ വിമോചിപ്പിക്കുന്നതിനും സമൂഹത്തെ ജനാധിപത്യപരമായ സ്വയംഭരണ പ്രക്രിയയിലേക്ക് നയിക്കുന്നതിനും ലക്ഷ്യമിട്ടുള്ള പ്രവർത്തനങ്ങളെ പ്രതിരോധിക്കാൻ തന്ത്രപരമായ സമീപനമാണ് ബ്രിട്ടീഷ് ഭരണാധികാരികൾ സ്വീകരിച്ചത്. സമൂഹത്തിന്റെ പുരോഗതിക്കും ഭരണപരിഷ്കരണത്തിനും വേണ്ടി ബ്രിട്ടീഷ് ഭരണകൂടത്തിന്റെ ഇടപെടലുകളെ ആശ്രയിക്കുന്നതിലേക്കു പോലും ഇത് നയിച്ചു. രാജ്യത്തെ വിദ്യാഭ്യാസ സൗകര്യങ്ങൾ വർദ്ധിപ്പിക്കുക, ഭരണപ്രക്രിയയിൽ വിദ്യാസമ്പന്നരായ അഭിജ്ഞരായ ഇന്ത്യാക്കാർക്ക് അവസരം നല്കി തെരഞ്ഞെടുക്കപ്പെട്ട ജനപ്രതിനിധി സഭകളിൽ ഇന്ത്യൻ തദ്ദേശീയർക്ക് വർദ്ധിച്ച പങ്കാളിത്തം നല്കുക, പൊതുനിയമനത്തിൽ ഇന്ത്യാക്കാർക്കും തുല്യാവകാശം നല്കുക, പരമാധികാര നിയമനിർമ്മാണ കൗൺസിലുകൾ പരിഷ്കരിക്കുക, ധനവിനിയോഗ നിയന്ത്രണ ജനപ്രതിനിധി കൗൺസിലുകളിൽ നിക്ഷിപ്തമാക്കുക ഇങ്ങനെ ഉദാരവൽകൃത മുതലാളിത്ത സാമൂഹ്യ സങ്കല്പനത്തിന്റെ ഒട്ടേറെ പ്രകടമായ ഉൾച്ചേരുവകൾക്ക് ഇന്ത്യയും പാത്രമായി.

ജനാധിപത്യ വികേന്ദ്രീകരണവും അധികാരവികേന്ദ്രീകരണവും ബ്രിട്ടീഷ് ഇന്ത്യയിൽ പ്രാവർത്തികമാക്കിയത് മേൽസൂചിപ്പിച്ച ഇരട്ട മുഖമുള്ള തന്ത്രത്തിന്റെ ഭാഗമായിത്തന്നെയായിരുന്നു. എന്നാൽ ദേശീയ പ്രസ്ഥാനം കൂടുതൽ കൂടുതൽ ശക്തമായി പൂർണ്ണസ്വരാജിനുവേണ്ടി

ശബ്ദമുയർത്തുകയും പ്രക്ഷോഭങ്ങളുടെ മുനകൂർപ്പിക്കുകയുമാണ് ചെയ്തത്. അത്തരമൊരു അവസ്ഥയിൽനിന്ന് രൂപപ്പെട്ടുവന്ന അമൂർത്ത മായൊരു ദർശനവും പ്രായോഗികമായ ഒരുപരിപാടിയുമായിരുന്നു "ഗ്രാമ സ്വരാജ്" സങ്കല്പനം.

അതായത് 1920–50 കാലയളവിൽ സമൂർത്തമായും സങ്കീർണ്ണമായും നിലനിന്ന സാഹചര്യങ്ങൾ അഭിമുഖീകരിച്ചുകൊണ്ട് രൂപപ്പെടുത്തി മുന്നോട്ടുവച്ച മുദ്രാവാക്യമായിരുന്നു "ഗ്രാമസ്വരാജ്." തദ്ദേശീയ ജനസ മൂഹങ്ങൾക്ക് ജനാധിപത്യപരമായി തീരുമാനം എടുക്കുന്നതിനുള്ള മുദ്രാ വാക്യമായിരുന്നു ഗ്രാമസ്വരാജ്. ജനാധിപത്യപരമായി തീരുമാനം എടു ക്കുന്നതിനും അധികാരവും അവസരവും വാഗ്ദാനം ചെയ്യുന്ന സമുന്ന തമായൊരു ആശയവുമായിരുന്നു അത്. എന്നാൽ സ്വാതന്ത്ര്യം, സമത്വം, മതനിരപേക്ഷത, സാഹോദര്യം തുടങ്ങിയ ഇതര മുദ്രാവാക്യങ്ങളെന്ന തുപോലെ തന്നെ കേവലവും യാന്ത്രികവും ഉപരിപ്ലവവുമായ പ്രബോ ധനങ്ങൾക്കപ്പുറം പ്രായോഗിക ഉള്ളടക്കമോ മൂല്യവത്തായ പ്രാബല്യമോ ഉറപ്പാക്കാൻ ജനാധിപത്യാധികാരവികേന്ദ്രീകരണത്തിന്റെ വിഷയത്തിലും ദേശീയ സ്വാതന്ത്ര്യപ്രസ്ഥാനത്തിന് കഴിഞ്ഞില്ല.

അക്കാരണം കൊണ്ടുതന്നെ ഇന്ത്യയ്ക്ക്, ഇന്ത്യാക്കാർക്ക് അതിന്റെ ഭൂതകാലത്തിൽ ഉൾക്കൊണ്ട പലതിനെയും വർത്തമാനകാലത്ത് കുട ഞ്ഞെറിയേണ്ടതായി വരും. ഇന്നിന്റെ പലതും നാളെയുടെ മേൽ ആധി പത്യം ചെലുത്താൻ അനുവദിക്കാതെ തകർക്കപ്പെടേണ്ടതായി വരും. അനുകരണീയവും ആരോഗ്യകരവുമായത് എന്തെല്ലാമുണ്ടോ അതെല്ലാം പുതിയ സാഹചര്യങ്ങൾക്ക് അനുയോജ്യമായ വിധം ഇണക്കിച്ചേർത്ത് മുന്നേറുകയാണ് ആവശ്യം. ഈ യുക്തിബോധം സ്വാതന്ത്ര്യാനന്തര ഭാര തത്തിൽ എത്രകണ്ട് പ്രാവർത്തികമായി എന്നതാണ് ജനാധിപത്യാധി കാര വികേന്ദ്രീകരണ വിഷയത്തിൽ നാം നിർദ്ധാരണം ചെയ്യേണ്ടതായ വിഷയം.

പൂർണ്ണ സ്വരാജും
പുരോഗമന പരിപ്രേക്ഷ്യവും

സ്വയംഭരണ പ്രസ്ഥാനമാണ് ദേശീയ കോൺഗ്രസ് മുന്നോട്ടു വച്ച പ്രധാന പ്രവർത്തന മേഖല. അതാകട്ടെ മിതവാദികളും തീവ്രവാദികളുമായി തിരിഞ്ഞുള്ള അന്തഃസംഘർഷത്തിൽ പെട്ട് ദുർബ്ബലമായി തുടരുകയുമായിരുന്നു. ഗോഖലെയുടെയും തിലകന്റെയും നിലപാടുകളായിരുന്നു അന്തരണത്തിന് വഴിയൊരുക്കിയത്. എന്നാൽ ഇക്കാര്യത്തിൽ യോജിപ്പിന്റെ വഴിതുറന്ന ആശയമാണ് സ്വയം ഭരണാവകാശമെന്ന നിലയ്ക്ക് ആനിബസന്റ് മുന്നോട്ടുവച്ചതും ദേശീയ കോൺഗ്രസ് ഐക്യകണ്ഠേന അംഗീകരിച്ചതുമായ "സ്വയം ഭരണം" എന്ന മുദ്രാവാക്യം.

1920 മുതൽ സ്വാതന്ത്ര്യപ്രക്ഷോഭ നേതൃത്വം നിർവ്വഹിച്ച ഗാന്ധിജിയാണ് സ്വയംഭരണത്തെ ജനാധിപത്യസംവിധാനത്തിന്റെ അടിസ്ഥാന തലത്തിലേക്ക് ഏകോപിപ്പിച്ചതും സ്വയം പര്യാപ്തമായ പ്രാദേശിക ഭരണസ്ഥാപനങ്ങൾ എന്ന നിലയിൽ "ഗ്രാമസ്വരാജ്" എന്ന ദർശനം ഉന്നയിച്ചതും. കേവലമായ ജനപ്രാതിനിധ്യ ഭരണസ്ഥാപനങ്ങൾക്ക് ഉപരി പ്രാഥമിക ഉല്പാദനം, ചെറുകിട ഗ്രാമീണ കുടിൽ വ്യവസായ സംരംഭകത്വം, അടിസ്ഥാന പശ്ചാത്തല സൗകര്യം, ജനസേവന പ്രദാനം എന്നിവയ്ക്കൊപ്പം സാമൂഹ്യ നീതി–ക്ഷേമ വിഷയങ്ങളിൽ ഉൾപ്പെടെ തീരുമാനമെടുക്കാനുതകുന്ന പ്രാദേശിക സർക്കാരുകൾ എന്നതായിരുന്നു ഗാന്ധിജി സ്വാംശീകരിച്ച ആശയം. ദേശീയ പ്രസ്ഥാനത്തിന്റെ മുഖ്യമുദ്രാവാക്യങ്ങളിൽ ഒന്നായി കോൺഗ്രസ് ഗ്രാമസ്വരാജ് അംഗീകരിച്ചുറപ്പിക്കുകയും ചെയ്തു. എന്നാൽ ദർശനവും വീക്ഷണവും എന്നതിനപ്പുറം സ്വാതന്ത്ര്യപൂർവ്വ–സ്വാതന്ത്ര്യാനന്തര ഘട്ടങ്ങളിൽ ഗ്രാമസ്വരാജിനെ പ്രായോഗിക യാഥാർത്ഥ്യമാക്കുന്നതിൽ ഗാന്ധിജിക്ക് വിജയിക്കാനായില്ല. മറ്റുപല വിഷയങ്ങളിലും എന്നതുപോലെ തനത് നിഗമനങ്ങൾ കൈവെടിയാൻ സന്നദ്ധമല്ലാത്തതും മറ്റുള്ളവരുടെ വീക്ഷണങ്ങളെ സ്വീകരി

ച്ചുൾക്കൊള്ളാൻ വിമുഖതയുള്ളതുമായ ഗാന്ധിജിയുടെ വ്യക്തിസവിശേഷതയായിരുന്നു ഇതിന് മുഖ്യകാരണം. തന്മൂലം ഗ്രാമസ്വരാജും സ്വയംഭരണവും കേവലം ആത്മനിഷ്ഠമായ ആശയ സങ്കല്പനങ്ങളായിത്തന്നെ ചരിത്രപാതയിൽ തുടർന്നു.

നെഹ്റുവിയൻ പുരോഗമന വാദം

യൂറോപ്പിലെയും സ്കാൻഡിനേവിയൻ രാഷ്ട്രങ്ങളിലെയും സംസ്കൃതിയിൽനിന്നും സിവിൽ സമൂഹരൂപീകരണ അനുഭവങ്ങളിൽ നിന്നും ഉരുത്തിരിഞ്ഞ തദ്ദേശസ്വയംഭരണം എന്ന സങ്കല്പനം ജവഹർലാൽ നെഹ്റു സ്വാംശീകരിച്ചതായിരുന്നു. ഉല്പാദനഘടനയുടെയും സമ്പദ്‌വ്യവസ്ഥയുടെയും നിയന്ത്രണവും നേതൃത്വവും (ആസൂത്രിതവികസനം), തദ്ദേശീയമായ സാമൂഹ്യക്രമം പരിപാലിക്കൽ, പ്രാദേശിക നീതിന്യായം (ലോക്കൽ ജസ്റ്റീസ് അഡ്മിനിസ്ട്രേഷൻ), പൊതുസേവന പ്രദാനം (ആരോഗ്യം, വിദ്യാഭ്യാസം, പൊതുശുചിത്വം, കുടിവെള്ളലഭ്യത, ഊർജ്ജലഭ്യത, ഗതാഗതം, പശ്ചാത്തല സൗകര്യം), പൊതു ഭക്ഷ്യസുരക്ഷയും പൊതുവിതരണവും ഉൾപ്പെടെയുള്ള വിഷയങ്ങളിലും പ്രാഥമിക റവന്യൂ മരാമത്ത് വിഷയങ്ങളിലും തീരുമാനങ്ങളെടുക്കാനും ആസൂത്രണം നടത്താനും കഴിയുന്ന പ്രാദേശിക സർക്കാർ എന്നതായിരുന്നു ആ വീക്ഷണം. ഇതനുസരിച്ച് റവന്യൂ-നികുതി വരുമാനവും ധനകാര്യ വിഭവ വിഹിതവും ലഭ്യമാക്കുന്നതിനും വിനിയോഗിക്കുന്നതിനുമുള്ള അധികാരവും തദ്ദേശ ഭരണസ്ഥാപനങ്ങൾക്കുണ്ടാകണമെന്നതായിരുന്നു നെഹ്റുവിയൻ സമീപനം. ഇത്തരത്തിലാണെങ്കിൽ മാത്രമേ പൂർണ്ണസ്വയം ഭരണക്ഷമതയോടെയുള്ള തദ്ദേശഭരണ സർക്കാരുകൾ പ്രാവർത്തികമാകൂ എന്നതായിരുന്നു നെഹ്റുവിന്റെ വാദം. പക്ഷേ, ഇക്കാര്യത്തിൽ അത്രയേറെ വിശാലവീക്ഷണമുൾക്കൊള്ളാൻ ഗാന്ധിജി സന്നദ്ധമാകാതിരുന്നതിനാൽ അവർക്കിടയിൽത്തന്നെ ഭിന്നത നിലനിന്നതായി കാണാം.

ഈ വീക്ഷണവൈരുദ്ധ്യത്തെ അവസരമാക്കിത്തന്നെയായിരുന്നു ബ്രിട്ടീഷ് ഭരണാധികാരികളുടെ ചെയ്തികൾ. പരിമിത പ്രാതിനിദ്ധ്യവും തീർത്തും പരിമിത അധികാരങ്ങളും അതിനൊത്ത അവസരങ്ങളും മാത്രം ഉൾക്കൊള്ളുന്ന നിയമനിർദ്ദേശങ്ങളാണ് 1919 മുതൽ അവർ മുന്നോട്ടു വച്ചത്. അതിൽത്തന്നെ ഹിന്ദു- മുസ്ലീം മതവർഗ്ഗീയതയുടെ വിത്തുവിതച്ച് വിഭാഗീതയുടെ വിളകൊയ്യാനും ബ്രിട്ടീഷ് അധികാരികൾക്ക് സാധിച്ചു. ആവർത്തിച്ചു നടന്ന വട്ടമേശ സമ്മേളനങ്ങളിലും ഒത്തുതീർപ്പു ചർച്ചകളിലും ബ്രിട്ടീഷ് ഭരണാധികാരികൾ മുന്നോട്ടുവച്ച സമീപനങ്ങളും തുടർ നടപടികളുമെല്ലാം ഇതിനു ചേർന്നുള്ളവയായിരുന്നു. അതായത് പൂർണ്ണ സ്വരാജെന്ന ആശയം ഇതോടെ ഗൗരവതരമായി നിരാകരിക്കപ്പെട്ടുവെന്നതാണ് ചരിത്രസത്യം.

ഭരണഘടനാ നിർമ്മാണസഭയിലെ ഒത്തുതീർപ്പ്

"ഗ്രാമസ്വരാജ്" എന്ന ആശയവാദ വീക്ഷണവും "പൂർണ്ണസ്വരാജ്" എന്ന പ്രായോഗിക വാദവും ഉൾപ്പെടെ തദ്ദേശഭരണസങ്കല്പനം കടുത്ത വാദവിവാദങ്ങൾക്കുള്ള വഴിയൊരുക്കിയാണ് ഭരണഘടനാ നിർമ്മാണ സഭയുടെ ചർച്ചകളിൽ ഇടംപിടിച്ചത്. അധികാരവികേന്ദ്രീകരണമെന്ന പരിപ്രേക്ഷ്യത്തെതന്നെ ഖണ്ഡിക്കുന്ന നിലപാടായിരുന്നു വല്ലഭായ്പ ട്ടേലും പക്ഷവും സ്വീകരിച്ചത്. കാരണങ്ങൾ രണ്ടായിരുന്നു. ഒന്ന് അത്തരം പ്രാദേശിക ഭരണം കൈയേല്പിക്കുന്നതിലൂടെ ശക്തിപ്പെടുന്ന ജനസമൂഹങ്ങൾ സ്വയം ഭരണപ്രഖ്യാപനം നടത്തി ഇന്ത്യൻ യൂണിയൻ വിട്ടുപോകുന്നതിനുള്ള സാദ്ധ്യത. രണ്ട് രാജ്യനിലനില്പിനും പരിപാല നത്തിനും അതിശക്തമായ അധികാര കോയ്മയോടെയുള്ള കേന്ദ്രം വ്യവ സ്ഥാപിതമാക്കണമെന്ന സമീപനം, രണ്ട് കാരണങ്ങളാലും ഇക്കൂട്ടർ ജനാ ധികാര വികേന്ദ്രീകരണത്തോട് വിയോജിച്ചു.

ഇതിൽനിന്ന് വ്യത്യസ്തമായ ഒരു ചിന്താസരണി ഡോ. അംബേ ദ്കറുൾപ്പെടെയുള്ളവരാണ് മുന്നോട്ടുവച്ചത്. അവരെ സംബന്ധിച്ചിട ത്തോളം അധികാരവികേന്ദ്രീകരണത്തിന്റെ അന്തിമ ഗുണഭോക്താക്കൾ ഇന്ത്യൻ പശ്ചാത്തലത്തിൽ ആര് എന്നതായിരുന്നു പ്രശ്നം. സ്വാതന്ത്ര്യ ഇന്ത്യയിൽ നിലനിന്ന സാമൂഹ്യ രാഷ്ട്രീയ പശ്ചാത്തലത്തിൽ പ്രാദേ ശികാധികാരവും പ്രാതിനിദ്ധ്യവും അതാതിടങ്ങളിലെ അതിശക്തരും വരേണ്യരുമായവരുടെ കൈകളിലേക്കാവും എത്തിച്ചേരുക. നിശ്ശബ്ദരും നിസ്സഹായരും ദുർബ്ബലരുമായ അവർണ്ണ പിന്നോക്ക വിഭാഗങ്ങൾ എക്കാ ലവും വിധേയപ്പെട്ടു കഴിയേണ്ടതായി വരും എന്നാണവർ നിരീക്ഷിച്ചത്. ആയതിനാൽ വരേണ്യരും മതമൗലികവാദികളായവർ തദ്ദേശീയാധികാരം കൈമാറുന്നതിനോട് അക്കൂട്ടരും വിയോജിച്ചു. ജനാധിപത്യാധികാര വികേ ന്ദ്രീകരണത്തോട് തത്ത്വത്തിൽ യോജിക്കുമ്പോഴും അടിയന്തര സാമൂ ഹ്യസാഹചര്യത്തിൽ അതിനോട് യോജിക്കുന്നില്ലെന്ന വീക്ഷണമാണ വർ സ്വീകരിച്ചത്. അതിനവർ ഉപോത്ബലകമായി ചൂണ്ടിക്കാട്ടിയത് പുനാ പാക്കിന്റെ അനുഭവമാണ്. അധഃസ്ഥിത വിഭാഗങ്ങൾക്ക് ജനാധിപത്യ വേദി കളിൽ പ്രാതിനിദ്ധ്യമോ വരേണ്യർക്ക് തുല്യമായ പങ്കാളിത്തമോ ലഭി ക്കുന്നതിന് സവർണ്ണ മുന്നോക്ക മുഖ്യധാരാ വിഭാഗങ്ങൾക്ക് താല്പര്യ മില്ലെന്ന അനുഭവവും അവർ ചൂണ്ടിക്കാട്ടി. ഫലത്തിൽ ഗ്രാമസ്വരാജ് എന്ന സങ്കല്പനത്തിനോട് ഇക്കൂട്ടരുടെ നിലപാടും എതിരായിത്തീർന്നു.

ഭരണഘടനാ നിർമ്മാണസഭയുടെ പരിമിതി

നിർണ്ണായകമായൊരു പ്രശ്നം ഉന്നയിക്കപ്പെട്ടത് ഭരണഘടനാ നിർമ്മാണസഭയുടെ കർത്തവ്യത്തെയും അധികാരത്തെയും സംബന്ധി ച്ചായിരുന്നു. അതിന്റെ ഉള്ളടക്കം രണ്ടുതരത്തിൽ പരാമർശിക്കാം. ഒന്ന് ഭരണഘടനയുടെ ചട്ടക്കൂട് രൂപപ്പെടുത്താൻ മാത്രമുള്ള അധികാരമാണ്

ഭരണഘടനാ നിർമ്മാണസഭയ്ക്കുള്ളത്. അതിലൂടെ രൂപപ്പെടേണ്ടത് പാർലമെന്റ് ഉൾപ്പെടെയുള്ള നിയമനിർമ്മാണ സംവിധാനങ്ങളും അവയുടെ നിയമനിർമ്മാണാധികാരം സംബന്ധിച്ച താത്വികമോ സൈദ്ധാന്തികമോ ആയ വ്യവസ്ഥകളും മാത്രമാണ്. അതോടൊപ്പം ഏതൊക്കെ വിഷയങ്ങൾക്കുമേൽ ഏതേതെല്ലാം തലത്തിൽ, നിയമനിർമ്മാണ ചുമതല ഏല്പിച്ചുകൊടുക്കാം, എന്നതുമാത്രമാണ്. അങ്ങനെ ഭാരമേല്പിക്കപ്പെടുന്ന സഭകൾ, എപ്പോൾ, എങ്ങനെ, ഏതെല്ലാം വ്യവസ്ഥകൾ ഉൾക്കൊള്ളിച്ച് നിയമനിർമ്മാണം നടത്തണമെന്നത് ഭരണഘടനാ നിർമ്മാണസഭയ്ക്ക് തീരുമാനിക്കാനോ നിർദ്ദേശിക്കാനോ കഴിയുന്നതല്ല. അങ്ങനെ ചെയ്യുന്നത് നിയാമകമായും നിർവ്വഹണപരമായും ഉചിതവുമല്ല. അത്തരം നിയമങ്ങളുടെ ഉള്ളടക്കമോ വ്യവസ്ഥകളോ പാർലമെന്റോ നിയമസഭയോ തയ്യാറാക്കുന്നതിനുപകരം ഭരണഘടനാ നിർമ്മാണസഭ തന്നെ സ്വയമേവ നിർവ്വഹിക്കുന്നത് ഉചിതവും നിയമനീതി തത്ത്വങ്ങൾക്ക് നിരക്കുന്നതുമല്ല എന്ന വാദമാണ് ഒന്നാമതായി ഉന്നയിക്കപ്പെട്ടത്.

ഇതിൽത്തന്നെ രണ്ടാമതായി ചൂണ്ടിക്കാട്ടപ്പെട്ടത് തദ്ദേശഭരണം എന്നത് പ്രവിശ്യാവിഷയങ്ങളിൽ (സംസ്ഥാനങ്ങളുടെ നിയമനിർമ്മാണ വിഷയ പട്ടികയിൽ) ഉൾപ്പെടുത്തിക്കൊണ്ട് ഭരണഘടനാ നിർമ്മാണസഭ തന്നെ അംഗീകരിച്ചതിന് ശേഷം തൽസംബദ്ധമായി വിശദമായ വ്യവസ്ഥകൾ ഉൾക്കൊള്ളിച്ച് ഭരണഘടനാ ഖണ്ഡങ്ങൾ രൂപപ്പെടുത്തുന്നത് ഭരണഘടനാ നിർമ്മാണസഭയുടെ അമിതാധികാരപ്രയോഗമായി മാറും എന്ന കാര്യമാണ്. രൂപപ്പെടുന്ന ഭരണഘടനയുടെ പരിപാലനം ഉറപ്പാക്കി സംസ്ഥാന നിയമനിർമ്മാണസഭകളായിരിക്കണം അതിനുള്ള നിയമങ്ങൾ രൂപപ്പെടുത്തേണ്ടതെന്നിവർചൂണ്ടിക്കാട്ടി. ചുരുക്കത്തിൽ സൈദ്ധാന്തികമായും പ്രായോഗികമായും അധികാരവികേന്ദ്രീകരണത്തെ പ്രതിരോധത്തിലാക്കുന്ന സാഹചര്യമാണ് ഭരണഘടനാ നിർമ്മാണസഭയിലെ നടപടിക്രമത്തിൽ സംജാതമായത്.

വികേന്ദ്രീകരണ വിഷയം: ഒത്തുതീർപ്പുഫലം

ഈ സങ്കീർണ്ണ സാഹചര്യം മറികടക്കപ്പെട്ടത് ഭരണഘടനാ നിർമ്മാണസഭയിൽ രൂപപ്പെട്ട തന്ത്രപരമായ ഒത്തുതീർപ്പിലൂടെയായിരുന്നു. അതാകട്ടെ ജനാധിപത്യ അധികാരവികേന്ദ്രീകരണം എന്നത് തത്ത്വത്തിൽ അധികരിക്കാനും, പ്രയോഗത്തിൽ മാർഗ്ഗനിർദ്ദേശക തത്ത്വം മാത്രമായി ഉൾച്ചേർക്കുക എന്നതുമായിരുന്നു. ഇതിന്റെ പ്രത്യക്ഷഫലമാണ് ഭരണഘടനയുടെ രാഷ്ട്രനയ നിർദ്ദേശകതത്ത്വത്തിന്റെ ഉള്ളടക്കത്തിൽ ഭാഗം IV ൽ 40–ാം അനുച്ഛേദമായുള്ള വ്യവസ്ഥ ഉൾച്ചേർക്കപ്പെട്ടത്. പ്രാദേശിക സ്വയംഭരണസ്ഥാപനങ്ങളുടെ ഘടകങ്ങളായി പ്രവർത്തിക്കാനുതകുന്ന അധികാരങ്ങളുടെയും ഉത്തരവാദിത്വങ്ങളുടെയും ഭാരമേല്പിച്ചുകൊണ്ട് വില്ലേജ് പഞ്ചായത്തുകൾക്ക് രൂപംനല്കുന്നതിനുള്ള നടപടികൾ രാഷ്ട്രം സ്വീകരിക്കണം എന്നതായിരുന്നു പ്രസ്തുത അനുച്ഛേദം.

എന്നാൽ ഇത് കേവലം സൈദ്ധാന്തികവും മാർഗ്ഗദർശകവുമായ ഒരു വ്യവസ്ഥ മാത്രമാണ്. ഇക്കാര്യത്തിലാകട്ടെ പ്രായോഗിക നിയമങ്ങൾ ഉണ്ടാകേണ്ടതുണ്ട്, അതിനുള്ള അധികാരവും ചുമതലയും സംസ്ഥാനങ്ങൾക്കാണ്. ദേശീയതലത്തിൽ ഏകീകൃത നിയമനിർമ്മാണസാദ്ധ്യത കരണീയമല്ല. മാത്രവുമല്ല ഇന്ത്യയുടെ വൈവിദ്ധ്യവും വൈജാത്യവുമാർന്ന പ്രാദേശിക സാമൂഹ്യ ഘടനയിൽ ദേശീയമായി ഒരു ഏകീകൃത നിയമം സുസാദ്ധ്യവുമല്ല. ഇത്തരമൊരു സന്നിഗ്ദ്ധവും സങ്കീർണ്ണവുമായ നിലയിലേക്കാണ് ഭരണഘടനാ നിർമ്മാണസഭയിലെ ധൈഷണികമായ ഒത്തുതീർപ്പിലേക്ക് അധികാര വികേന്ദ്രീകരണപ്രക്രിയയെ കൊണ്ടുചെന്നെത്തിച്ചത്.

വ്യക്തതയും കൃത്യതയും ഇല്ലാത്ത ഇത്തരമൊരു സ്ഥിതി സ്വാതന്ത്ര്യാനന്തര ഭാരതത്തിലെ അധികാരി വർഗ്ഗത്തിന് ഏറെ അനുകൂലമായ അവസരമാണൊരുക്കി നല്കിയത്. അത് അവർ നന്നായി വിനിയോഗിക്കുകയുംചെയ്തു. അതുകൊണ്ടുതന്നെ അധികാരവികേന്ദ്രീകരണവും തദ്ദേശ ഭരണ സംവിധാനവും പില്ക്കാല രാഷ്ട്രീയ ഉദ്യോഗസ്ഥ അധികാരവൃന്ദത്തിന്റെ തന്നിഷ്ടങ്ങൾക്കനുസൃതമായി മാത്രം സംഭവിക്കുന്ന ഒന്നായി മാറി. അവരാകട്ടെ അപ്പപ്പോഴുള്ള തങ്ങളുടെ ഇംഗിതാനുസരണം പ്രവർത്തിക്കുന്ന നിർവ്വഹണ ഉപകരണങ്ങൾ മാത്രമാക്കി തദ്ദേശ ഭരണസ്ഥാപനങ്ങളെ മാറ്റിത്തീർത്തു. കേന്ദ്രാവിഷ്കൃത പദ്ധതികളുടെ നിർവ്വഹണ ഏജൻസികളായവ പരിണമിച്ചു. ഒന്നര പതിറ്റാണ്ടിലധികം കാലം തിരഞ്ഞെടുപ്പുപോലും നടത്താതെ കേരളം ഉൾപ്പെടെയുള്ള സംസ്ഥാനങ്ങളിലെഭരണാധികാരികൾ തദ്ദേശ ഭരണക്രമത്തെ അട്ടിമറിച്ചു. അഞ്ഞൂറ് രൂപയിലധികം ചെലവഴിക്കണമെങ്കിൽ സംസ്ഥാന സർക്കാരിന്റെയും ഉദ്യോഗസ്ഥ വൃന്ദത്തിന്റെയും അനുമതി തേടേണ്ടിവരുന്ന അവസ്ഥയിൽ അവ അധഃപതിച്ചു.

വൈരുദ്ധ്യാത്മിക സമീപനങ്ങൾ: ആഗോളവത്ക്കരണവും ഐക്യരാഷ്ട്രഘടക സംഘടനകളും

ഈ പശ്ചാത്തലത്തിലാണ് വൈരുദ്ധ്യാത്മകമായ രണ്ട് ലോകവീക്ഷണങ്ങൾ സമാന്തരമായി ഉയർന്ന് വന്നത്, ഒന്ന് യു എൻ ഡി പി – യു എൻ ഇ പി – യുനെസ്കോ മുതലായ ഐക്യരാഷ്ട്ര സംഘടനയുടെ ഘടക സംഘടനകൾ വികസനം, പരിസ്ഥിതി, സാമൂഹ്യ നീതി എന്നിവ ഉറപ്പാക്കപ്പെടണമെങ്കിൽ പ്രാദേശിക ജനപങ്കാളിത്തത്തോടെയുള്ള തീരുമാനങ്ങളും പ്രവർത്തനങ്ങളും ഉണ്ടാകണം എന്ന ആശയം ശക്തിപ്പെടുത്തി മുന്നോട്ടുവന്നതാണ്. അതാതിടങ്ങളിലെ മനുഷ്യരുടെ അതിജീവനവിഷയത്തിൽ തീരുമാനമെടുക്കാനുള്ള അധികാരം അതാതിടങ്ങളിലെ ജനാധിപത്യ സംവിധാനത്തിനായിരിക്കണം എന്നവർ വാദിച്ചു. മേൽത്തട്ടുകളിലോ വിദൂരസ്ഥതയിലോ ഇരിക്കുന്ന നയരൂപീകരണ കർത്താക്കളാക്കരുത് തീരുമാനമെടുക്കേണ്ടതും നടപ്പാക്കേണ്ടതും എന്നവർ

സമർത്ഥിച്ചു. ഇത്തരം തീരുമാനങ്ങളെടുക്കുന്നതിനും നടപ്പാക്കുന്നതിനുമുള്ള പ്രക്രിയയിൽ പങ്കെടുക്കാനും അഭിപ്രായം ഉന്നയിക്കാനുമുള്ള അവസരം അടിസ്ഥാന മനുഷ്യാവകാശമാണെന്നും അവർ സ്ഥാപിച്ചു. ഈ വാദത്തന്റെ പ്രായോഗികത ഉറപ്പാക്കാനായി നിരവധി സാമൂഹ്യാധിഷ്ഠിത സംഘടനകളെയവർ പ്രോത്സാഹിപ്പിച്ചു. അതിന്റെ മൂർത്തവും പ്രത്യക്ഷവുമായ രൂപവും ഘടകവുമായയാണവർ തദ്ദേശഭരണ സ്ഥാപനത്തെ ഉയർത്തിക്കാട്ടിയത്.

രണ്ടാമത്തെ ധാര ആഗോളവല്ക്കരണ വക്താക്കളിൽ നിന്നാണ് ഉറവെടുത്തത്. ഭരണപരമോ വികസനപരമോ ക്ഷേമകാര്യസംബന്ധമോ ആയ കാര്യങ്ങൾ കേന്ദ്രീകൃതമായി സർക്കാരുകൾ ഏറ്റെടുക്കുകയോ നിർവ്വഹിക്കുകയോ ചെയ്യേണ്ടതില്ല. അത്തരം കാര്യങ്ങൾ അതാതിടങ്ങളിൽ അവ ഏറ്റെടുത്ത് നിർവ്വഹിക്കാൻ സന്നദ്ധമായ സംവിധാനങ്ങൾക്ക് കൈമാറാനാകണം എന്നവർ നിർദ്ദേശിച്ചു. അതിലൂടെ സർക്കാർ സംവിധാനത്തെയും സേവന വിഭാഗത്തെയും ചുരുക്കണമെന്നവർ വാദിച്ചു. ഇതുവഴി സർക്കാരിന്റെ ധനച്ചെലവും അതിനുവേണ്ടിവരുന്ന നിക്ഷേപവും ഗണ്യമായി കുറയ്ക്കാനാകുമെന്നവർ ലക്ഷ്യമിട്ടു. "ആഗോളതലത്തിൽ ചിന്തിക്കുക, പ്രാദേശിക തലത്തിൽ നിർവ്വഹിക്കുക" എന്നതായിരുന്നു അവരുടെ മുദ്രാവാക്യം. അതിനുള്ള സമാന്തര ഉപാധിയോ വേദിയോയായിട്ടാണവർ തദ്ദേശ ഭരണസ്ഥാപനങ്ങളെ സമീപിച്ചത്. ഈ ആശയം അവലംബിച്ച് ലോകബാങ്ക്, ഏഷ്യൻ വികസന ബാങ്ക് മുതലായ സ്ഥാപനങ്ങൾ തദ്ദേശ ഭരണസ്ഥാപനങ്ങളെ കൈയടക്കുന്ന നിലയും സംജാതമായി. അവർ വച്ചുനീട്ടുന്ന ധനസഹായമെന്ന പച്ചപ്പിനു പിന്നാലെപോകുന്നത് വിനാശകരമാണെന്ന വിമർശനവും ശക്തിപ്പെട്ടുവന്നു.

ഈ രണ്ട് സമീപനങ്ങളിലെയും പ്രാഥമികവും ആന്തരികവുമായ അന്തരം തിരിച്ചറിയാനാകാതെയോ അറിഞ്ഞിട്ടും അത് ഭാവിക്കാതെയോ അധികാരവികേന്ദ്രീകരണ പ്രക്രിയ അപ്പാടെ ആത്മഹത്യാപരമെന്നും ജനകീയ ഭരണക്രമത്തെ അട്ടിമറിക്കാനുള്ള തന്ത്രമെന്നും വരുത്തിത്തീർക്കാനുള്ള തീവ്രവാദ നിലപാടിൽ എത്തിച്ചേർന്ന വിമർശകരും അക്കാലത്ത് ഉണ്ടായി. അതേസമയം എല്ലാ സാമൂഹ്യ-സാമ്പത്തിക-സാംസ്കാരിക-രാഷ്ട്രീയ പ്രശ്നങ്ങൾക്കുമുള്ള ഒറ്റമൂലിയാണ് അധികാര വികേന്ദ്രീകരണമെന്ന അമിതാവേശവും അത്യുക്തിയും ഉന്നയിച്ചിറങ്ങി പുറപ്പെട്ടവരും ഇക്കാലയളവിലുണ്ടായിരുന്നു.

എന്നാൽ ഇതിൽ നിന്നെല്ലാം വ്യത്യസ്തവും സുചിന്തിതവും പ്രായോഗികവും സ്വീകാര്യവുമായ നിലപാടും നിർദ്ദേശവും ഉന്നയിക്കാനും പ്രാവർത്തികമാക്കാനും കഴിഞ്ഞത് ഇടതുപക്ഷ പുരോഗമന ജനാധിപത്യ പ്രസ്ഥാനങ്ങൾക്കായിരുന്നുവെന്നത് ഈ കാലഘട്ടം തെളിയിച്ചു. അതിനുള്ള പ്രത്യക്ഷ തെളിവാണ് കേരളത്തിലെ പഞ്ചായത്ത് നിയമവും മുനിസിപ്പാലിറ്റി നിയമവും ജില്ലാ ഭരണ നിയമവും എന്ന് കാണാം. പശ്ചിമ

ബംഗാൾ അതിശക്തമായ ജില്ലാ പരിഷത് സംവിധാനത്തിനും പഞ്ചായത്ത് യൂണിയനുകൾക്കും രൂപംനല്കിയതും ഇതേ പശ്ചാത്തലത്തിലാണ്. കർണ്ണാടകത്തിൽ പഞ്ചായത്ത് രാജ്, ന്യായപഞ്ചായത്ത് നിയമങ്ങൾ പ്രാവർത്തികമാക്കപ്പെട്ടതും ശ്രദ്ധേയമാണ്. ചുരുക്കത്തിൽ സങ്കീർണ്ണവും ഗൗരവതരവുമായ ജനാധിപത്യ സമസ്യയും അതിന്റെ പൂർത്തീകരണവുമാണ് അധികാര വികേന്ദ്രീകരണത്തിൽ അടങ്ങിയിരിക്കുന്നത്.

തന്ത്രപരമായ കേന്ദ്രീകരണം: നയങ്ങളും കാഴ്ചപ്പാടും

ജനാധിപത്യ അധികാര വികേന്ദ്രീകരണം സംബന്ധിയായ പുരോഗമന വീക്ഷണത്തിൽനിന്ന് പാഠമുൾക്കൊള്ളാനായിരുന്നില്ല തൊണ്ണൂറുകളുടെ തുടക്കം വരെ ഭരണാധികാരിവർഗ്ഗം തയ്യാറായത്. മറിച്ച് ആഗോളവല്ക്കരണ വക്താക്കളുടെ മാർഗ്ഗദർശനം പ്രാവർത്തികമാക്കാനാണവർ തയ്യാറായത്. എൺപതുകളുടെ അവസാനം മൃഗീയ ഭൂരിപക്ഷത്തോടെ ഭരണം നിർവ്വഹിച്ചുവന്ന ഇന്ത്യാ ഗവൺമെന്റ് മുന്നോട്ടുവച്ചതും ലക്ഷ്യത്തിലെത്താതെ പോയതുമായ ശ്രമം ഇത് തെളിയിക്കുന്നു. അതിന്റെ വിശദാംശങ്ങളിലേക്ക് പിന്നീട് കടക്കാം. എന്നാൽ അതിനു പിന്നിലെ നയം ഇവിടെ വിശകലന വിധേയമാക്കാം.

എന്തായിരുന്നു രാജീവ് ഗാന്ധി സർക്കാരിന്റെയും അതിനു പിന്നിൽ പ്രവർത്തിച്ച ഉദ്യോഗസ്ഥ വൃന്ദത്തിന്റെയും ലക്ഷ്യവും താല്പര്യവും. ഒന്നാമതായി അധികാരവികേന്ദ്രീകരണത്തെ അടിസ്ഥാന തലത്തിൽനിന്നും കെട്ടിപ്പടുക്കേണ്ടതായ സാമൂഹ്യ സംവിധാനമോ ജനകീയ സംരംഭമോ ആയിട്ടല്ല അവർ കണ്ടത്. മറിച്ച് ഉദ്യോഗസ്ഥ-രാഷ്ട്രീയ സംവിധാനത്തിലൂടെ മുകളിൽനിന്ന് താഴേക്ക് വ്യവസ്ഥാപിതമാക്കാനാകുന്ന നിർവ്വഹണ സംവിധാനമായാണവർ കണ്ടത്. രണ്ടാമതായി, ഇന്ത്യയ്ക്കാകെ ഐക്യരൂപ്യമാർന്നതും നിർബ്ബന്ധിത പ്രാബല്യം ആകാവുന്നതുമായ വിധം കേന്ദ്രീകൃതമായ നയ-നിയമ നിർവ്വഹണം ഉണ്ടാകണമെന്നും അതിനായി ഭരണഘടനാ ഭേദഗതി കൊണ്ടുവരണമെന്നുള്ളതുമായിരുന്നു. ഇതിനു തുടർച്ചയായി ഭരണഘടനാ മാർഗ്ഗദർശനം പ്രാവർത്തികമാക്കുന്നതിലേക്കായി നിർബ്ബന്ധിതമായി സംസ്ഥാനതലത്തിൽ നിയമരൂപീകരണവും നടത്തിപ്പും സാദ്ധ്യമാക്കാനാകും എന്നതായിരുന്നു നീക്കം.

1950-90 നാല് പതിറ്റാണ്ടുകാലം തങ്ങൾ പുലർത്തിയ നിരുത്തരവാദിത്വ സമീപനം തിരുത്താൻ ഇന്ത്യാ ഗവൺമെന്റും ഇന്ത്യയിലെ ഭരണവർഗ്ഗവും ഇറങ്ങിപ്പുറപ്പെട്ടതായാണ് പലരും കരുതിയത്. എന്നാൽ ലക്ഷ്യത്തിൽ അധികാരവികേന്ദ്രീകരണവും പ്രയോഗത്തിൽ അതിശക്ത കേന്ദ്രീകരണവുമാണ് സംഭവിക്കുക എന്ന് തിരിച്ചറിയാൻ ഏറെ സമയം വേണ്ടി വന്നില്ല. മാത്രമല്ല വികേന്ദ്രീകരണത്തിന്റെ മറവിൽ സർക്കാരിന്റെ ഉത്ത

രവാദിത്വങ്ങളിൽനിന്നും നിക്ഷേപത്തിൽ നിന്നുമുള്ള പിന്മാറ്റവും സമാന്തര സന്നദ്ധ ശൃംഖലയുടെ വ്യവസ്ഥാപനവും സൃഷ്ടിക്കാൻ പോകുന്ന അപകടത്തിന്റെ തിരിച്ചറിവും നമുക്കുണ്ടായി. അതുകൊണ്ടു തന്നെ ഉള്ളടക്കത്തിലും പ്രയോഗത്തിലും പ്രതിലോമകരവും വിനാശകരവുമായ പ്രസ്തുത നീക്കത്തെ പ്രതിരോധിക്കാനും പരാജയപ്പെടുത്താനുമുള്ള ഉത്തരവാദിത്വമാണ് ഇടതുപക്ഷ പുരോഗമനപ്രസ്ഥാനം നിർവ്വഹിച്ചത്. അതും ചരിത്രത്തിന്റെ ഭാഗമാണ്.

അധികാര വികേന്ദ്രീകരണത്തിന്റെ പിതൃത്വംപേറി അവകാശവാദം ഉന്നയിക്കുന്നവർ അതിലടങ്ങിയ അപായത്തിന്റെ തലംകൂടി തിരിച്ചറിയേണ്ടതാണ്. പ്രത്യയശാസ്ത്രപരമായ ഉറപ്പോ പ്രായോഗികമായ പദ്ധതിയോ ഇല്ലാതെ ചാഞ്ചാട്ടം നടത്തുകയല്ല മറിച്ച് കൃത്യതയാർന്ന വീക്ഷണവും ആവർത്തിച്ചുള്ള ഇടപെടലും സന്ദർഭോചിതമായ പ്രവർത്തനവും വഴി അധികാരവികേന്ദ്രീകരണത്തെ ജനകീയ ജനാധിപത്യ അടിത്തറയാക്കാനാണ് ഇടതുപക്ഷ പുരോഗമന പ്രസ്ഥാനം ഇന്ത്യയിൽ പരിശ്രമിച്ചത്. അതിന്റെ പ്രായോഗിക രൂപമായിരുന്നു 1989 ൽ കേരളം കണ്ട ജില്ലാ കൗൺസിൽ നിയമനിർവ്വഹണം.

ഭരണഘടനാ ഭേദഗതിയും സംസ്ഥാനനിയമവും

സ്വാതന്ത്ര്യാനന്തര ഭാരതത്തിൽ ഭരണഘടനാ നിർമ്മാണ സഭയിലെ ഒത്തുതീർപ്പു വ്യവസ്ഥയായ അനുച്ഛേദം 40 ൽ അടച്ചുവച്ച ഭൂതം നാല് പതിറ്റാണ്ടു കഴിഞ്ഞപ്പോൾ പുറത്തേക്കുവന്നു. അതിനെ വരുതിയിലാക്കാൻ സ്വീകരിച്ചത് ദ്വിമുഖ തന്ത്രമാണ്. ഒന്ന് രാഷ്ട്രനയ നിർദ്ദേശക തത്ത്വം പ്രാവർത്തികമാക്കാനായി ഭരണഘടനാ ഭേദഗതി എന്ന മാർഗ്ഗം ഉപയോഗപ്പെടുത്തുക. അതിലൂടെ രാജ്യത്താകെ പ്രാബല്യം നല്കാനാകുന്ന വിധമുള്ള നിയമരൂപം ഭരണഘടനയിൽ ഉൾച്ചേർക്കുക. ഇതിനായി പാർലമെന്റിന്റെ ഭരണഘടന ഭേദഗതി അധികാരവും അവസരവും ഉപയോഗിക്കുക.

എന്നാൽ അങ്ങനെ ചെയ്യുമ്പോൾ തന്നെ പ്രാദേശിക ഭരണം എന്നത് ഒരു സംസ്ഥാന വിഷയമായി കണ്ട് വിശദമായ പ്രായോഗിക നിയമ നിർമ്മാണ ചുമതല സംസ്ഥാന സർക്കാരുകളിലും നിയമസഭകളിലും നിലനിർത്തുക. പക്ഷേ, ഭരണഘടനാ ബാദ്ധ്യത നിറവേറ്റപ്പെടുക എന്ന സാദ്ധ്യത മുൻനിർത്തി മാർഗ്ഗദർശക വ്യവസ്ഥകൾ ഉൾച്ചേർത്ത് സംസ്ഥാനങ്ങൾ രൂപപ്പെടുത്തേണ്ട ഭേദഗതി, നിയമ വ്യവസ്ഥകൾക്ക് അനുരോധമായ നിയമനിർമ്മാണമായിരിക്കും എന്ന് ഉറപ്പുവരുത്തുക. അതിന്റെ ഭാഗമായി സംസ്ഥാനങ്ങളുടെ അധികാരങ്ങളും ചുമതലകളും പ്രാദേശികതലത്തിലേക്ക് കൈമാറുന്നു എന്ന് ഉറപ്പാക്കുക. അതിനുതകുന്ന മാർഗ്ഗ നിർദ്ദേശമെന്ന വിധം അധികാരവികേന്ദ്രീകരണ മേഖലകൾ ഉൾച്ചേർന്ന പട്ടികകൾ ഭരണഘടനയിൽ ഉൾപ്പെടുത്തുക. എന്നാൽ പട്ടികപ്പെടുത്തപ്പെട്ട

മേഖലകളിലും വിഷയങ്ങളിലും എത്രമാത്രം അധികാരങ്ങൾ എത്രകണ്ട് അളവിൽ ഏതേതെല്ലാം തലങ്ങളിൽ ഏതേത് സ്ഥാപനങ്ങൾക്ക് കൈമാറണം എന്നത് സംസ്ഥാനങ്ങൾ തീരുമാനിച്ച് നിയമത്തിൽ ഉൾപ്പെടുത്തുക.

1989 ലെ 64, 65 ഭരണഘടനാ ഭേദഗതി നിർദ്ദേശങ്ങൾക്കു പിന്നിൽ ഇത്തരം തന്ത്രവും അതിന്റെ പ്രയോഗവുമാണ് ഇന്ത്യാ ഗവൺമെന്റ് സ്വീകരിച്ചത്. സൈദ്ധാന്തികവും നിയമപരവുമായി ഈ നീക്കം ഫലം കണ്ടേക്കാം. പക്ഷേ, സംസ്ഥാന സർക്കാരുകളുമായി സംവദിക്കാതെയും അഭിപ്രായ സമാഹരണം നടത്താതെയും കേന്ദ്ര സർക്കാരിൽ നിക്ഷിപ്തമായ അധികാരങ്ങളിൽ ഒന്നുപോലും കൈമാറാൻ തയ്യാറാകാതെയും വർദ്ധിത കേന്ദ്രീകരണ ഉപാധികൾ ഉൾക്കൊള്ളിച്ചും കൊണ്ടുവന്ന പ്രസ്തുത ഭരണഘടനാ ഭേദഗതിയെ എതിർത്തുതോല്പിക്കുക എന്ന ചരിത്രദൗത്യത്തിൽ ഇന്ത്യയിലെ ജനകീയ പ്രസ്ഥാനം വിജയിക്കുക തന്നെ ചെയ്തു.

ജനാധിപത്യം: ഭരണഘടനാ വീക്ഷണവും വികേന്ദ്രീകരണ സമീപനവും

ജനാധിപത്യം എന്നത് ബൂർഷ്വാ സാമൂഹ്യ വ്യവസ്ഥിതിയിലെ ഭരണകൂട സംവിധാനങ്ങളിൽ ഒന്നാണ്. ഏകാധിപത്യം, സമഗ്രാധിപത്യം തുടങ്ങി സൈനികാധിപത്യം ഉൾപ്പെടെയുള്ള ശ്രേണിയിൽപ്പെട്ട ഒരു സമ്പ്രദായം. എന്നാൽ അത്തരമൊരു വ്യവസ്ഥിതിയിൽ സാദ്ധ്യമാകുന്ന ഏറ്റവും മെച്ചപ്പെട്ട ഭരണ സംവിധാനമായാണ് രാഷ്ട്രമീമാംസകർ ജനാധിപത്യത്തെ കാണുന്നത്.

എന്നാൽ കേന്ദ്രീകൃതമായാലും വികേന്ദ്രീകൃതമായാലും അത് നിലവിലുള്ള സാമൂഹ്യ വ്യവസ്ഥിതിയുടെ ജന്മി ബൂർഷ്വാ സ്വഭാവത്തിലോ ഭരണകൂടത്തിന്റെ അടിസ്ഥാന സ്വഭാവത്തിലോ കാതലായ ഒരു വ്യത്യാസവും ഉണ്ടാക്കുന്നില്ല. നിലവിലുള്ള ജന്മി ബൂർഷ്വാ വ്യവസ്ഥിതി മാറ്റിത്തീർക്കുന്നതിന് ജനാധിപത്യ സംവിധാനം വലിയ അളവിൽ സഹായകമാകും. ജനങ്ങൾ അഭിമുഖീകരിക്കുന്ന നാനാതരം പ്രശ്നങ്ങൾക്ക് പരിഹാരം തേടാൻ അത് താല്ക്കാലികമായെങ്കിലും സഹായിക്കും. ബഹുജനങ്ങളെ അണിനിരത്തുന്നതിനും അവർക്ക് ആശ്വാസം നല്കുന്നതിനും ജനാധിപത്യ പ്രക്രിയയിൽ സാദ്ധ്യമാകും. അത് വികേന്ദ്രീകൃതവും പങ്കാളിത്ത പൂർണ്ണവുമാകുമ്പോൾ ജനാധിപത്യം കൂടുതൽ ജനകീയവും പ്രായോഗികവും ആകും. ഇത്തരമൊരു സമീപനത്തിന്റെ അടിസ്ഥാനത്തിലാണ് ജനാധിപത്യ അധികാര വികേന്ദ്രീകരണത്തെ സംബന്ധിച്ച സമീപനവും നിലപാടും സ്വീകരിക്കേണ്ടത്.

രാജ്യത്ത് അനുവർത്തിച്ചുപോന്ന വികസന പാത എന്താണ്? ഒരു സംശയവും വേണ്ട മുതലാളിത്ത സാമ്പത്തിക വികസന പാത തന്നെയാണ്. എന്നാലതിന് ക്ഷേമരാഷ്ട്രത്തിന്റെ അടിസ്ഥാന സങ്കല്പനത്തിന്റെ പിൻബലം നല്കാനാണ് നെഹ്റു ഉൾപ്പെടെയുള്ള ഭരണനേതൃത്വം

ശ്രമിച്ചത്. ഏറ്റവും അടിസ്ഥാനതലത്തിലുള്ള ജീവിത സൗകര്യങ്ങൾ ഏറ്റവും ചുരുങ്ങിയ ധനകാര്യ നിക്ഷേപം വിനിയോഗിച്ച് എല്ലാ ജനങ്ങൾക്കും ലഭ്യമാക്കുകയെന്ന സാമ്പത്തിക സമീപനമാണ് ക്ഷേമരാഷ്ട്ര സങ്കല്പനം. എന്നാൽ മുതലാളിത്ത വികസന പാത ജനങ്ങൾക്ക് ഉണ്ടാക്കുന്ന ദുരിതങ്ങളെയും വികസന ഘടനയിലുണ്ടാക്കുന്ന പ്രതിസന്ധികളെയും ഇല്ലാതാക്കുന്നതിന് ഉതകുന്നതല്ല. ഈ അവസ്ഥയിൽ നിന്നുള്ള ആത്യന്തിക മോചന മാർഗ്ഗം ജനങ്ങളുടെ സംഘടിത പ്രസ്ഥാനങ്ങളും പ്രക്ഷോഭങ്ങളുമല്ലാതെ മറ്റൊന്നല്ല.

അതുകൊണ്ട് മുതലാളിത്തവും മുതലാളിത്ത പൂർവ്വവുമായ ചൂഷണത്തിന്റെ പിടിയിൽ നിന്ന് മോചിപ്പിച്ച്, മുതലാളിത്ത- ജന്മിത്ത- ബൂർഷ്വാ സാമൂഹ്യ വ്യവസ്ഥിതി അവസാനിപ്പിക്കുന്നതിനുള്ള സംഘടിത സമരത്തിന്റെയും പ്രവർത്തനത്തിന്റെയും വീക്ഷണ കോണിൽനിന്നുകൊണ്ടാണ് ജനാധിപത്യത്തെ അതിന്റെ പരിമിത സാദ്ധ്യതയോടെയാണെങ്കിലും സംരക്ഷിക്കുന്നതിനും വിപുലീകരിക്കുന്നതിനും ശക്തിപ്പെടുത്തുന്നതിനുമുള്ള പരിശ്രമത്തിലേക്ക് എത്തിച്ചേരുന്നത്.

വികേന്ദ്രീകരണത്തിന്റെ പ്രത്യയശാസ്ത്രം

ജനാധിപത്യം എന്നതുകൊണ്ട് ഇവിടെ അർത്ഥമാക്കുന്നത് എന്താണ്? പാർലമെന്ററി ജനാധിപത്യ സമ്പ്രദായമാണത്. ഇതിൽ പ്രായപൂർത്തി വോട്ടവകാശം, നിശ്ചിത കാലയളവിൽ തിരഞ്ഞെടുപ്പ്, സുതാര്യവും നിയാമകവുമായ തിരഞ്ഞെടുപ്പ് പ്രക്രിയ, തിരഞ്ഞെടുക്കപ്പെടുന്ന ജനപ്രതിനിധി സംവിധാനത്തിനോട് ഉത്തരവാദിത്വപൂർണ്ണവുമായ ഉദ്യോഗസ്ഥ കാര്യനിർവ്വഹണ വിഭാഗം (ഒഫിഷ്യൽ എക്സിക്യൂട്ടീവ്), നയരൂപീകരണാധികാരമുള്ളതും ജനപ്രതിനിധി സംവിധാനത്തോട് ഉത്തരവാദിത്വ പൂർണ്ണവുമായ രാഷ്ട്രീയ ഭരണാധികാര സംവിധാനം (പൊളിറ്റിക്കൽ എക്സിക്യൂട്ടീവ്), നിയമാധിഷ്ഠിതവും ഉത്തരവാദിത്വപൂർണ്ണവും കാര്യക്ഷമമവുമായ ഭരണ നിർവ്വഹണം, സമഗ്ര പൗരാവകാശങ്ങൾ, മൗലിക ഭരണഘടനാവകാശങ്ങൾ തുടങ്ങിയവയുടെ പാലനം, അഴിമതി രഹിതവും നഷ്ടോത്തരവാദത്തപൂർണ്ണവുമായ സേവന നിർവ്വഹണം എന്നിവയെല്ലാം ഇഴചേർന്നിരിക്കുന്നു.

ജനാധിപത്യ പ്രക്രിയയുടെ പ്രത്യക്ഷ സവിശേഷതകളായി മുകളിൽ പരാമർശിച്ച ഓരോന്നും ജനങ്ങൾ ദശാബ്ദങ്ങളിലായി നടത്തിയ നിരന്തരവും ത്യാഗനിർഭരവുമായ സമരമാർഗ്ഗങ്ങളിലൂടെ നേടിയെടുത്ത അവകാശങ്ങളാണ്. മുതലാളിത്ത സാമൂഹ്യവ്യവസ്ഥിതിയിൽ ന്യൂനപക്ഷം വരുന്ന ചൂഷക വർഗ്ഗത്തിനെതിരായ പോരാട്ടത്തിൽ ചൂഷിതരായ അദ്ധ്വാനിക്കുന്ന ഭൂരിപക്ഷത്തിന് ഏറ്റെടുത്ത് ഉപയോഗിക്കാനാകുന്ന ആയുധമാണ് ജനാധിപത്യ സംവിധാനം. അതുകൊണ്ട് ജനാധിപത്യ സംവിധാനത്തെ കേവലവും യാന്ത്രികവും കേന്ദ്രീകൃതവുമായ ഔപചാരിക സംവിധാനത്തിലേക്ക് ചുരുക്കുകയല്ല പകരം ചൂഷക വർഗ്ഗത്തി

നെതിരായ സമരായുധമായി ജനാധിപത്യമെന്ന ആയുധത്തിന്റെ മുന കൂർപ്പിച്ച് ഉപയോഗിക്കുക എന്നതാണ് അദ്ധ്വാനിക്കുന്ന, ചൂഷിത ഭൂരി പക്ഷം ചെയ്യേണ്ടത്, ചെയ്യുന്നത്.

എപ്പോഴെല്ലാം അത്തരത്തിൽ ജനാധിപത്യത്തിന്റെ മാർഗ്ഗം ഉപയോ ഗിച്ച് ഭരണനേതൃത്വത്തിലേക്ക് ചൂഷിതരായ അദ്ധ്വാന വർഗ്ഗം എത്തിച്ചേ രുന്നുവോ, അവർ ഭരണ മേൽക്കൈ നേടുന്നുവോ അപ്പോഴെല്ലാം ജനാ ധിപത്യത്തെ അട്ടിമറിക്കുന്നതിന് ഭരണവർഗ്ഗ മുതലാളിത്ത ദുഷ്പ്രഭുത്വ ത്തിന് ഒരു മടിയുമുണ്ടാകില്ല എന്നാണ് ഇതപര്യന്തമുള്ള ചരിത്രം നല്കുന്ന പാഠം.

ഇന്നും രാജ്യത്ത് ജനാധിപത്യം നേരിടുന്നത് അത്തരമൊരു ആസൂ ത്രിത അട്ടിമറിയുടെ വെല്ലുവിളിഘട്ടമാണ്. അതിനെ നേരിടാനും മറികട ക്കാനും പാർലമെന്ററി ജനാധിപത്യക്രമത്തെ അതിന്റെ എല്ലാ പരിമിതി യോടെയാണെങ്കിലും സംരക്ഷിച്ചു നിർത്തുകയും ഒപ്പം അതിനെ ജില്ലാ തലത്തിലേക്കും അതിനു താഴേത്തട്ടിലേക്കും വിപുലീകരിക്കുകയും വ്യാപിപ്പിക്കുകയും പ്രായോഗികമായി ശക്തിപ്പെടുത്തുകയും ചെയ്യണം. പ്രാദേശികതലം, ജില്ലാതലം, സംസ്ഥാനതലം, യൂണിയൻ തലം എന്നി ങ്ങനെ നാലുതട്ടുകളിലായി ലംബതലത്തിൽ കെട്ടിപ്പടുക്കുന്നതും സമാ ന്തരമായി അതാത് തട്ടുകളിൽ ജനപ്രതിനിധി ഉദ്യോഗസ്ഥ ജനകീയ സംവിധാനങ്ങൾ ഏകോപിപ്പിച്ചുള്ള ചടുലവും സക്രിയവുമായ പ്രായോ ഗിക ജനാധിപത്യ സംവിധാനം കരുപ്പിടിപ്പിക്കുകയെന്നതാണ് ഇന്ത്യൻ സാമൂഹ്യ സാഹചര്യത്തിൽ അനിവാര്യമായിട്ടുള്ളത്.

അതായത് മർദ്ദക–ചൂഷക വർഗ്ഗത്തിനെതിരെ ചൂഷിത മർദ്ദിത വർഗ്ഗ ത്തിന്, അദ്ധ്വാനിക്കുന്ന ജനവിഭാഗത്തിന് നടത്താനുള്ളതും നടത്തിവ രുന്നതുമായ ദൈനംദിന ജീവിതപോരാട്ടത്തിലെ നിർണ്ണായകമായ ഒരു കരുത്തുറ്റ ആയുധമാണ് അധികാരവികേന്ദ്രീകരണം. ഇത് കുറച്ചുകൂടി വ്യക്തമാക്കുകയാണെങ്കിൽ നിലവിലിരിക്കുന്ന കോർപ്പറേറ്റ്–കുത്തക മുത ലാളിത്ത- ബൂർഷ്വാ ഭരണവ്യവസ്ഥയെ മാറ്റിത്തീർക്കാമെന്ന വ്യാമോഹ മൊന്നും ജനാധിപത്യ സങ്കല്പനത്തിൽ ഇല്ലെന്ന തിരിച്ചറിവ് ഉള്ള പ്പോൾത്തന്നെ അദ്ധ്വാനവർഗ്ഗ ബഹുജന സമൂഹത്തിന്റെ താല്പര്യ സംര ക്ഷണത്തിനുതകുന്ന ഗുണകരവും പ്രായോഗികവുമായ അല്പമാത്ര മാർഗ്ഗമെന്ന നിലയിലാണ് പാർലമെന്ററി ജനാധിപത്യത്തെ പ്രയോജന പ്പെടുത്തുക എന്ന നിലപാടിലേക്ക് എത്തിച്ചേരുന്നത്. അപ്പോൾ നിലവി ലുള്ള ജനാധിപത്യ സംവിധാനത്തെ അങ്ങനെതന്നെ സംരക്ഷിച്ച് പരി പാലിച്ചു നിർത്തിയാൽ മാത്രം പോര, അതിനെ അടിസ്ഥാനതലത്തി ലേക്ക് തൃണമൂല തലത്തിലേക്ക് വ്യാപിപ്പിക്കണം, വിപുലീകരിക്കണം, ശക്തിപ്പെടുത്തണം, പങ്കാളിത്ത പൂർണ്ണമാക്കണം, ജനകീയമാക്കണം എന്നതാണ് ഇടതുപക്ഷ സമീപനം.

ഇതാകട്ടെ നാം അനുവർത്തിച്ചു വന്ന മാതൃകയിൽ തീർത്തും ഉദ്യോ ഗസ്ഥ കേന്ദ്രീകൃതമാകാതിരിക്കുകയും വേണം. അതാത് തലങ്ങളിൽ

തിരഞ്ഞെടുക്കപ്പെടുന്ന ജനപ്രതിനിധികൾ അടങ്ങുന്ന സമിതികൾക്കാകണം തീരുമാനങ്ങൾ എടുക്കുന്നതിനുള്ള അധികാരം.

ചുരുക്കത്തിൽ യൂണിയൻ-സംസ്ഥാന തലങ്ങളിലെ സർക്കാരുകളുടെ ഭരണ-വികസന നിർവ്വഹണ നയങ്ങൾ നടപ്പാക്കുന്നതിനുള്ള ഏജൻസികളായല്ല തദ്ദേശഭരണ സ്ഥാപനങ്ങൾ രൂപപ്പെടേണ്ടത്. രാഷ്ട്ര ഭരണസംവിധാനത്തിന്റെ അടിമുടിയുള്ള ജനാധിപത്യ ഭരണക്രമത്തിന്റെ അനിവാര്യമായ അടിത്തറയായതു മാറണം. അതിനനുകൂലമായി പ്രാദേശിക സർക്കാരുകൾ മാറണം. അതിന് യൂണിയൻ- സംസ്ഥാനതല സർക്കാരുകൾ കേവലവും യാന്ത്രികവും ഉപരിപ്ലവവുമായി വീതിച്ചു വിതരണം ചെയ്തേല്പിക്കുന്നതായ അധികാരങ്ങളും ചുമതലകളുംകൊണ്ട് മതിയാകില്ല. അത് തികച്ചും മേല്ക്കോയ്മാ ശൃംഖലയിലെ ദല്ലാൾ പണിയുടെ ചട്ടമാക്കിത്തീർക്കലാകും. മറിച്ച് തദ്ദേശഭരണ സ്ഥാപനങ്ങൾ രാഷ്ട്രത്തിന്റെ അടിമുടിയുള്ള ജനാധിപത്യ ഭരണ സംവിധാനത്തിന്റെ എല്ലാ സ്വാഭാവിക ഘടകങ്ങളും ഒത്തിണങ്ങിയ അവിഭാജ്യവും അഭേദ്യവും അനിവാര്യവുമായ ഘടകങ്ങളായി മാറണം. അതിനുതകുന്ന ഭരണകാര്യ, വികസനകാര്യ, ക്ഷേമകാര്യ, നിയന്ത്രണകാര്യ അധികാരങ്ങളും നീതിന്യായ അധികാരങ്ങളുമുള്ള സ്വയംഭരണ സ്ഥാപനങ്ങളായി തദ്ദേശഭരണസ്ഥാപനങ്ങളെ വ്യവസ്ഥാപിതമാക്കാൻ കഴിയണമെന്നതാണ് നാം സ്വീകരിക്കുന്ന പ്രത്യയശാസ്ത്ര വീക്ഷണം.

അധികാരവികേന്ദ്രീകരണം: രാഷ്ട്രീയ നിരീക്ഷണം

സ്വാതന്ത്ര്യപൂർവ്വ കാലഘട്ടത്തിലേയും സ്വാതന്ത്ര്യാനന്തര ഘട്ടത്തിലെയും അനുഭവങ്ങളിൽ ഊന്നിക്കൊണ്ട് അധികാരവികേന്ദ്രീകരണ സങ്കല്പനത്തിന്റെ അനുഭവം നിർദ്ധാരണംചെയ്താൽ ഫലം എന്തായിരിക്കും. യാഥാർത്ഥ്യബോധത്തോടെയുള്ളതും പ്രായോഗികവും സ്ഥായിത്വമാർന്നതുമായ ഒരു അധികാര ശ്രേണി പുനർനിർണയത്തിന്, വസ്തുനിഷ്ഠമായ പൊളിച്ചെഴുത്തിന് സന്നദ്ധമായിരുന്നില്ല എന്നതാണ് ബോദ്ധ്യപ്പെടുക.

ഏല്പിക്കപ്പെടുന്നതായ അധികാര നിർവ്വഹണ കർത്താക്കളായി മാത്രമേ തദ്ദേശഭരണ സംവിധാനത്തെ നാം ഇപ്പോഴും വിഭാവനം ചെയ്യുന്നുള്ളൂ. ഏല്പിക്കപ്പെടുന്ന മേഖലകളിൽത്തന്നെ മേൽതട്ടുകളുടെ നിയന്ത്രണവിധേയമായ പരിമിത അധികാര പ്രയോഗ സാദ്ധ്യത മാത്രമാണ് തദ്ദേശഭരണ സ്ഥാപനങ്ങളെ ഭരമേല്പിക്കുന്നത്. അതുതന്നെ സംസ്ഥാന തലത്തിൽനിന്ന് പ്രാദേശികതലത്തിലേക്കുള്ള അധികാരക്കൈമാറ്റം എന്ന പരിമിതവും സങ്കുചിതവുമായ അർത്ഥത്തിൽ മാത്രമാണ് വ്യാഖ്യാനിക്കപ്പെടുന്നതും പ്രയോഗിക്കപ്പെടുന്നതും. ഇതിൽത്തന്നെ ഏതെല്ലാം വിഷയങ്ങളിൽ എത്രയെല്ലാം അളവിൽ എന്നത് ഒട്ടുമേ വ്യക്തമോ വ്യവസ്ഥാപിതമോ അല്ല. അതിനാൽ അപ്പപ്പോഴത്തെ വിവേചനാത്മകമായ അതായത് അത്യന്തം കേന്ദ്രീകൃതമായ ഒരു ചട്ടക്കൂട്ടിലുള്ള തീർത്തും ഉപരിപ്ല

വമായതും ബാഹ്യമായിട്ടുള്ളതും പ്രചരണാത്മകവുമായ വികേന്ദ്രീകരണം മാത്രമേ നമുക്കിപ്പോഴും സാധിതമായിട്ടുള്ളൂ എന്നു തന്നെ കാണണം.

ഇപ്രകാരമുള്ള കേന്ദ്രീകൃത ഭരണ സംവിധാനത്തിലൂന്നിയ വികേന്ദ്രീകരണ സമീപനം തന്നെ പ്രായോഗികാടിസ്ഥാനത്തിൽ അത്യന്തം ഉദ്യോഗസ്ഥ കേന്ദ്രീകൃതം കൂടിയാക്കി പിന്തുടരുന്ന സ്ഥിതിയാണുള്ളത്. (കേരളത്തിലെ സ്ഥിതി അല്പ മാത്രവ്യത്യാസമുള്ളതായി തോന്നുന്നത് ഇവിടുത്തെ സവിശേഷ സാമൂഹ്യ പശ്ചാത്തലം കൊണ്ടുമാത്രമാണ്) യൂണിയൻ-സംസ്ഥാനതലങ്ങളിൽ ജനാധിപത്യമാകാം, പ്രാദേശിക തലത്തിൽ അത് കരണീയമല്ല. കാരണം പ്രാദേശിക ജനസമൂഹം അതിനു പ്രാപ്തമല്ല. ആയതിന് പ്രാദേശിക തലത്തിൽ ഇനിയും ഇപ്പോഴും ഉദ്യോഗസ്ഥ ഭരണം മതിയാകും എന്ന വീക്ഷണമാണിതിനു പിന്നിലെ പ്രേരണയും പിൻബലവും.

ജനാധിപത്യാവബോധവും ഭരണാധികാര കർത്തൃത്വവും അത്യന്തം കേന്ദ്രീകൃതമായൊരു സംവിധാനത്തിൽ നിന്ന് പ്രാദേശിക തലത്തിലേക്ക് താനെ കിനിഞ്ഞിറങ്ങിക്കൊള്ളുമെന്നും അത്തരമൊരു അനിതരസാധാരണവും അന്യാദൃശ്യവുമായ പ്രഭവ ഘട്ടത്തിൽ സ്വയാധികാര വിജ്രംഭിതരായ ഒരു ജനസമൂഹം അധികാരനിർവ്വഹണാധികാരം സ്വയം കൈകാര്യം ചെയ്യുമെന്നുമുള്ള സാങ്കല്പികാലോചനയാണ് നമ്മുടെ നയരൂപീകരണ കർത്താക്കളെ കാതലായി നയിക്കുന്നത്. എന്നാൽ മേൽത്തട്ടിൽ തുടരുന്ന രാഷ്ട്രീയ-ഉദ്യോഗസ്ഥ അധികാരസ്ഥരാരുംതന്നെ ഇത്തരത്തിൽ തങ്ങൾ കൈയാളുന്ന അധികാരങ്ങൾ താഴേക്കു കൈമാറുന്നതിന് സ്വയം സന്നദ്ധരാകില്ലെന്നവർ തിരിച്ചറിയുന്നില്ല. അത് അധികാരത്തിന്റെയും അത് കൈയാളുന്നവരുടെയും സഹജവും സ്വാഭാവികവുമായ അവസ്ഥയാണ്. അതുകൊണ്ടുതന്നെ ജനാധിപത്യക്രമത്തിൽ തീരുമാനങ്ങളെടുക്കാനുള്ള അധികാരം അങ്ങനെ കിനിഞ്ഞിറങ്ങി ലഭിക്കേണ്ടുന്നതോ ദയാദാക്ഷണ്യമായി ഭരമേല്പിക്കേണ്ടതോ ആയ ഒന്നല്ല എന്ന ബോധവും നാം ആർജ്ജിക്കുന്നില്ല.

ഇതിന് അടിസ്ഥാനപരമായ പ്രായോഗികമായ പ്രത്യയശാസ്ത്രപരമായ മാറ്റം വന്നേ കഴിയൂ. സമാന്തരമായും ലംബതലത്തിലും മുകളിൽ പരാമർശിച്ചതായ ചതുർസ്തംഭങ്ങളിൽ കെട്ടിപ്പടുക്കപ്പെടുന്നതായ കരുത്തുറ്റ, കുറ്റമറ്റ, കാര്യക്ഷമമായ, ഉത്തരവാദിത്വപൂർണ്ണമായ ഭരണക്രമമായി ജനാധിപത്യത്തെ പുനർവിഭാവനം ചെയ്യാൻ നിലവിലുള്ള സവിശേഷ സാഹചര്യത്തിൽ പ്രത്യയശാസ്ത്രപരമായ കരുത്തും ബോധവും നാം ആർജ്ജിക്കേണ്ടതുണ്ട്.

യാഥാർത്ഥ്യബോധത്തോടെ രാഷ്ട്രീയ സമീപനം

ഭരണഘടനാ സിദ്ധാന്തവും വ്യവസ്ഥയുമനുസരിച്ച് ഇന്ത്യ ഒരു ഫെഡറൽ രാഷ്ട്രമായാണ് വിഭാവനം ചെയ്യപ്പെട്ടിരിക്കുന്നത്. ഇന്ത്യ, സംസ്ഥാനങ്ങളുടെ സ്വയം നിശ്ചിതമായ ഒരു യൂണിയൻ എന്ന് ഭരണ

ഘടന വിഭാവനം ചെയ്യുന്നു എന്നാൽ എഴുപത്തഞ്ച് വർഷത്തെ പ്രായോഗികാനുഭവത്തിൽ ഇന്ത്യ കൂടുതൽ കൂടുതൽ യൂണിറ്ററി ഘടനയിലേക്ക് പരിണമിക്കുകയാണ്. അതായത് അടിക്കടി അത്യന്തം കേന്ദ്രീകൃതമായിക്കൊണ്ടിരിക്കുകയാണ്.

ഭരണഘടനാപരമായി ഭൂരിഭാഗം അധികാരാവകാശങ്ങളും സംസ്ഥാനങ്ങളിൽ നിക്ഷിപ്തമായിരുന്നു. പില്ക്കാല പ്രായോഗികാനുഭവത്തിൽ അത് കൂടുതൽ അധികാരങ്ങൾ യൂണിയനിലേക്ക് ചാർത്തിക്കൊടുക്കുന്ന നിലയിലേക്ക് പരിണമിക്കപ്പെട്ടു. ഭൂമി, കൃഷി, റവന്യൂ തുടങ്ങിയ പ്രാഥമിക രംഗങ്ങൾ, വിദ്യാഭ്യാസം, ആരോഗ്യം, ക്ഷേമകാര്യം തുടങ്ങിയ സേവനരംഗങ്ങൾ, ഗാർഹിക–ചെറുകിട–നാമമാത്ര ഇടത്തരം സംരംഭകത്വവും കേന്ദ്രീകൃത കർത്തൃത്വത്തിൻകീഴിൽ നികുതിവരുമാനമാർഗ്ഗങ്ങളും വായ്പാനുവാദ ഘടകങ്ങളും അവയ്ക്കുള്ള അവകാശാധികാരങ്ങളും നിയന്ത്രണവും വിനിമയ വിതരണ രീതികളും സമ്പൂർണ്ണമായും യൂണിയൻ സർക്കാരിൽ നിക്ഷിപ്തമാക്കുകയുണ്ടായി.

പരിമിതവും ശുഷ്കവുമായി അവശേഷിക്കുന്ന സംസ്ഥാന അവകാശങ്ങളിലും അല്പമാത്രമായി അനുവദിച്ചുനല്കപ്പെട്ട തദ്ദേശ ഭരണാധികാരത്തിന്മേലും സ്വേച്ഛാപരമായി അതിക്രമിച്ചുകടക്കുകയും അധിനിവേശം സ്ഥാപിക്കുകയുമെന്നതാണ് ഇക്കാലമത്രയുമുള്ള അനുഭവം. വികേന്ദ്രീകരണ ഉദ്യമങ്ങളെപ്പോലും അതിനുള്ള സുഗമവും സൂക്ഷ്മവുമായ ഉപാധികളാക്കി മാറ്റിത്തീർക്കുന്നു. കേന്ദ്രാവിഷ്കൃത പദ്ധതികളും അതിനനുവദിക്കുന്ന ചരടുകളോടെയുള്ള ധനവിഹിതങ്ങളും മാർഗ്ഗനിർദ്ദേശങ്ങളും ഈ ദിശയിലുള്ളതാണ്. ഹരിത വിപ്ലവവും, ദാരിദ്ര്യനിർമ്മാർജ്ജന പദ്ധതികളും, ഗ്രാമീണ തൊഴിലുറപ്പ് പദ്ധതിയും, ദേശീയ അതിജീവന മിഷനും ഉൾപ്പെടെയുള്ളവ ഇതിന്റെ കൃത്യമായ ഉദാഹരണങ്ങൾ മാത്രം.

ഒരുഘട്ടത്തിൽ ഉത്തരവാദിത്വങ്ങൾക്കും കടമകൾക്കും ഒപ്പം അധികാരങ്ങളും അവകാശങ്ങളും അതിനുതകുന്ന ധനകാര്യ ലഭ്യതയും ഉറപ്പാക്കുന്ന രാഷ്ട്രഘടനയാണ് നാം വിഭാവനം ചെയ്തതും വാഗ്ദത്തം ചെയ്തതുമെങ്കിൽക്കൂടി ക്രമേണ അതിന് മാറ്റം വന്നു. ധനസഹായവും വിഭവ ലഭ്യതയും പണമായി അനുവദിക്കുന്നതിനുപകരം സ്വേച്ഛാപരവും ഏകപക്ഷീയവുമായി നിർണ്ണയിക്കപ്പെട്ടതും ബാധകമാക്കപ്പെടുന്നതുമായ നിബന്ധനകളോടെയും മാനദണ്ഡങ്ങളോടെയും മാർഗ്ഗനിർദ്ദേശങ്ങളോടെയുമുള്ള പദ്ധതികളും സ്കീമുകളുമായി ഇത് മാറി. ഇന്നിപ്പോൾ ഇത്തരത്തിൽ പ്രാവർത്തികമാക്കപ്പെടുന്നവയുടെ ഉൾപ്പെടെ നിർവ്വഹണപരമായ ബാദ്ധ്യതയും യൂണിയൻ തലത്തിൽ നിർവ്വഹിക്കപ്പെടുന്നതായ വിവിധ കൃത്യങ്ങളുടെ ചെലവിനവും ഉൾപ്പെടെ സംസ്ഥാനങ്ങൾക്കുമേൽ കെട്ടിയേല്പിച്ചശേഷം അവശേഷിക്കുന്ന തുച്ഛവിഹിതം മാത്രമാണ് വിതരണം ചെയ്യപ്പെടുന്നത്. അതിൽത്തന്നെ തികച്ചും പരിതാപകരവും അവഗണനീയവും നിരന്തരം ശുഷ്കിച്ചുവരുന്നതുമായ വിഭവവിഹിതം മാത്ര

മാണ് തദ്ദേശഭരണ സ്ഥാപനങ്ങളിൽ അന്തിമമായി എത്തിച്ചേരുന്നത്. ചുമതലകളും ഉത്തരവാദിത്വങ്ങളുമാകട്ടെ ജനങ്ങളോട് ഏറ്റവും അടുത്തുനില്ക്കുന്ന സ്ഥാപനങ്ങൾ എന്ന നിലയിൽ തദ്ദേശഭരണ സ്ഥാപനങ്ങളും സംഘടനകളും ഏറ്റെടുക്കേണ്ടതായും നിറവേറ്റേണ്ടതായും വരുന്നു എന്നതാണ് യാഥാർത്ഥ്യം.

ചുരുക്കത്തിൽ തങ്ങളുടെ ജീവിതത്തെപ്പറ്റി, ജീവിതപ്രശ്നങ്ങളെപ്പറ്റി, അതിജീവന മാർഗ്ഗത്തെപ്പറ്റി തീരുമാനമെടുക്കുന്നതിനുള്ള അധികാരം ജനങ്ങൾക്കായിരിക്കണം. വിഭവങ്ങളുടെ ലഭ്യതയെപ്പറ്റി, വികസനത്തിന്റെ സാദ്ധ്യതകളെയും രീതികളെയുംപറ്റി, ലഭ്യമായ വിഭവത്തിന്റെ വിതരണത്തെപ്പറ്റി, വികസന ഗുണഫലങ്ങളുടെ നീതിപൂർവ്വകമായ വിതരണത്തെപ്പറ്റിയെല്ലാം തീരുമാനമെടുക്കുന്നതിനുള്ള അധികാരം അതാത് ജനസമൂഹങ്ങൾക്കായിരിക്കണം. പ്രാദേശിക തലങ്ങളിൽ തീരുമാനമെടുക്കാനോ നടപ്പാക്കാനോ കഴിയാത്ത വിഷയങ്ങൾ മാത്രമാണ് മുകൾതട്ടുകളിൽ കേന്ദ്രീകൃതമായി നിർവ്വഹിക്കേണ്ടതായുള്ളത്. ഇത്തരത്തിൽ സ്വയം നിർണ്ണയാധികാരത്തോടുകൂടിയ പ്രാദേശിക സർക്കാരുകളുടെ രൂപീകരണവും പ്രവർത്തനവുമാണ് അധികാരവികേന്ദ്രീകരണത്തിന്റെ ഫലം. അതുതന്നെയാണ് വികേന്ദ്രീകരണത്തിന്റെ രാഷ്ട്രീയം. അത് അധികാര കേന്ദ്രീകരണത്തിനെതിരായ രാഷ്ട്രീയമാണ്.

അപ്പോൾ അധികാരവികേന്ദ്രീകരണമെന്നത് വികസനത്തിനായുള്ള മുന്നുപാധി മാത്രമല്ല, മറിച്ച് വിശാലമായ ജനാധിപത്യ പ്രക്രിയയുടെ യാഥാർത്ഥ്യവല്ക്കരണത്തിന്റെ അനുഭവവേദ്യതയുടെ ഭാഗമാണത്. അതുകൊണ്ട് അധികാരവികേന്ദ്രീകരണത്തെ അദ്ധ്വാനിക്കുന്ന ജനങ്ങളുടെ വർഗ്ഗനിലപാടിൽ നിന്നുകൊണ്ട് വേണം വിലയിരുത്താനും ഉൾക്കൊള്ളാനും കഴിയേണ്ടത്. അതു തന്നെയാണതിന്റെ രാഷ്ട്രീയവും.

കേന്ദ്രീകരണ പ്രയോഗവും വികേന്ദ്രീകരണ സിദ്ധാന്തവും

അധികാരവികേന്ദ്രീകരണത്തെ സംബന്ധിച്ച് ഏറെ വാചാലരാകുന്നവർ കടുത്ത അധികാര കേന്ദ്രീകരണത്തിന്റെ വക്താക്കളാണ്. അതിന്റെ പ്രകടമായ ദൃഷ്ടാന്തങ്ങളാണ് "അധികാരം ജനങ്ങളിലേക്ക്" എന്ന് പ്രഖ്യാപിച്ച് ഊറ്റംകൊണ്ട രാജീവ്ഗാന്ധി, "നാം പ്രാദേശിക സർക്കാരുകളെക്കുറിച്ച് കൂടുതൽ സംസാരിക്കണം" എന്ന് വിളംബരം ചെയ്ത നരേന്ദ്ര മോദി എന്നീ പ്രധാനമന്ത്രിമാർ.

രാജീവ് ഗാന്ധിക്കും കോൺഗ്രസ് സർക്കാരിനും സംസ്ഥനതലത്തിൽ നിന്ന് പ്രാദേശിക തലത്തിലേക്കുള്ള അധികാര പുനർവിന്യാസം മാത്രമായിരുന്നു അധികാരവികേന്ദ്രീകരണം. കൂടാതെ കേന്ദ്രതലത്തിൽ നിയന്ത്രണ വിധേയമാക്കുന്നതിനുള്ള സംവിധാനവും നരേന്ദ്രമോദിക്കും സംഘപരിവാറിനും ഉത്തരവാദിത്വങ്ങൾ ഭരമേല്പിക്കാനുള്ള അത്താണി മാത്രമാണ് പ്രാദേശിക സർക്കാരുകൾ. പ്രസക്തവും പ്രയോജനകരവുമായ അധികാരങ്ങളെല്ലാം കേന്ദ്രീകൃതമാക്കണമെന്നതായിരുന്നു ഇരുകൂട്ടരുടെയും നിലപാട്. യുക്തിയിലും നീതീകരണത്തിലും മാത്രമാണ് അന്തരമുള്ളത്. രണ്ടു കൂട്ടർക്കും അന്തിമമായി വർദ്ധിത കേന്ദ്രീകരണത്തോടുതന്നെയായിരുന്നു പ്രതിപത്തി. ഇപ്പോഴും അതങ്ങനെയാണെന്ന് ചരിത്രം നമ്മെ പഠിപ്പിക്കുന്നു.

ഇന്ത്യയുടെ ഫെഡറൽ രാഷ്ട്രഘടനയിൽ നിന്ന്, അതിൽ അധിഷ്ഠിതമായ യൂണിയൻ-സംസ്ഥാന-തദ്ദേശഭരണ ബന്ധത്തിൽനിന്ന് വേറിട്ടു നിർത്തിക്കൊണ്ടുള്ള സമീപനം അധികാരവികേന്ദ്രീകരണത്തിന്റെ കാര്യത്തിൽ സാദ്ധ്യമാകില്ല. ദേശീയ സംസ്ഥാന തലങ്ങളിൽ ജനപ്രാതിനിദ്ധ്യ ജനാധിപത്യം, പ്രാദേശിക തലത്തിൽ ഉദ്യോഗസ്ഥ ഭരണം എന്ന നിലയ്ക്കുള്ള സമീപനം തീർത്തും സ്വീകാര്യമല്ല എന്നതു തന്നെയാണ് മുഖ്യം.

ജില്ലയിലോ അതിനു താഴെയുള്ള തദ്ദേശഭരണ സംവിധാനത്തിലോ ഉദ്യോഗസ്ഥ സംവിധാനത്തെയോ കാര്യനിർവ്വഹണത്തെയോ സേവന പ്രദാനത്തെയോ നിയന്ത്രിക്കുന്നതിനോ തീരുമാനങ്ങൾ എടുക്കുന്നതിനോ ഉതകുന്ന തിരഞ്ഞെടുക്കപ്പെട്ട ജനപ്രതിനിധികളോ, ജനാധിപത്യ സംവിധാനമോ ഉണ്ടാകുന്നതിനെപ്പറ്റി മേല്പറഞ്ഞ കൂട്ടർക്കും ഒരു പരിഗണനയുമുണ്ടായിട്ടില്ല. മറ്റൊരു വിധത്തിൽ പറഞ്ഞാൽ ഇതുവരെ അത്തരക്കാർ പുലർത്തിപ്പോന്ന സമീപനം എല്ലാംതന്നെ ഇത്തരം തദ്ദേശ ജനാധിപത്യ ഭരണപ്രക്രിയയ്ക്ക് വിരുദ്ധമായിരുന്നു എന്നു കാണാം.

കേന്ദ്രീകരണത്തിന്റെ തത്ത്വശാസ്ത്രം

അധികാരവികേന്ദ്രീകരണത്തെപ്പറ്റിയുള്ള വീക്ഷണങ്ങളും സമീപനങ്ങളുമെല്ലാം ഇന്ത്യയിൽ രൂപപ്പെടുത്തപ്പെട്ടത് തീർത്തും വിരുദ്ധമായ ദ്വിമുഖയുക്തിയെ അടിസ്ഥാനമാക്കിയാണ്. അതായത് പരമാവധി അധികാരങ്ങൾ പടിപടിയായി യൂണിയൻ സർക്കാരിൽ കേന്ദ്രീകരിക്കുക. പരിമിത സ്വയംഭരണത്തിനുതകുംവിധം സാദ്ധ്യമാകുന്നത്ര അധികാരങ്ങൾ സംസ്ഥാന സർക്കാരുകളിൽ നിന്ന് താഴേത്തട്ടിലേക്ക് മാറ്റിക്കൊടുക്കുക. അന്തിമമായി സംഭവിക്കുക ഫെഡറൽ ഘടനയിൽ സംസ്ഥാനങ്ങൾ നിഷ്പ്രഭമാക്കപ്പെടുകയെന്നതാണ്. ഇപ്രകാരമുള്ള കേന്ദ്രീകൃത ഭരണ സംവിധാനത്തെ ആസ്പദമാക്കിക്കൊണ്ടുള്ള പഠനങ്ങളും അന്വേഷണങ്ങളും റിപ്പോർട്ടുകളും നയങ്ങളുമാണ് രാജ്യത്ത് നാളിതുവരെ ഉണ്ടായിട്ടുള്ളത്. ഇക്കാര്യത്തിൽ തങ്ങൾക്കുള്ള വിയോജിപ്പ് 1978 ൽ അശോക്മേത്താ കമ്മിറ്റിയിൽ വിയോജന കുറിപ്പായി ഇ എം എസ് രേഖപ്പെടുത്തിയിട്ടുള്ളതുമാണ്.

ഭരണഘടനാപൂർവ്വ ഘട്ടത്തിലും ഭരണഘടനാ രൂപീകരണവേളയിലും ഭരണഘടനാനന്തര ഘട്ടത്തിലും ഇന്ത്യയുടെ രാഷ്ട്രഘടന നാലു തട്ടുള്ളതു തന്നെയാകണമെന്നായിരുന്നു ഇടതുപക്ഷം സ്വീകരിച്ച നിലപാട്. യൂണിയൻ-സംസ്ഥാന-ജില്ലാ-പ്രാദേശികം എന്നിങ്ങനെ നാല് സ്തംഭങ്ങളിൽ ഉറപ്പിച്ചുള്ള രാഷ്ട്രത്തിന്റെ ജനാധിപത്യ വ്യവസ്ഥയാണ് നമുക്കു വേണ്ടതെന്നു തന്നെയായിരുന്നു വീക്ഷണം. ഇതിന് പടിഞ്ഞാറൻ സംസ്കാര പരിഷ്കരണം നേടിയ യൂറോപ്പിലെയോ സ്കാൻഡിനേവിയൻ രാഷ്ട്രങ്ങളിലെയോ ലാറ്റിനമേരിക്കയിലെയോ മാത്രമല്ല ഇന്ത്യൻ ഉപഭൂഖണ്ഡത്തിൽ നിലനിന്നിരുന്നതും നമുക്ക് അനുഭവവേദ്യമായിരുന്ന തനതും വൈവിദ്ധ്യമാർന്നതുമായ പ്രാദേശിക ഭരണ പ്രാക്‌രൂപങ്ങളായിരുന്നു നാം മാതൃകയാക്കിയതും അവലംബിച്ചതും.

ഇന്ത്യ അവലംബിച്ച ഫെഡറൽ ഘടന അമേരിക്കയുടേതിൽനിന്നും സോവിയറ്റ് യൂണിയന്റേതിൽനിന്നും ബ്രിട്ടന്റേതിൽനിന്നും ഫ്രാൻസിന്റേതിൽനിന്നും വ്യത്യസ്തമായിരുന്നു. പ്രത്യക്ഷത്തിൽ ഒരു ഫെഡറൽ രാജ്യമാണെന്ന് കരുതാമെങ്കിലും പ്രയോഗത്തിൽ യൂണിറ്ററി സ്വഭാവത്തോടെയുള്ളതാണ് ഇന്ത്യൻ ഭരണഘടന. അധികാരങ്ങൾ അതിഭൂരി

പക്ഷവും യൂണിയന് (കേന്ദ്രത്തിന്). അധികാരശ്രേണിയിൽ ഇതര ഭരണതലങ്ങളും സ്ഥാപനങ്ങളുമെല്ലാം കേവലം ആശ്രിതരോ സമാന്തരരോ മാത്രമായി കാണുന്നതാണ് ഈ ദ്വിമുഖ സമീപനത്തിന്റെ മറ്റൊരു സവിശേഷത. നികുതിവരുമാനമാർഗ്ഗങ്ങളിലും വായ്പാ ഉപാധികളിലും സിംഹഭാഗവും കേന്ദ്രീകൃതമാണ്. സംസ്ഥാന ഭരണത്തിൽ സ്വേച്ഛാപരമായി കൈകടത്താനുള്ള അധികാരം (പലപ്പോഴും ദുരുപയോഗം ചെയ്യുംവിധം കേരളം അതിന്റെ ആദ്യ ഇരയാണല്ലോ.) യൂണിയൻ സർക്കാർ കൈയടക്കിയിരിക്കുന്നു. ജി എസ് ടി (ചരക്കു സേവന നികുതി) നിയമത്തിലൂടെയും നോട്ട് നിരോധന നടപടിയിലൂടെയും ധനനഷ്ടോത്തരവാദിത്ത ബഡ്ജറ്റ് മാനേജ്മെന്റ് (എഫ് ആർ ബി എം) നിയമം മുതലായവയിലൂടെയും ഇപ്പോഴും ഈ നില തുടരുകയാണ്. ദേശീയ ധനകാര്യ കമ്മീഷൻ എന്ന ഭരണഘടനാ സ്ഥാപനത്തിലൂടെയും "നാഷണൽ ഇൻസ്റ്റിറ്റ്യൂഷൻ ഫോർ ട്രാൻസ് ഫോർമിങ് ഇന്ത്യ – നീതി ആയോഗ്" എന്ന ഉപദേശക ഉന്നതാധികാര സ്ഥാപനത്തിലൂടെയും ഇന്ത്യയിലെ കേന്ദ്രീകരണ വീക്ഷണം വീണ്ടും വീണ്ടും വെളിപ്പെടുകയാണ്.

എക്കാലത്തും ഇന്ത്യയിൽ അധികാര വികേന്ദ്രീകരണ വിരുദ്ധമായി നിന്നിട്ടുള്ള ഒരു ഘടകം വർഗ്ഗീയതയാണ്. സ്വാതന്ത്ര്യപ്രക്ഷോഭ കാലഘട്ടം നോക്കുക. ദേശീയ പ്രസ്ഥാനത്തിൽ ഫെഡറലിസമെന്ന സംവിധാനത്തിന് ഊന്നൽ നല്കിയത് ലീഗ് ആയിരുന്നു. അതുകൊണ്ടുതന്നെ ഹിന്ദുത്വ വാദികൾ അതിനെതിരുമായിരുന്നു. എന്നാൽ അവർക്കാകട്ടെ ഭരണഘടനാ നിർമ്മാണസഭയിൽ ശക്തമായി ശബ്ദമുയർത്താൻതക്ക സാന്നിദ്ധ്യമുണ്ടായിരുന്നില്ല. എന്നിട്ടും നാഷണൽ കോൺഗ്രസ് ടിക്കറ്റിൽ പ്രതിനിധികളായി വന്ന ഹിന്ദുത്വ വാദികൾ ഫെഡറലിസത്തിനെതിരായി ഭരണഘടനാ നിർമ്മാണ സഭയിൽപോലും ഭിന്നസ്വരമുയർത്തുകയുണ്ടായി. ഡോ. അംബേദ്ക്കറാണ് എതിർപ്പിന്റെ കുന്തമുന ഒടിച്ചത്. ഉല്പതിഷ്ണുക്കളായ ഫെഡറലിസവക്താക്കളെ ജയിക്കാനായി മറുപക്ഷത്തിനായില്ല. ഒടുവിലവർ ഫെഡറലിസത്തിന്റെ മഹത്വം അംഗീകരിച്ചുകൊണ്ടുതന്നെ അങ്ങേയറ്റം കേന്ദ്രീകൃതമായ രാഷ്ട്ര സംവിധാനത്തിനും ഭരണക്രമത്തിനും രൂപം നല്കാൻ നിർബ്ബന്ധിതരാക്കപ്പെടുകയായിരുന്നു. ഇതിന്റെയെല്ലാം പരിണിതഫലം ഇന്ത്യാ വിഭജനത്തിലാണെത്തിയത് എന്നതും യാഥാർത്ഥ്യം.

അധികാര കേന്ദ്രീകരണത്തിന്റെ മറ്റൊരു തലമാണ് കേന്ദ്രാവിഷ്കൃത പദ്ധതികൾ. രാജ്യത്ത് വർദ്ധിച്ചും മൂർച്ചിച്ചും വരുന്ന എല്ലാ കുഴപ്പങ്ങൾക്കും പരിഹാരം അധികാര കേന്ദ്രീകരണമാണെന്ന് ഇന്ത്യൻ ഭരണാധികാരിവർഗ്ഗം നോക്കിക്കാണുന്നു. ദാരിദ്ര്യം, തൊഴിലില്ലായ്മ, വികസനമാന്ദ്യം, ധനക്കുഴപ്പം ഇതെല്ലാം പരിഹരിക്കാനുള്ള ഒറ്റമൂലി അധികാര കേന്ദ്രീകരണമാണെന്ന് അവർ കരുതുന്നു. ഇതിന്റെ നല്ല ഉദാഹരണങ്ങളാണ് ഹരിതവിപ്ലവം, ധവള വിപ്ലവം, സാമൂഹ്യ വനവല്ക്കരണം തുടങ്ങിയവയെല്ലാം. സംസ്ഥാനങ്ങളുടെ അധികാര പരിധിയിൽ വരുന്ന

ഉല്പാദന, സേവന, ക്ഷേമ വിഷയങ്ങളിൽപോലും അധികാരകേന്ദ്രീകരണത്തിന്റെ ഭാഗമായി ഏകപക്ഷീയമായി ദേശീയ തലത്തിൽ അഖിലേന്ത്യാ ബോർഡുകളും അതോറിറ്റികളും കോർപ്പറേഷനുകളും ട്രിബ്യൂണലുകളും മറ്റും രൂപീകൃതമായി. അവയോരോന്നിലൂടെയും സംസ്ഥാനങ്ങൾക്കും അതിനു താഴെ തദ്ദേശഭരണ സ്ഥാപനങ്ങൾക്കും മേൽ പ്രത്യക്ഷമായും പരോക്ഷമായും കേന്ദ്രീകൃതാധികാരപ്രയോഗങ്ങൾ നടത്തുന്നതിനാണ് തുനിഞ്ഞത്. ഇതിന്റെ ഏറ്റവും ഒടുവിലത്തെ ഉദാഹരണമാണ് ഖരമാലിന്യനിർമ്മാർജ്ജന വിഷയത്തിൽ മലിനീകരണ നിയന്ത്രണ ബോർഡിനെയും ഹരിത ട്രിബ്യൂണലിനെയും ഉപയോഗിച്ച് തിരുവനന്തപുരം നഗര സഭയ്ക്കുമേൽ നടത്തിയ കടന്നുകയറ്റങ്ങൾ. ഏറ്റവും നിരാലംബരായവർക്കു തൊഴിൽ നല്കുന്നതിനും തദ്ദേശീയ വികസനം ലക്ഷ്യമിട്ടിട്ടുള്ളതുമായ ദേശീയ തൊഴിലുറപ്പ് പദ്ധതിപോലും ഇത്തരത്തിൽ അധികാര കേന്ദ്രീകരണത്തിന്റെ തലത്തിലേക്ക് മാറുന്ന സ്ഥിതിയുണ്ട്.

മറ്റൊരു പ്രധാന അമിതാധികാരകേന്ദ്രീകരണ മാർഗ്ഗം കേന്ദ്രാവിഷ്കൃത പദ്ധതികളും സ്കീമുകളുമാണ്. രാഷ്ട്രം സമാഹരിക്കുന്ന നികുതി വരുമാനം വിഭജിച്ച് വിതരണം ചെയ്യുമ്പോൾ അത് സംസ്ഥാനങ്ങൾക്കും താഴേത്തട്ട് ഭരണ സ്ഥാപനങ്ങൾക്കും പണമായി ലഭ്യമാക്കേണ്ടതാണ്. അതാകട്ടെ നിയന്ത്രണച്ചരടുകൾ ഇല്ലാതെ നല്കേണ്ടതുമാണ്. കാരണം അതാതിടങ്ങളിലെ സവിശേഷ താല്പര്യവും സാഹചര്യവും അനുസരിച്ചാവണം പദ്ധതികളും പരിപാടികളും ഉണ്ടാകേണ്ടതും നടപ്പാക്കേണ്ടതും. എന്നാൽ ഇത്തരത്തിൽ പണമായി അനുവദിക്കാതെ സ്വേച്ഛാപരവും ഏകപക്ഷീയവും നിയന്ത്രണാധിഷ്ഠിതവുമായ കേന്ദ്രാവിഷ്കൃത പദ്ധതികളും സ്കീമുകളുമാക്കുക വഴി അധികാര വികേന്ദ്രീകരണത്തെ അട്ടിമറിക്കുകയാണ് ഇന്ത്യൻ ഭരണവർഗ്ഗം. സംസ്ഥാനതലത്തിലേക്ക് പണമായി കൈമാറുന്നതിന്റെ എത്രയോ മടങ്ങാണ് കേന്ദ്രാവിഷ്കൃത പദ്ധതി. സ്ക്രീം അടങ്കലായി കൈയടക്കുന്ന തുകകൾ. ഈ മാറ്റത്തിന്റെ രണ്ടാമത്തെ ദൂഷ്യവശം യൂണിയൻ സർക്കാരിന് സംസ്ഥാനങ്ങളുമായി ചർച്ചയോ ആശയവിനിമയമോ കൂടാതെ തന്നിഷ്ടപ്രകാരം ഇത്തരം പദ്ധതിയോ സ്കീമോ നിർത്തലാക്കാനോ പിൻവലിക്കാനോ മാറ്റം വരുത്താനോ കഴിയുമെന്നതാണ്. ചുരുക്കത്തിൽ ധനപരമായ ആശ്രിതത്വവും നിർവ്വഹണപരമായ മാടമ്പിത്തവും നിലനിർത്തിപ്പോകുന്ന ഒരുതരം സമ്പ്രദായമായിത് മാറുന്നു എന്നതാണ് വസ്തുത.

ചുരുക്കത്തിൽ നാം ചിരകാലമായി ചർച്ച ചെയ്തു വരുന്നതും പ്രതീക്ഷിച്ചുപോരുന്നതുമായ ജനാധിപത്യാധികാര വികേന്ദ്രീകരണ വീക്ഷണത്തിനും പരിപ്രേക്ഷ്യത്തിനും കടക വിരുദ്ധമായ നിർവ്വഹണമാണ് ഇന്ത്യയിൽ സംഭവിച്ചത്. അതാകട്ടെ രാജ്യത്തെ അത്യന്തം കേന്ദ്രീകൃതവും വിധേയത്വ സ്വഭാവമുള്ളതുമായ ഭരണകാര്യ സംവിധാനത്തിലേക്കിന്ന് കൊണ്ടുചെന്ന് എത്തിക്കുകയും ചെയ്തിരിക്കുന്നു. ഇത് കേവല

മായ ഭരണക്രമത്തെ മാത്രമല്ല വികസനത്തെയും അതിജീവനത്തെയും കൂടി പ്രതികൂലമായി ബാധിക്കുന്ന സ്ഥിതിയാണ് ഇന്നുള്ളത്.

വികേന്ദ്രീകരണത്തിന്റെ സിദ്ധാന്തവല്ക്കരണം

ഭരണാധികാരത്തിന്റെ പിരമിഡ് മുമ്പെന്നല്ല ഇപ്പോഴും തലകുത്തനെയാണ് നില്ക്കുന്നത്. തീർച്ചയായും അത് നിവർത്തിനിർത്തുക തന്നെ വേണം. ഭരണ–വികസന–ക്ഷേമരംഗങ്ങളിൽ താഴേത്തട്ടിൽ ആകാവുന്നവയെല്ലാം അവിടെത്തന്നെ തീരുമാനിച്ച് പൂർണ്ണമായും സ്വതന്ത്ര്യമായും സ്വയംഭരണ ക്ഷമമായും നടപ്പാക്കാനുള്ള അവകാശം തദ്ദേശഭരണ സ്ഥാപനങ്ങൾക്ക് ലഭിക്കണം. തീരുമാനത്തിനും നിർവ്വഹണത്തിനും ധന വിഹിതത്തിനും വിനിയോഗത്തിനും അവലോകനത്തിനുമുള്ള അവകാശവും അധികാരവും തദ്ദേശഭരണ സ്ഥാപനങ്ങൾക്കുണ്ടായിരിക്കണം. അതാത് തലത്തിൽ ചെയ്തുതീർക്കാൻ കഴിയാത്തവയോ അതിലുപരിയായവയോ മാത്രമേ അതിനു മുകൾത്തട്ടിലേക്ക് നല്കേണ്ടതായുള്ളൂ. പ്രാദേശിക – ജില്ലാതലങ്ങളിൽ ഏറ്റെടുക്കാനോ നടപ്പാക്കാനോ സാദ്ധ്യമാകാത്ത കൃത്യങ്ങളും അധികാരങ്ങളും മാത്രമേ സംസ്ഥാനതലങ്ങിലേക്ക് വകക്കൊള്ളിക്കേണ്ടതുള്ളൂ. സംസ്ഥാനതലത്തിൽ കൈകാര്യം കർത്തൃത്വം സാദ്ധ്യമാകാത്ത പ്രതിരോധം, വിദേശകാര്യം, അടിസ്ഥാന വ്യവസായം, ദേശീയ ഗതാഗതം, കയറ്റുമതി, ഇറക്കുമതി മുതലായ വിഷയങ്ങൾ മാത്രമേ ദേശീയ സർക്കാരിൽ നിക്ഷിപ്തമാക്കേണ്ടതുള്ളൂ. ഇത്തരം അടിമുടി പുനഃക്രമീകരണവും പുനർവിന്യാസവും അനിവാര്യമാക്കുന്നതാണ് അധികാരവികേന്ദ്രീകരണത്തിന്റെ അടിസ്ഥാന സിദ്ധാന്തം. എന്നാൽ ഇതിന്റെ പ്രാബല്യത്തിന് ഒരു കാലത്തും ഇന്ത്യൻ ഭരണവർഗ്ഗം സന്നദ്ധമായിട്ടില്ല. അതായത് ജനാധിപത്യ അധികാരവികേന്ദ്രീകരണ സങ്കല്പനത്തിലെ ഒരു അടിസ്ഥാന തത്ത്വമായ ഒഴിവുകഴിക്കൽ സിദ്ധാന്തം (റൂൾ ബൈ എക്സംപ്ഷൻ) ഇന്ത്യയിൽ ഏറക്കുറെ പൂർണ്ണമായും നിരാകരിക്കപ്പെട്ടിരിക്കുന്നു.

ഉയർന്നതട്ട് ഭരണ സംവിധാനം കീഴ്ത്തട്ട് ഭരണ സ്ഥാപനത്തെ പരിപാലിക്കുക, പോഷിപ്പിക്കുക, സഹായിക്കുക, പിന്തുണയ്ക്കുക, മേൽനോട്ടം നടത്തുക എന്നിങ്ങനെയുള്ള ഉപാധികൾ ഉറപ്പാക്കി നയിക്കാൻ ബാദ്ധ്യസ്ഥമായിരിക്കുന്നു. മറിച്ച് അവയ്ക്കുമേൽ അധീശത്വ, അടിമത്തമാർഗ്ഗത്തിൽ അധികാരം സ്ഥാപിക്കുകയല്ല വേണ്ടത് എന്നതും മേൽത്തട്ട് സംവിധാനം കീഴ്ത്തട്ട് സ്ഥാപനത്തെ നിയന്ത്രിച്ച് കീഴ്പ്പെടുത്തുകയല്ല വേണ്ടതെന്നതുമുൾപ്പെടെയുള്ള ആശയം ഉൾക്കൊള്ളുന്നതായ സഹായകാത്മക സിദ്ധാന്തം (സബ്സിഡിയാരിറ്റി പ്രിൻസിപ്പിൾ) എന്നതും അധികാരവികേന്ദ്രീകരണ കാര്യത്തിൽ ശ്രദ്ധേയമാണ്. ഇന്ത്യയിലെ നാളിതുവരെയുള്ള അനുഭവത്തിൽ രാഷ്ട്രീയ ഉദ്യോഗസ്ഥ മേലാളന്മാരും അവരുടെ കങ്കാണിമാരും നിയന്ത്രിച്ചു നയിക്കുന്ന കീഴാളസ്ഥർ എന്നതിനപ്പുറം അംഗീകാരമോ അധികാരമോ തദ്ദേശഭരണ സ്ഥാപന

ങ്ങൾക്ക് കല്പിച്ചുകൊടുക്കുവാൻ ഇന്ത്യൻ ഭരണവർഗ്ഗം ഇപ്പോഴും തയ്യാറായിട്ടില്ലെന്നതാണ് യാഥാർത്ഥ്യം.

ഇക്കാര്യത്തിൽ രാഷ്ട്രീയ-ഉദ്യോഗസ്ഥ ഭരണാധികാരവർഗ്ഗ സമീപനം എന്താണ്? ആഗോളീകരണ ഉദാരീകരണ സാമ്പത്തിക നയത്തിന്റെ പിൻപറ്റുതന്നെയാണവരുടെ സമീപനം. ഒരു തരം "കിനിഞ്ഞിറങ്ങൽ" സിദ്ധാന്തം. അധികാരങ്ങൾ അതിന്റെ മേൽ-കീഴ് ശ്രേണിയിൽ ഏറ്റവും ഉയർന്നതട്ടിൽ നിറഞ്ഞ് കവിയുമ്പോൾ തൊട്ടുതാഴേത്തട്ടിലേക്ക് ധാരയായോ തുള്ളികളായോ കിനിഞ്ഞുവീഴും. അങ്ങനെ അടുത്ത തട്ടിൽ നിറയുമ്പോൾ അതിനും താഴേത്തട്ടിലേക്ക്. ഇപ്രകാരം പ്രാദേശികതട്ടിലേക്ക് അധികാരത്തിന്റെ അവശിഷ്ട തുള്ളികൾ എത്തിച്ചേർന്നാൽ മതിയാകും എന്നാണവരുടെ പക്ഷം. അതിനു തന്നെ കാലമെത്രയെടുക്കുമെന്നതും സങ്കല്പിച്ചു നോക്കുക.

ഏറ്റവും നീചവും നികൃഷ്ടവുമായത് പ്രാദേശിക ജനത അധികാരം കൈയാളുന്നതിനോ നിർവ്വഹിക്കുന്നതിനോ പ്രാപ്തരല്ല, ശേഷിയുള്ളവരല്ല, അവരതിന് ശക്തരാകുമ്പോൾ മാത്രമേ അധികാരം കൈയേല്പിക്കേണ്ടതുള്ളൂ എന്ന ചിന്തയാണ് ഇന്ത്യൻ ഭരണാധികാരിവർഗ്ഗത്തെ ഇപ്പോഴും നയിക്കുന്നത് എന്ന അവസ്ഥയാണ്. ഈ ചിന്ത സ്വാതന്ത്ര്യ സമരകാലത്ത് ബ്രിട്ടീഷ് കോളനി ഭരണാധികാരികൾ വച്ചുപുലർത്തിയ വീക്ഷണത്തിന് സമാനമാണ്. ഇന്ത്യാക്കാർക്ക് സ്വയം ഭരണാധികാരം കൈയാളാനുള്ള പ്രാപ്തി കൈവന്നിട്ടില്ലെന്ന നിഗമനം മുൻനിർത്തിയാണ് 1915-47 കാലയളവിൽ രൂപപ്പെട്ട എല്ലാ നിയമനങ്ങളിലും അതിനു വേണ്ടി നടന്ന കൂടിയാലോചനകളിലും നിയമനിർമ്മാണ പ്രക്രിയയിലും സാമ്രാജ്യത്വ കോളനി ഭരണകൂടം നിലപാട് എടുത്തത്. ഏറക്കുറെ സമാന രീതി ഇന്ത്യയിലെ സംസ്ഥാന യൂണിയൻ ബന്ധത്തിലും പ്രതിഫലിച്ചിരുന്നു. നിർണ്ണായകമായ ഒട്ടേറെ പ്രക്ഷോഭങ്ങൾക്കും പരിശ്രമങ്ങൾക്കും ശേഷമാണ് ഇന്ത്യൻ ഭരണവർഗ്ഗ വീക്ഷണത്തിൽ അല്പമാത്ര മാറ്റമെങ്കിലും സംഭവിച്ചത്. പക്ഷേ, തദ്ദേശഭരണ സ്ഥാപനങ്ങളുടെ വിഷയത്തിൽ ഇക്കാലമത്രയും അധികാരങ്ങൾ ഭരമേല്പിക്കുന്നതിൽ വിഘാതമാകുന്നത് യൂണിയൻ-സംസ്ഥാന ഭരണകർത്താക്കളുടെ ഇത്തരം വിലക്ഷണ വീക്ഷണം തന്നെയാണ്.

സ്വഭാഗധേയ നിർണ്ണയത്തിനുള്ള അധികാരം അതാത് ജനതയുടെ മനുഷ്യാവകാശമാണെന്ന് ലോകം അംഗീകരിച്ചിട്ട് നൂറ്റാണ്ട് പിന്നിടുകയാണ്. ജനാധികാര നിർവ്വഹണത്തിൽ പങ്കാളിയാകാനും നേതൃത്വം വഹിക്കാനും അതിന്റെ ഗുണഭോക്താവാകാനും ഓരോ രാജ്യത്തെയും മനുഷ്യർക്കുള്ള പൗരാവകാശമെന്നത് സാർവ്വദേശീയ മനുഷ്യാവകാശ പ്രമാണത്തിന്റെ ഭാഗമാണെന്നതും ലോകം ഒരു നൂറ്റാണ്ടുമുമ്പ് അംഗീകരിച്ചതാണ്. ഒന്നും രണ്ടും ലോകയുദ്ധങ്ങൾക്കിടയിൽ രൂപപ്പെട്ട "മനുഷ്യാവകാശ മാഗ്നാകാർട്ട" ഈ പ്രാമാണിക തത്ത്വങ്ങൾ അംഗീകരിച്ചിട്ടുണ്ട്. വിദ്യാഭ്യാസം, ആരോഗ്യം, പൊതുശുചിത്വം തുടങ്ങി ഗതാഗത-പാർപ്പിട

രംഗങ്ങളിലും പൊതുനിയമനീതി നിർവ്വഹണത്തിലും ഇത്തരം തദ്ദേശീയ ജനപങ്കാളിത്തത്തോടെയുള്ള വ്യവസ്ഥാപിത സംവിധാനങ്ങളുണ്ടാക്കണമെന്ന സാർവ്വദേശീയ തത്ത്വം തന്നെ ഇന്ത്യൻ ഭരണാധികാരിവർഗ്ഗം നിരാകരിച്ചിരിക്കുകയാണ്.

അധികാര വികേന്ദ്രീകരണ ശുപാർശകളും കേന്ദ്രീകരണ ഫലവും

അധികാര വികേന്ദ്രീകരണത്തിന്റെ പേരിൽ കേന്ദ്രീകരണ ശുപാർശകളോ നയഫലങ്ങളോ ആണ് ഇന്ത്യയിൽ സംഭവിച്ചതെന്നതിന്റെ മുഖ്യതെളിവ് അക്കാര്യത്തിൽ നിയോഗിച്ച വിദഗ്ദ്ധ സമിതികളും അവയുടെ പഠന റിപ്പോർട്ടുകളും അതിനാൽ സ്വീകരിക്കപ്പെട്ട തുടർ നടപടികളുമാണ് 1957 ൽ യൂണിയൻ ഗവൺമെന്റ് നിയോഗിച്ച ഡോ. ബൽവന്ത്റായി മേത്ത കമ്മിറ്റി തന്നെ അത്യന്തം കേന്ദ്രീകൃതമായ ഭരണ സംവിധാനത്തെ ആസ്പദമാക്കിയുള്ള സമീപനവും റിപ്പോർട്ടുമാണ് മുന്നോട്ടുവച്ചത്. ദേശീയ ആസൂത്രണ കമ്മീഷനായിരുന്നു പ്രസ്തുത സമിതിക്ക് രൂപം നല്കി നിയോഗിച്ചത്. സാമൂഹ്യ വികസന പദ്ധതികൾ സംബന്ധിച്ചും ദേശീയോദ്ഗ്രഥന സേവന വ്യാപനം (നാഷണൽ എക്സ്റ്റൻഷൻ സർവ്വീസസ്) വികസനാസൂത്രണ പദ്ധതി സംബന്ധിച്ചും പഠിക്കാനാണവർ നിയോഗിക്കപ്പെട്ടത്.

അധികാര വികേന്ദ്രീകരണത്തെപ്പറ്റി ആധികാരികമായി ആദ്യ നിലപാട് ബൽവന്ത്റായി മേത്ത കമ്മിറ്റി ഉന്നയിച്ചു. ത്രിതല പഞ്ചായത്ത് രാജ് സംവിധാനവും നിർദ്ദേശിച്ചു. എന്നാൽ ഗ്രാമതലത്തിൽ മാത്രമായിരുന്നു നേരിട്ടുള്ള തിരഞ്ഞെടുപ്പ് നിർദ്ദേശം. അതിന് മുകളിലേക്ക് പ്രാതിനിദ്ധ്യ പങ്കാളിത്തം മാത്രമായിരുന്നു ശുപാർശ. ബ്ലോക്ക് പഞ്ചായത്തുകൾ അഥവാ പഞ്ചായത്ത് സമിതി ആയിരുന്നു ത്രിതല ഘടനയിൽ സുപ്രധാനവും പ്രായോഗികമായും കണ്ടത്. ധനകാര്യ വികസന ക്ഷേമനിർവ്വഹണത്തിനായി വില്ലേജുതലത്തിൽ വിവിധോദ്ദേശ്യ സഹകരണ സ്ഥാപനങ്ങൾക്ക് രൂപംനല്കണം എന്നു തുടങ്ങിയ ശുപാർശകളാണ് ബൽവന്ത്റായി മേത്ത കമ്മിറ്റി ഉന്നയിച്ചത്. ജനാധിപത്യ വികേന്ദ്രീകരണത്തെപ്പറ്റി ആവേശം കൊള്ളുമ്പോഴും തിരഞ്ഞെടുപ്പു പ്രക്രിയ പ്രാഥമിക തലത്തിൽ മാത്രമായി പരിമിതപ്പെട്ടു. ദേശീയ വികസന സേവന പ്രക്രിയ കേന്ദ്രസർക്കാരിന്റെ ഗ്രാമവികസന മന്ത്രാലയത്തിന്റെ നിയന്ത്രണത്തിലായി. വികസന-ക്ഷേമ പ്രവൃത്തികളാകെ സഹകരണസംവിധാനത്തിൻകീഴിൽ ഭരമേല്പിക്കപ്പെട്ടു. ശേഷിക്കുന്ന എന്തു വിഷയത്തിലാണ് തദ്ദേശഭരണ സ്ഥാപനങ്ങൾക്ക് അധികാരവും ഉത്തരവാദിത്വവും സാധിതമാകുകയെന്നത് ആലോചനാമൃതം മാത്രം.

എന്നാൽ 1959 ൽ നിയോഗിക്കപ്പെട്ട മുഖർജി കമ്മിറ്റി തദ്ദേശഭരണ സ്ഥാപനങ്ങളിലെ പ്രവർത്തന സമിതികളെപ്പറ്റി പഠിച്ച് സമർപ്പിച്ച ശുപാർശകൾ ഏറെ ശ്രദ്ധേയവും പ്രായോഗികവുമായിരുന്നു. അധികാരങ്ങളും ഉത്തരവാദിത്വങ്ങളും തദ്ദേശഭരണ സ്ഥാപനങ്ങൾക്ക് കൈമാ

റുക, സെക്രട്ടറിമാരെ തദ്ദേശഭരണതലത്തിൽ നിയമിക്കുക, തദ്ദേശഭരണ ജനപ്രതിനിധികൾക്കും ജീവനക്കാർക്കുമുള്ള പരിശീലന മാനദണ്ഡങ്ങൾ രൂപപ്പെടുത്തുക എന്നീ ശക്തമായ നിർദ്ദേശങ്ങൾ മുഖർജി കമ്മിറ്റി ഉന്നയിച്ചു. വീണ്ടും പഞ്ചായത്ത് രാജ് പ്രസ്ഥാനത്തിലെ ഗ്രാമസഭാ സംവിധാനത്തെക്കുറിച്ച് പഠിച്ച് ശുപാർശകൾ സമർപ്പിക്കാൻ വേണ്ടി 1963 ൽ ആർ ആർ ദിവാകർ കമ്മിറ്റിയെ ഇന്ത്യാ ഗവൺമെന്റ് നിയോഗിച്ചു. അത്തരത്തിൽ രാജ്യത്തെ പ്രാഥമിക ജനാധിപത്യ സഭയായി ഗ്രാമസഭകളെ മുന്നിൽക്കണ്ടുള്ള ശാക്തീകരണ റിപ്പോർട്ട് ദിവാകർ കമ്മിറ്റിയും സമർപ്പിച്ചു. എന്നാൽ അടുത്ത കാൽനൂറ്റാണ്ട് ഈ കമ്മിറ്റികളുടെയൊന്നും റിപ്പോർട്ടിന്മേൽ ഒന്നുംതന്നെ ഒരു തുടർ നടപടിയും പ്രാവർത്തികമാക്കാൻ ഇന്ത്യാ ഗവൺമെന്റോ അതിന് നേതൃത്വം നല്കിയ രാഷ്ട്രീയ പ്രസ്ഥാനമോ സന്നദ്ധമായില്ല.

1975–77 കാലഘട്ടം അഭൂതപൂർവ്വമായ ചരിത്രഘട്ടമായാണ് ഇന്ത്യൻ ജനത അനുഭവിച്ചറിഞ്ഞത്. അതികേന്ദ്രീകൃതവും അമിതാധികാര പ്രധാനവുമായ ഭരണകുത്തകയാണ് അടിയന്തരാവസ്ഥയുടെ നാളുകളിൽ രാജ്യം കണ്ടത്. ഭരണഘടനയും ജനാധിപത്യവും അട്ടിമറിച്ചുള്ള തികച്ചും സ്വേച്ഛാപരവും ഏകാധികാരപരവുമായ ഭരണക്രമം, കേരളം ഉൾപ്പെടെ ഒട്ടേറെ സംസ്ഥാനങ്ങളിൽ നിലവിലിരുന്ന തദ്ദേശഭരണ നിയമങ്ങൾക്കനുസൃതമായി പോലുമുള്ള തിരഞ്ഞെടുപ്പുകളോ ജനപ്രാതിനിദ്ധ്യമോ പോലും നിഷേധിക്കപ്പെട്ട ഒരു കാലം, എല്ലാ വിധ തീരുമാനങ്ങളും ഉദ്യോഗസ്ഥ കേന്ദ്രീകൃതമായ ഘട്ടം, പ്രതിഷേധത്തിന്റെയോ പ്രക്ഷോഭത്തിന്റെയോ ഏതൊരു തിരിനാളവും തല്ലിക്കെടുത്തപ്പെട്ട നാളുകൾ.

അടിയന്തരാവസ്ഥയ്ക്കു ശേഷം രാജ്യാധികാരമേറ്റ ജനതാപാർട്ടി സർക്കാരാണ് വീണ്ടും അധികാരവികേന്ദ്രീകരണമെന്ന ആശയത്തിന് ജീവൻ വയ്പ്പിച്ചത്. ഇതിനായി മൊറാർജി ദേശായി സർക്കാർ അശോക് മേത്ത കമ്മിറ്റിയെ നിയോഗിച്ചു. അപ്പോഴേക്കും കാർഷിക– ജലസേചന ഗ്രാമവികസന മന്ത്രാലയത്തിനായി വികേന്ദ്രീകരണ നടത്തിപ്പ് ചുമതല. വിപ്ലവകരവും ജനകീയവുമായ ഒട്ടേറെ നിർദ്ദേശങ്ങൾ ഉന്നയിക്കുമ്പോഴും ആ കമ്മിറ്റിയും അവലംബിച്ചത് മുകളിൽനിന്ന് കെട്ടിപ്പടുക്കുന്ന ഉദ്യോഗസ്ഥാധിഷ്ഠിത ഭരണാസൂത്രണ പ്രക്രിയയുടെ കേന്ദ്രീകൃത സ്വഭാവത്തെയായിരുന്നു. ദ്വിതല തദ്ദേശഭരണ സ്ഥാപനങ്ങൾ, പ്രത്യക്ഷ ജനപ്രാതിനിദ്ധ്യ തിരഞ്ഞെടുപ്പ്, ജില്ലാതല ആസൂത്രണ സംവിധാനത്തോടെയുള്ള ജില്ലാപരിഷത് തലത്തിൽ വിഷയാധിഷ്ഠിത ഉപസമിതികൾ, സംസ്ഥാന തലത്തിൽ പ്രത്യേക തദ്ദേശഭരണമന്ത്രാലയം എന്നിങ്ങനെ ഗൗരവതരമായ ശുപാർശകളിൽ ഒന്നുപോലും യാഥാർത്ഥ്യമായില്ല. മാത്രമല്ല അവ പ്രാവർത്തികമാക്കപ്പെടുന്നുവെങ്കിൽ പിന്നെയെന്തിന് കേന്ദ്രസർക്കാർ തലത്തിൽ പ്രത്യേക മന്ത്രാലയം എന്ന ഉത്തരമില്ലാത്ത ചോദ്യം അവശേഷിക്കുകയും ചെയ്തു അന്ന്. അതുകൊണ്ടുതന്നെയാണ് ജനാധിപത്യാധികാരങ്ങൾ അധികമധികം കേന്ദ്രീകരിച്ച് കൈപ്പിടിയിലാക്കുകയും

സംസ്ഥാനങ്ങളെ ദുർബ്ബലപ്പെടുത്തുകയും സംസ്ഥാന അധികാരങ്ങൾ മാത്രം താഴേക്കു നല്കുകയും ചെയ്യുന്ന രീതി അധികാര വികേന്ദ്രീകരണമല്ലെന്നും, മറിച്ച് കേന്ദ്രസർക്കാരിൽ കുന്നുകൂടിയിരിക്കുന്ന അധികാരങ്ങൾ കൂടി താഴേക്ക് കൈമാറ്റപ്പെടണമെന്നും അശാസ്ത്രീയവും അപ്രായോഗികവുമായ അമിതാധികാര കേന്ദ്രീകരണം ഇല്ലാതാക്കണമെന്നും പ്രസ്തുത കമ്മിറ്റിയുടെ റിപ്പോർട്ടിന്മേലുള്ള ഭിന്നാഭിപ്രായക്കുറിപ്പിൽ ഇ എം എസ് നമ്പൂതിരിപ്പാട് നിലപാടെടുത്തത്. ഇത്തരം യുക്തിഭദ്രവും ശക്തവുമായ അധികാരവികേന്ദ്രീകരണ നിലപാട് എടുക്കാൻ അന്നും ഇന്നും ഇടതുപക്ഷ പുരോഗമന പ്രസ്ഥാനത്തിനു മാത്രമേ കഴിയുകയുള്ളൂ എന്ന കാര്യം ഇതിലൂടെ ആവർത്തിച്ചുറപ്പിക്കട്ടെ.

പിന്നീട് ഉണ്ടായ സന്ദർഭങ്ങളിലെല്ലാം ജനപങ്കാളിത്തമുള്ള തദ്ദേശഭരണ-വികസന-ആസൂത്രണ സംവിധാനമെന്ന ആശയത്തിന് ഏറെ മുൻതൂക്കം ലഭിച്ചിരുന്നു. എന്നാൽ അവയെല്ലാം കേവലം അക്കാദമിക-ഉദ്യോഗസ്ഥ തലങ്ങളിൽ മാത്രം പരിമിതപ്പെട്ടു. രാഷ്ട്രീയ-നയരൂപീകരണ കർത്താക്കൾക്ക് അധികാരവികേന്ദ്രീകരണമെന്നത് ആശയത്തിലോ പ്രയോഗത്തിലോ പഥ്യമായിരുന്നില്ല എന്നതുതന്നെ കാരണം. 1983 ൽ ദേശീയ ആസൂത്രണ കമ്മീഷൻ നിയോഗിച്ച ഹനുമന്തറാവു കമ്മിഷൻ ജനപങ്കാളിത്തം ഉറപ്പാക്കിക്കൊണ്ടുള്ള പഞ്ചായത്ത് രാജ് സംവിധാനവും ജില്ലാ ആസൂത്രണ സമിതിയും ഉണ്ടാകണമെന്നുള്ള നിർദ്ദേശമാണുന്നയിച്ചത്. 1985 ൽ ദാരിദ്ര്യദൂരീകരണത്തിനും ഗ്രാമ വികസനത്തിനുമായുള്ള ഭരണക്രമം ഉണ്ടാകുന്നത് സംബന്ധിച്ചും പഠിച്ച് ശുപാർശ ചെയ്യാൻ ജി വി കെ റാവു കമ്മിറ്റിയെ നിയോഗിച്ചു. തദ്ദേശഭരണതലത്തിൽ സമയബന്ധിത തിരഞ്ഞെടുപ്പ്, ഉല്പാദനാധിഷ്ഠിതമായ സമഗ്ര ഭൂപരിഷ്കരണം, സംസ്ഥാന തലത്തിൽനിന്നും ജില്ലാതലത്തിലേക്ക് ആസൂത്രണ സംവിധാനത്തിന്റെ കൈമാറ്റം, ഗ്രാമവികസന ലക്ഷ്യത്തോടെയുള്ള വ്യത്യസ്ത ഭരണവകുപ്പുകളുടെ ഏകോപനം തുടങ്ങിയ നിർദ്ദേശങ്ങൾ ഈ കമ്മിറ്റിയും ഉന്നയിച്ചു. അവയൊന്നും പ്രാവർത്തികമാക്കപ്പെട്ടില്ല എന്നത് ചരിത്രം.

1986 ൽ രാജീവ് ഗാന്ധി യൂണിയൻ സർക്കാരിന്റെ നേതൃത്വത്തിൽ വന്നതോടെയാണ് എൽ എം സിംഗ്വിയുടെ നേതൃത്വത്തിൽ വീണ്ടും ഒരു പഠന സമിതിയെ നിയോഗിച്ചുകൊണ്ട് പഞ്ചായത്ത് രാജ് സംവിധാനത്തെ ജനാധിപത്യപരമായും വികസനപരമായും പുനരുജ്ജീവിപ്പിക്കുന്നതിനായുള്ള പരിശ്രമത്തിന് തുടക്കമിട്ടത്. തദ്ദേശഭരണ സ്ഥാപനങ്ങൾക്ക് ഭരണഘടനാ പദവി, ന്യായ പഞ്ചായത്തുകളുടെ രൂപീകരണവും പ്രവർത്തനവും, ഗ്രാമസഭയ്ക്ക് ജനാധിപത്യ സാധൂകരണം, ഗ്രാമപഞ്ചായത്തുകൾക്ക് ധനവിഭവ സ്രോതസ്സും വിഹിതവും തുടങ്ങിയ നിർദ്ദേശങ്ങൾ ഈ കമ്മിറ്റിയും മുന്നോട്ടുവച്ചു. സമഗ്രവും വിപുലവും വിശാലവുമായ ഒട്ടേറെ സംവാദങ്ങൾ അധികാരവികേന്ദ്രീകരണം സംബന്ധിച്ച് ഈ

ഘട്ടത്തിലുണ്ടായി. കർണ്ണാടകം, കേരളം, പശ്ചിമബംഗാൾ, മദ്ധ്യപ്രദേശ് തുടങ്ങിയ സംസ്ഥാനങ്ങൾ വ്യത്യസ്ത ദിശയിലും സാഹചര്യങ്ങളിലും ഇക്കാര്യത്തിൽ ബഹുദൂരം മുന്നോട്ടുപോകുകയും ചെയ്തു. എന്നാൽ ദേശീയ തലത്തിൽ കോൺഗ്രസ് സർക്കാരും രാജീവ് ഗാന്ധിയും സ്വീകരിച്ചത് കേവലവും യാന്ത്രികവുമായ വികേന്ദ്രീകരണ വീക്ഷണമായിരുന്നു. അതാകട്ടെ കടുത്ത അധികാര കേന്ദ്രീകരണത്തിലേക്കുള്ള വഴിതുറക്കലെന്ന വിമർശം ഏറ്റുവാങ്ങി പിന്മാറേണ്ടുന്ന സ്ഥിതിയിലേക്ക് അവരെ എത്തിക്കുകയും ചെയ്തു. അതും അധികാര വികേന്ദ്രീകരണ ചരിത്രത്തിലെ സവിശേഷമായ ഒരു ഘട്ടമെന്ന നിലയിൽ നാം പ്രത്യേകം അറിയേണ്ടതായുണ്ട്.

ഈ ഘട്ടത്തിലാണ് ആഗോളവല്ക്കരണ-ഉദാരീകരണ നയങ്ങൾക്കനുസൃതമായ അതിശക്തമായ മാറ്റം രാജ്യത്തെ രാഷ്ട്രീയ ഭരണ കാര്യരംഗങ്ങളിലുണ്ടാകുന്നത്. രാജീവ് ഗാന്ധി തുടക്കമിട്ട അധികാര വികേന്ദ്രീകരണത്തിന്റെ ദർശനവും ആശയവും പിന്നീട് ഉരുവെടുക്കപ്പെട്ടത് ആഗോളീകരണത്തിന്റെ ആലയിലാണ്, ഉദാരീകരണത്തിന്റെ അച്ചിലാണത് വാർത്തെടുക്കപ്പെട്ടത്. അക്കാരണത്താൽത്തന്നെ ഭരണ-വികസന ക്ഷേമ-സേവന രംഗങ്ങളിൽനിന്ന് യൂണിയൻ-സംസ്ഥാന സർക്കാരുകൾക്ക് തന്ത്രപരമായി കൈയൊഴിഞ്ഞ് പിന്മാറാനുള്ള അവസരവും ഉപകരണവുമായാണ് തദ്ദേശഭരണ സ്ഥാപനങ്ങളെ കണ്ടത്. അതിനുള്ള കുറുക്കുവഴിയായാണവർ അധികാരവികേന്ദ്രീകരണമെന്ന മാർഗ്ഗത്തെ കണക്കിലെടുത്തത്. അതുകൊണ്ടു സംഭവിച്ച എല്ലാവിധമായ ദുർബ്ബലതകളോടെയും വികലതകളോടെയും പരിമിതികളോടെയുമാണ് പില്ക്കാലത്ത് ഇപ്പോഴും കൊട്ടിഘോഷിക്കപ്പെടുന്നതായ പഞ്ചായത്ത് രാജ്-നഗരപാലികാ നിയമനിർമ്മാണവും 73, 74 ഭരണഘടനാ ഭേദഗതികളും 1992 ൽ സംഭവിച്ചത്. ഇതിന്റെ ഉള്ളടക്കത്തെയും പ്രത്യാഘാതത്തെയും കൂടി നാം വിശദമായി അറിയണം.

അതായത് അധികാര വികേന്ദ്രീകരണത്തെയും തദ്ദേശഭരണത്തെയുംകുറിച്ച് വല്ലാതെ വാചാലരാകുകയും ഊറ്റം കൊള്ളുകയും ചെയ്യുന്നവർ പടിപടിയായി അവയെ തകർക്കാനും ദുർബ്ബലമാക്കാനുമാണ് തുനിഞ്ഞത്. മറ്റൊരർത്ഥത്തിൽ പറഞ്ഞാൽ തത്ത്വത്തിൽ വികേന്ദ്രീകരണവും പ്രയോഗത്തിൽ അതികേന്ദ്രീകരണവുമെന്നതായിരുന്നു അവരുടെ ലക്ഷ്യവും മാർഗ്ഗവും. ഒടുവിലവർ ഭരണ നിർവ്വഹണ ഉത്തരവാദിത്വങ്ങളിൽ നിന്നുള്ള പിൻമാറ്റത്തിന്റെ ഗൂഢമായ മാർഗ്ഗവും ഉപകരണവും കൂടിയായി അധികാരവികേന്ദ്രീകരണ വികസന വികേന്ദ്രീകരണ പ്രക്രിയയെ മാറ്റിത്തീർത്തു.

2014 ൽ അധികാരത്തിലെത്തിയ നരേന്ദ്ര മോദി സർക്കാരാകട്ടെ എല്ലാ അർത്ഥത്തിലും അധികാരവികേന്ദ്രീകരണത്തെയും വികസന വികേന്ദ്രീകരണത്തെയും നിരാകരിക്കുക മാത്രമല്ല ഒരു പടികൂടിക്കടന്ന് ദേശീയ ആസൂത്രണ കമ്മിഷനെത്തന്നെ പിരിച്ചുവിട്ടുകൊണ്ട് വികേന്ദ്രീ

കൃത- പങ്കാളിത്ത വികസന-ക്ഷേമ-ഭരണപ്രക്രിയ എന്ന ദർശനത്തെതന്നെ കടപുഴക്കിയെറിയുകയാണുണ്ടായത്. പകരം സ്ഥാപിതമായത് "നാഷണൽ ഇൻസ്റ്റിറ്റ്യൂഷൻ ഫോർ ട്രാൻസ്ഫോർമിങ് ഇന്ത്യ - നീതി ആയോഗ്" എന്ന ഉപദേശക സമിതി മാത്രം. ഒരുവിധത്തിലുമുള്ള ജനാധിപത്യസംവാദവും ഇല്ലാതെ സ്വേച്ഛാപരവും ഏകപക്ഷീയവുമായ നയതീരുമാനങ്ങളാണ് എൻ ഡി എയുടെ ഭരണകാലത്തുടനീളമുണ്ടായത്. അതിന്റെ പ്രതിഫലനങ്ങളാണ് ഗ്രാമവികസന-പഞ്ചായത്ത് രാജ് മന്ത്രാലയങ്ങളെ ചൊൽപ്പടിയിലൊതുക്കിയത്. ദേശീയ തൊഴിലുറപ്പു പദ്ധതി, അതിജീവന പദ്ധതി, പൊതുജനാരോഗ്യപദ്ധതി, ദുരന്ത നിവാരണ പദ്ധതി എന്നിവയിൽ തുടങ്ങി ഇപ്പോൾ ദേശീയ വിദ്യാഭ്യാസ നയരേഖയിലും പരിസ്ഥിതി പ്രത്യാഘാത അവലോകന ചട്ടഭേദഗതിയിലുമെല്ലാം പ്രതിഫലിക്കുന്നത് അധികാര കേന്ദ്രീകരണത്തിന്റെ തികഞ്ഞ സാധൂകരണമാണ്. അധികാര വികേന്ദ്രീകരണത്തിൽ നിന്നുള്ള തിരിച്ചുപോക്കായിരിക്കും ഇതിന്റെ ഫലം. കേന്ദ്രീകൃതാധികാര നിർവ്വഹണത്തിന്റെ എല്ലാ ഫാസിസ്റ്റ് പ്രവണതകളും ഈ മാറ്റങ്ങളിൽ പ്രതിഫലിച്ചു കാണാം.

അധികാര വികേന്ദ്രീകരണവും കേന്ദ്രീകരണ ജനാധിപത്യവും

ആത്യന്തം ഋജുവായ ഒരു പ്രശ്നം വിശകലന വിധേയമാക്കാനാണ് ഇവിടെ തുനിയുന്നത്. ഭരണാധികാര വികേന്ദ്രീകരണമെന്ന സങ്കല്പനത്തെ കേന്ദ്രീകൃത ജനാധിപത്യം അനുശാസിക്കുന്ന സംഘടനാ സംവിധാനത്തിന് എങ്ങനെ, എത്രകണ്ട്, ഏതുവിധത്തിൽ സ്വീകാര്യമാകും? അതനുസരിച്ച് എപ്രകാരമാണ് ജനാധിപത്യ അധികാരവികേന്ദ്രീകരണത്തിനുവേണ്ടി നിലപാട് എടുക്കാനാകുമോ? അത് പ്രാവർത്തികമാക്കുന്നതിനായി പ്രതിജ്ഞാബദ്ധതയോടെ പ്രവർത്തിക്കാനാകുമോ? എന്നീ ചോദ്യങ്ങൾക്ക് വിശദീകരണം നല്കാനാണ് ഇവിടെ ശ്രമിക്കുന്നത്. അതിന് മുന്നുപാധിയായി ഒന്നുരണ്ട് കാര്യങ്ങൾ കൂടി ചൂണ്ടിക്കാണിച്ചുകൊണ്ട് മുഖ്യപരാമർശത്തിലേക്ക് കടക്കാം.

ഒന്നാമതായി, ഈ ചോദ്യം കാല്പനികമോ ദാർശനികമോ ആയ ആശയ വിനിമയംകൊണ്ട് ഉത്തരം നല്കാവുന്നതല്ല. രണ്ടാമതായി, ഈ പ്രശ്നങ്ങൾ അത്ര ലളിതമോ പ്രത്യക്ഷമോ ആയ പ്രതിപാദനമല്ല ആവശ്യപ്പെടുന്നത്. മറിച്ച് സങ്കീർണ്ണവും പ്രായോഗികവുമായ രാഷ്ട്രീയ-സാമൂഹ്യ തലങ്ങൾ വിശദീകരിച്ചുകൊണ്ടുമാത്രം കൈകാര്യം ചെയ്യേണ്ടുന്നവയാണ്. കാരണം ഇടതുപക്ഷ സമീപനവും മാർക്സിയൻ ദർശനവും അനുവർത്തിക്കുന്ന പ്രസ്ഥാനത്തിന്റെ ഭാഗമായി നിന്നുകൊണ്ട് അത്തരത്തിൽ മാത്രമേ പ്രാവർത്തികമാക്കാൻ കഴിയൂ എന്നതുകൊണ്ടാണ്. മേൽകൊടുത്ത പ്രശ്നങ്ങൾ ഉന്നയിക്കുന്നവർ പരോക്ഷമായും ഗൂഢമായും പ്രതീക്ഷിക്കുന്നതും അത്തരമൊരു പ്രതിപാദനമാണ്. അതുകൊണ്ട് തികച്ചും പ്രകടമായ നിലയ്ക്കും മറിച്ച് പരോക്ഷമായ നിലയ്ക്കും പ്രസ്തുത പ്രശ്നങ്ങളോട് പ്രതികരിക്കുകയാണ് ചുവടെ ചെയ്യുന്നത്.

ഭരണസംവിധാനത്തിന്റെ ജനാധിപത്യവല്ക്കരണം

1950 ജനുവരി 26 ന് ഇന്ത്യയിൽ സംഭവിച്ച ഭരണഘടനാ മൂല്യങ്ങളെ എങ്ങനെ സംക്ഷിപ്തമായി സൂചിപ്പിക്കാനാകും?

(i) രാഷ്ട്രത്തെ പരമാധികാര ജനാധിപത്യ റിപ്പബ്ലിക്കായി വ്യവസ്ഥപ്പെടുത്തി.

(ii) രാജ്യത്ത് വികസന പ്രക്രിയയിൽ പഞ്ചവത്സര ആസൂത്രണ നിർവ്വഹണ രീതി അനുശാസിക്കപ്പെട്ടു.

(iii) രാജ്യത്ത് മതനിരപേക്ഷ-സ്ഥിതിസമത്വ-ക്ഷേമകാര്യ ഭരണകൂടം സ്ഥാപിക്കുകയാണ് രാഷ്ട്രത്തിന്റെ ലക്ഷ്യമെന്ന് പ്രഖ്യാപിതമായി.

ഇത് കേവലമോ കാല്പനികമോ യാന്ത്രികമോ ആയ പ്രഖ്യാപനങ്ങൾ ആയിരുന്നില്ല. സ്വാതന്ത്ര്യപൂർവ്വകാലത്ത് വിദേശ അധീശത്വ ശക്തിയോട് കൂറും ഉത്തരവാദിത്വവും പുലർത്തിവന്ന ഭരണകാര്യനിർവ്വഹണ ഘടകം പ്രാഥമികമായി ജനപ്രതിനിധി സംവിധാനത്തോടും അന്തിമമായി ജനസമൂഹത്തോടും കൂറും ഉത്തരവാദിത്വവും കടമയും പുലർത്തേണ്ടുന്നതായി പരിണമിച്ചു. മനോഭാവത്തിലും വീക്ഷണത്തിലും പ്രവൃത്തിയിലും നടത്തിപ്പിലും ഈ മാറ്റം അനിവാര്യമായിത്തീർന്നു.

പ്രാപ്തരും വിദഗ്ദ്ധരും അനുയോജ്യരുമായ ഏതാനും ഭരണാധികാരികൾ ജനങ്ങൾക്കു വേണ്ടി, ജനങ്ങളുടെ പേരിൽ നടത്തുന്നതായ ഭരണ നിർവ്വഹണ വ്യവസ്ഥയാണോ മറിച്ച് ജനങ്ങൾക്കുവേണ്ടി ജനങ്ങളുടേതായി ജനങ്ങളാൽത്തന്നെ നടത്തപ്പെടുന്ന ഭരണ വ്യവസ്ഥയാണോ പ്രാപ്യമാകേണ്ടതെന്ന അടിസ്ഥാന ചോദ്യത്തിനാണിവിടെ ഉത്തരം കാണേണ്ടത്.

ഇത്തരത്തിൽ ഭരണസംവിധാനത്തെ അധികാരസ്ഥകേന്ദ്രീകൃതം എന്നതിൽ നിന്ന് ജനകേന്ദ്രീകൃതം എന്ന നിലയിലേക്ക് പരിവർത്തനം ചെയ്യിക്കുകയാണ് ജനാധിപത്യ വികേന്ദ്രീകരണം എന്നതുകൊണ്ട് പ്രതീക്ഷിക്കുന്നത്. അങ്ങനെ നോക്കുമ്പോൾ നിലവിലുള്ള ഭരണവ്യവസ്ഥ കണക്കിലെടുക്കാത്ത ഒട്ടേറെ ഘടകങ്ങൾക്ക് സവിശേഷ പരിഗണനയും സ്ഥാനവും നല്കിക്കൊണ്ടുമാത്രമേ വികേന്ദ്രീകൃത ജനാധിപത്യം യാഥാർത്ഥ്യമാക്കാനാകൂ എന്നും കാണാനാകും.

നിലവിലുള്ള ഭരണവ്യവസ്ഥയ്ക്കുള്ള തകരാറുകൾ നീക്കുക എന്നതുകൊണ്ട് കൂടുതൽ ഏകാധികാരസ്ഥതയിലേക്കോ ഉദ്യോഗസ്ഥാധികാരത്തിലേക്കോ ഉള്ള തിരിച്ചുപോക്കെന്നല്ല കരുതേണ്ടത്. മറിച്ച് നിലവിലുള്ള വ്യവസ്ഥയെ മെച്ചപ്പെടുത്തിക്കൊണ്ട്, പുതിയ ഒരു വ്യവസ്ഥ രൂപപ്പെടുത്തുകയാണ്. എന്നാൽ ഇന്ത്യപോലെ, കേരളം പോലെയുള്ള ഒരു സമൂഹത്തിൽ ഈ മാറ്റം, പരിഷ്കരണം, ക്ഷിപ്രസാദ്ധ്യമോ, സുഗമസാദ്ധ്യമോ ആയിരിക്കുമെന്നും കരുതാവുന്നതല്ല. ഘട്ടം ഘട്ടമായി മാത്രമേ അത് സാദ്ധ്യമാകുകയുള്ളൂ. എന്നാൽ എല്ലാ മാറ്റവും ഇപ്രകാരം ക്രമവർദ്ധമായി കാലാനുസൃതമായി സംഭവിക്കട്ടെ എന്ന് കരുതിയിരിക്കാനും ആവില്ല. ബോധപൂർവ്വം സമയബന്ധിതമായി അനുവർത്തിക്കേണ്ടതായ

മാറ്റങ്ങൾക്കും പരിഷ്കരണങ്ങൾക്കും നാം സന്നദ്ധമാകേണ്ടതുമുണ്ട്. അതായത് നിലവിലുള്ള ഭരണവ്യവസ്ഥയുടെ അലകും പിടിയും മാറ്റുകയെന്നതുതന്നെയാണ് ദൗത്യം. എന്നാൽ വസ്തുനിഷ്ഠവും ആത്മനിഷ്ഠവും സമൂഹനിഷ്ഠവുമായ ഘടകങ്ങളെ സമഗ്രമായി പരിഗണനയിലെടുത്തുകൊണ്ടുള്ള ഇടപെടലും പ്രവർത്തനവുമാണ് ഭരണ വ്യവസ്ഥയുടെ ജനാധിപത്യവല്ക്കരണത്തിൽ അനിവാര്യം, അഭികാമ്യം.

വികേന്ദ്രീകരണത്തിന്റെ മാർഗ്ഗവും ലക്ഷ്യവും

ഭരണകാര്യ നിർവ്വഹണം മൂന്ന് വിഭാഗങ്ങളെ ആശ്രയിച്ചാണ് പുലരുക. നയരൂപീകരണ കർത്താക്കളായ രാഷ്ട്രീയ സംവിധാനം, നയകാര്യനിർവ്വഹണ കർത്താക്കളായ ഉദ്യോഗസ്ഥ സംവിധാനം, നയഗുണഭോക്താക്കളായ പൗരസമൂഹം എന്നിവയാണ് ഈ മൂന്ന് വിഭാഗങ്ങൾ. എന്തു ചെയ്യണം എന്ന് ഭരണപ്രക്രിയയിൽ തീരുമാനിക്കുന്നതാണ് നയരൂപീകരണം. അത് ചെയ്യുകയാണ് രാഷ്ട്രീയ സംവിധാനത്തിന്റെ ഉത്തരവാദിത്വം. രൂപവല്ക്കരിക്കപ്പെടുന്ന നയങ്ങൾ എങ്ങനെ, എപ്പോൾ, എവിടെ, എന്തിന് ചെയ്യണം എന്ന് തീരുമാനിക്കുന്നത് നയരൂപവല്ക്കരണം പോലെതന്നെ ഗൗരവമുള്ളതാണ്. അതാകട്ടെ ഉദ്യോഗസ്ഥ സംവിധാനത്തിന്റെ കർത്തവ്യമാണ്. അതായത് നയത്തിന്റെ ലക്ഷ്യം നിർണ്ണയിക്കുന്നത് രാഷ്ട്രീയ സംവിധാനവും മാർഗ്ഗം തീരുമാനിക്കുന്നത് ഉദ്യോഗസ്ഥ സംവിധാനവുമാണ്. എന്നാൽ ഗുണഭോക്താവായ പൗരരെ സംബന്ധിച്ചിടത്തോളം ഇവ തമ്മിലുള്ള വേർതിരിവിനുള്ള ഒരു അതിർത്തിരേഖ വരയ്ക്കുക പ്രയാസമാണ്. ഒന്ന് എവിടെ അവസാനിക്കുന്നു, മറ്റേത് എവിടെ തുടങ്ങുന്നു എന്ന് നിശ്ചയിക്കുക അസാദ്ധ്യം. ചുരുക്കത്തിൽ ലക്ഷ്യത്തിന്റെ ശരിയായ മാർഗ്ഗത്തിലുള്ള നടത്തിപ്പും പൂർത്തീകരണവുമാണ് നയത്തെ അർത്ഥവത്താക്കുന്നത്, ഫലപ്രദമാക്കുന്നത്. അതായത് ഭരണകാര്യ പ്രക്രിയയിൽ ലക്ഷ്യത്തെ മാർഗ്ഗത്തിൽനിന്ന് വേറിട്ട് കാണാവുന്നതല്ല എന്ന് സാരം.

എന്തുകൊണ്ട്? കുറ്റമറ്റ നിയമ–ചട്ടങ്ങളും നിയന്ത്രണങ്ങളും മാർഗ്ഗനിർദ്ദേശങ്ങളും എത്രവേണമെങ്കിലും ഉണ്ടാകാം. എന്നാൽ ജനാധിപത്യത്തിന്റെ അന്തഃസത്ത അത് അനുഭവസ്ഥരായ പൗരസമൂഹത്തോട് ഏറ്റവും അടുത്തു നില്ക്കുന്ന ഭരണക്രമം ആണെന്ന കാര്യമാണ്. വികേന്ദ്രീകൃത ജനാധിപത്യമാകട്ടെ പ്രത്യക്ഷവും പങ്കാളിത്തപൂർണ്ണവുമായ പ്രാഥമിക ജനാധിപത്യ അവസരം കൂടിയാണ്. ആ നിലയ്ക്ക് പ്രാദേശിക പൊതുജനസമൂഹത്തിന്റെ താല്പര്യങ്ങളെയാകെ, തദ്ദേശീയ പൗരജനതയുടെ പൊതുവായിട്ടുള്ളതായ, താല്പര്യങ്ങൾ ആകെ, തങ്ങളുടേതായ സങ്കുചിത, സ്വാർത്ഥ, വ്യക്തിതാല്പര്യങ്ങൾക്ക് അതീതമായി സ്ഥാപിക്കാനും ആ ലക്ഷ്യത്തിനുവേണ്ടിയുള്ള നയങ്ങൾ പരമാവധി ഗുണപരമായും കാര്യക്ഷമമായുമുള്ള മാർഗ്ഗത്തിൽ നടപ്പാക്കുന്നതിനും ഉള്ള ഇച്ഛാശക്തിയാണ് നമുക്കുണ്ടാകേണ്ടത്. അല്ലാത്തപക്ഷം വികേന്ദ്രീ

കൃതജനാധിപത്യം എന്നത് ഏട്ടിലെ എഴുത്തുമാത്രമായി തുടരുകയും പയറ്റിൽ പാഴായിപ്പോകുകയും ചെയ്യുന്നതുകൂടി നാം കാണേണ്ടതായി വരും.

അധികാരവികേന്ദ്രീകരണവും രാഷ്ട്രീയ പാർട്ടിയും

ജനാധിപത്യപ്രക്രിയയുടെ ഉടമകളും ഉപഭോക്താക്കളും പൗരസമൂഹമാണെന്നതിൽ രണ്ടുപക്ഷമില്ല. ഭരണകാര്യ നിർവ്വഹണകർത്താക്കളായ ഉദ്യോഗസ്ഥ വൃന്ദത്തിനു രാഷ്ട്രീയ സംവിധാനത്തിനുള്ള ബന്ധവും സ്വാധീനവും നിർണ്ണായക വിഷയമാണ്. അതാതുകാലം ഭരണം നടത്തുന്ന രാഷ്ട്രീയ പാർട്ടിയുടെ അധീനതയിലേക്കോ വിധേയത്വത്തിലേക്കോ ഉദ്യോഗസ്ഥസംവിധാനത്തെ വലിച്ചിടാൻ പാടില്ലെന്നത് ഒരു തത്ത്വം. കാലാകാലം ഭരണം നടത്തുന്ന സർക്കാരിന്റെ രാഷ്ട്രീയ നയ തീരുമാനങ്ങൾ കൂറോടെ, കാര്യക്ഷമതയോടെ നടപ്പാക്കാൻ ഉദ്യോഗസ്ഥ വൃന്ദം ബാദ്ധ്യസ്ഥരാണെന്നത് മറ്റൊരു തത്ത്വം. ഇവ രണ്ടും എങ്ങനെ സമരസപ്പെടുത്തിക്കൊണ്ടുപോകുമെന്നതാണ് പ്രശ്നം.

വികേന്ദ്രീകൃത ജനാധിപത്യ പ്രക്രിയ ഇതിനു നല്കുന്ന ഉത്തരം അത്തരം ഭരണകാര്യ സംവിധാനത്തിനുള്ളിൽ ഭരണ-പ്രതിപക്ഷ വ്യത്യാസം ഇല്ല എന്നതുതന്നെ. തിരഞ്ഞെടുപ്പുഘട്ടത്തിൽ രാഷ്ട്രീയ കക്ഷി ആഭിമുഖ്യവും മത്സരവും ജയപരാജയവും ഉണ്ടായിരിക്കാം. എന്നാൽ തിരഞ്ഞെടുപ്പ് പൂർത്തിയായി ഭരണസമിതി രൂപീകൃതമായിക്കഴിഞ്ഞാൽ പിന്നെ ഒരുപേരും, മുദ്രയും, പദവിയും അസ്തിത്വവുമുള്ള ഏകാംഗീകൃത സംവിധാനമാണ് തദ്ദേശഭരണ സ്ഥാപനം. അതിൽ ഭരണപ്രതിപക്ഷ കക്ഷിവ്യത്യാസമോ അന്തരമോ ഇല്ല. അതുകൊണ്ടുതന്നെ ഭരിക്കുന്ന കക്ഷി, എതിർക്കുന്ന കക്ഷി എന്ന അന്തരമില്ലാതെ ഒരേയൊരു ഭരണസമിതിക്കുമുന്നിൽ ഉത്തരവാദിത്വപൂർവ്വം പ്രവൃത്തിക്കുവാൻ ഉദ്യോഗസ്ഥ വൃന്ദത്തിന് കഴിയുന്നു.

മറ്റൊരു പ്രധാന വിഷയം ജനപ്രതിനിധിക്കും ഭരണകർത്താക്കൾക്കുംമേൽ അവർ അംഗമായിട്ടുള്ള രാഷ്ട്രീയകക്ഷിക്കുള്ള നിയന്ത്രണമാണ്. പൊതു നയരൂപീകരണം രാഷ്ട്രീയ പാർട്ടികൾ നടത്തുകയും അതിന്റെ നിർവ്വഹണ നേതൃത്വം ജനപ്രതിനിധികൾ വഹിക്കുകയും നടത്തിപ്പ് ഉദ്യോഗസ്ഥവൃന്ദം നിർവ്വഹിക്കുകയും ചെയ്യുക എന്ന ലളിത സമീകരണം പ്രശ്നപരിഹാരമാകുമോ? വാസ്തവത്തിൽ നയരൂപീകരണ-നിർവ്വഹണ പ്രക്രിയയുടെ ആദിമദ്ധ്യാന്തങ്ങളിൽ അപ്പപ്പോൾ സംഭവിക്കുന്ന രാഷ്ട്രീയ ഇടപെടലുകൾ തന്നെയാണതിനെ ജീവത്താക്കുന്നത്. ചലനാത്മകമാക്കുന്നത്, സന്തുലിതമാക്കുന്നത്, സ്വനിയന്ത്രണക്ഷമമാക്കുന്നത്. അതിസങ്കീർണ്ണമായ ഒരു രാഷ്ട്രീയ സമസ്യയാണത്.

വികേന്ദ്രീകൃത ജനാധിപത്യ സംവിധാനം ഈ രാഷ്ട്രീയ കാര്യ സമസ്യയെ എങ്ങനെയാണ് മറികടക്കുന്നതെന്ന് നോക്കുക. അത് നിരുപാധിക ജനപങ്കാളിത്തത്തിലൂടെയാണ് സാദ്ധ്യമാകുന്നത്. സങ്കുചിത കക്ഷി രാഷ്ട്രീയ അതിർവരമ്പുകൾക്കപ്പുറമുള്ള വിശാലവും ശക്തവും ദൃഢവു

മായ ജനപങ്കാളിത്തമാണ് ഇവിടെ അർത്ഥമാകുന്നത്. അതിനുള്ള പ്രത്യക്ഷവും പ്രാഥമികവുമായ തലമാണ്, വേദിയാണ് ഗ്രാമസഭകൾ. തദ്ദേശീയ ജനസമൂഹ ജീവിത താല്പര്യങ്ങൾ പ്രത്യക്ഷത്തിൽ പ്രകടമാക്കാനും, അവ സമാഹരിച്ച്, ക്രോഡീകരിച്ച്, സ്വാംശീകരിക്കാനും അംഗീകൃത പ്രമേയങ്ങളാക്കി (മുകളിൽ നിന്നുള്ള ഉത്തരവുകളായല്ല കീഴ്തലത്തിൽ നിന്നുള്ള നിർദ്ദേശങ്ങളായിട്ടാണിവ സാദ്ധ്യമാകുന്നത്) തദ്ദേശഭരണ സ്ഥാന പരിഗണനയ്ക്കും തീരുമാനത്തിനും സമർപ്പിക്കുകയാണ് ഗ്രാമസഭ ചെയ്യുന്നത്. ഈ പ്രമേയങ്ങളാണ് ഭരണസമിതികളുടെ കക്ഷി രാഷ്ട്രീയാതീത നയതീരുമാനങ്ങളായി വികസിത രൂപം പ്രാപിക്കുന്നത്. അവ ഓരോന്നുമാണ് ഉദ്യോഗസ്ഥ വൃന്ദം പ്രാവർത്തികമാക്കുന്നത്. നിർവ്വഹണത്തെക്കുറിച്ചും, ആയതിന്റെ പുരോഗതിയെ സംബന്ധിച്ചുമുള്ള റിപ്പോർട്ട് ലഭ്യമാക്കൽ ഗ്രാമസഭകളുടെ അടിസ്ഥാന അവകാശവും അധികാരവും ഉത്തരവാദിത്വവുമാണ്.

അതായത് അധികാരവികേന്ദ്രീകരണത്തെ പുറകോട്ടടിക്കാൻ പാർലമെന്ററി ജനാധിപത്യ പ്രക്രിയയിൽ ജനപ്രതിനിധിക്കും രാഷ്ട്രീയ ഭരണകർത്താവിനും മേൽ പാർട്ടി സംവിധാനത്തിനുള്ള സ്വാധീനവും നിയന്ത്രണവും (പലപ്പോഴും ദുസ്വാധീനവും അധീശത്വവും എന്ന് പരിണമിക്കുന്ന സ്ഥിതി) ഒരു കാരണമായി ചൂണ്ടിക്കാട്ടാനാവില്ല എന്ന് ചുരുക്കം. പൗരരുടെയോ ജനപ്രതിനിധിയുടെയോ പാർട്ടി നേതൃത്വത്തിന്റെയോ വ്യക്തിഗത നിക്ഷിപ്തതാല്പര്യമല്ല, തദ്ദേശീയ ജനസമൂഹത്തിന്റെ പൊതു താല്പര്യം ഉയർത്തിപ്പിടിക്കുന്ന അടിസ്ഥാന വേദിയായിട്ടാണ് ഗ്രാമസഭ രൂപാന്തരപ്പെടുന്നത്, സ്ഥായിത്വം നേടുന്നത്, വ്യവസ്ഥാപിതമാകുന്നത്. ഫലത്തിൽ ഗ്രാമസഭയും അതിലൂടെ അനുവർത്തിക്കപ്പെടുന്ന പങ്കാളിത്തജനാധിപത്യ പ്രക്രിയയും രാഷ്ട്രീയ പാർട്ടി പ്രവർത്തനത്തെ വർദ്ധിത അളവിൽ സാധൂകരിക്കയും അനിവാര്യമാക്കിത്തീർക്കുകയുമാണ് ചെയ്യുന്നത്.

അധികാരവികേന്ദ്രീകരണവും ഉദ്യോഗസ്ഥവൃന്ദവും

ഭരണകാര്യ നിർവ്വഹണ കർത്താക്കളായ ഉദ്യോഗസ്ഥരുടെയും ജീവനക്കാരുടെയും പ്രവർത്തനവും നിയന്ത്രണവുമാണ് ശ്രദ്ധേയമായ മറ്റൊരു ഘടകം. ഒരു ഭാഗത്ത് സംഘടിതരും അവകാശബോധവും വിലപേശൽ ശേഷിയുമുള്ള ഉദ്യോഗസ്ഥ വൃന്ദം. മറുഭാഗത്ത് അവർക്കുമേൽ അധികാരവും സ്വാധീനവും നിയന്ത്രണവും ചെലുത്തുന്ന രാഷ്ട്രീയ സംവിധാനം. ഇവ തമ്മിലുള്ള പാരസ്പര്യം ഗുണകരമായി മാറുന്നതാണ് നാം കാണുന്നത്.

ഉദ്യോഗസ്ഥരുടെയും ജീവനക്കാരുടെയും അവകാശ താല്പര്യങ്ങൾ ഭരണസംവിധാനം സംരക്ഷിച്ച് പരിപാലിക്കുകയും, സേവന ദാതാക്കൾ അവരുടെ കഴിവിന്റെ പരമാവധി സേവനം ജനങ്ങൾക്ക് നല്കുകയും എന്ന പ്രായോഗിക സമീപനം ഇവിടെ സ്വീകരിക്കേണ്ടതാണ്.

സർക്കാർ ജീവനക്കാരെ പ്രവർത്തനപരമായി, തൊഴിൽപരമായി പരമാവധി പ്രചോദിക്കപ്പെടണം. താനുൾപ്പെടുന്ന പൊതുജന സമൂഹത്തോടുള്ള കടമ നിറവേറ്റാനുള്ള അവസരമായി സേവന നിർവ്വഹണ ജോലിയെ അവർ തിരിച്ചറിയണം. സാമൂഹ്യ ലക്ഷ്യബോധമുള്ള കാര്യശേഷിയും കർമ്മോത്സുകതയും പ്രതിജ്ഞാബദ്ധതയുമാകണം സേവന നിർവ്വഹണം തൃപ്തികരമായി നിറവേറ്റുന്നതിൽ ജീവനക്കാരുടെ കൈമുതൽ. കേവലം യജമാനസേവന മനോഭാവത്തോടെയുള്ള പ്രവർത്തനത്തിൽ നിന്ന് രാഷ്ട്ര-സാമൂഹ്യ വികസനത്തിനായി കഴിവിന്റെ പരമാവധി സംഭാവന ചെയ്യുന്ന പൗരരായി ഉദ്യോഗസ്ഥ വൃന്ദം പരിവർത്തനം ചെയ്യപ്പെടണം.

ഇത്തരം ഒരു മനോഭാവ മാറ്റം ജീവനക്കാരിൽ സംഭവിക്കാതെ ഭരണയന്ത്രം ജനാധിപത്യവല്കൃതമാകില്ല. വികേന്ദ്രീകൃത ജനാധിപത്യ സംവിധാനത്തിനോട് ഉത്തരവാദിത്വപൂർണ്ണമായി, തദ്ദേശ ജനവിഭാഗങ്ങളോട്, അവരുടെ സേവനാവശ്യങ്ങളോട് ഉത്തരവാദിത്വപരമായി പ്രവർത്തിക്കുന്നതായ ഒരു ഉദ്യോഗസ്ഥവൃന്ദം രൂപപ്പെടുകയും യാഥാർത്ഥ്യമാക്കുകയും ചെയ്യണം. തങ്ങൾ ഏതേത് തദ്ദേശ ഭരണ സ്ഥാപനങ്ങളോട് ബന്ധപ്പെട്ടാണോ പ്രവർത്തിക്കുന്നത് അതാത് ഇടങ്ങളിൽ നിക്ഷിപ്തമായ പൊതുജന സേവന ബാദ്ധ്യത നിറവേറ്റുന്നതിൽ നിഷ്ഠയുള്ള ഉദ്യോഗസ്ഥ വൃന്ദമായി മാറണം. ഇത്തരം സേവനക്ഷമതയും ജനോന്മുഖതയുമുള്ള ഉദ്യോഗസ്ഥ വൃന്ദത്തെ ആശ്രയിച്ചും ഉപയോഗപ്പെടുത്തിയും മാത്രമേ വികേന്ദ്രീകൃത ജനാധിപത്യസ്ഥാപനങ്ങൾക്ക് തങ്ങളിൽ അർപ്പിതമായ ഭരണകാര്യ നടത്തിപ്പ് ഫലപ്രദമാക്കാൻ കഴിയൂ. ഈ തിരിച്ചറിവാണ് അധികാരവികേന്ദ്രീകരണത്തിൽ നാം കൈവരിക്കേണ്ടതായ രാഷ്ട്രീയ പരിണാമത്തിൽ മുഖ്യമായത്.

വികേന്ദ്രീകൃത ജനാധിപത്യവും കേന്ദ്രീകൃത ജനാധിപത്യവും

ഭരണകാര്യ നിർവ്വഹണത്തിന്റെയും ജനാധിപത്യ സംവിധാനത്തിന്റെയും കാര്യത്തിൽ തീരുമാനങ്ങൾ എടുക്കാനും പ്രാവർത്തികമാക്കാനും തദ്ദേശീയ ജനസമൂഹങ്ങളെ പ്രാപ്തരാക്കുകയാണ് ചെയ്യുന്നത്. ഇടതുപക്ഷ രാഷ്ട്രീയ പ്രസ്ഥാനങ്ങളുടെ സംഘടനാ രീതി പ്രാദേശികത എന്ന സംവിധാനത്തിന്റെ നിർവ്വഹണത്തിന് തടസ്സമാകേണ്ടതില്ല.

നിയമവാഴ്ചയുടെ അടിത്തറ ഭരണഘടനയാണ്. ഭരണഘടനാപരമായി രാഷ്ട്രത്തിന്റെ ഭരണകാര്യ സംവിധാനത്തിൽ ഏറ്റവും താഴെത്തട്ടിലുള്ള തദ്ദേശഭരണ സംവിധാനം കൂടുതൽ ജനാധിപത്യപരമായി പ്രവർത്തിപ്പിക്കേണ്ടതുണ്ട്. അതുകൊണ്ടാണ് ഓരോ പൗരർക്കും പങ്കാളിത്തവും അവസരവും സാന്നിദ്ധ്യവും ഉറപ്പാക്കുന്ന ഗ്രാമസഭ അതിന്റെ അടിത്തറയായി മാറുന്നത്. ഫലത്തിൽ കീഴ്ത്തട്ടിൽ കൂടുതൽ ശാക്തീകരിക്കപ്പെടുന്ന ഭരണകാര്യ ശൃംഖല കേന്ദ്രീകരണ പ്രവണതയെ താഴെ തടയുന്നതിനുമുള്ള മൂന്നുപാധിയായി മാറുന്നു.

രാഷ്ട്രവും രാഷ്ട്രീയപാർട്ടിയും ഘടനാപരമായ രണ്ട് അസ്തിത്വ രൂപങ്ങളാണ്. രാഷ്ട്ര ഘടനയിൽനിന്ന് സ്വതന്ത്രവും തനതുമായ അസ്തിത്വ ഘടകമാണ് രാഷ്ട്രീയ പാർട്ടി. അതുകൊണ്ടുതന്നെ കമ്യൂണിസ്റ്റ് രാഷ്ട്രീയ പാർട്ടിക്ക്, ഇടതുപക്ഷ പുരോഗമന പ്രസ്ഥാനത്തിന് നിലവിലിരിക്കുന്ന രാഷ്ട്രഘടനയിൽ തുടരുമ്പോൾ തന്നെ തനതായ അസ്തിത്വവും രൂപഘടനയും ആർജ്ജിക്കുന്നതിനോ പുലർത്തുന്നതിനോ തടസ്സമുണ്ടാകേണ്ടതില്ല. തികച്ചും തനതായ അസ്തിത്വമാർന്ന രാഷ്ട്രീയ പ്രസ്ഥാനത്തിന് അതിനെ ഉൾക്കൊള്ളുന്നതോ അത് പ്രവർത്തിച്ചുപോരുന്നതോ ആയ ജനാധിപത്യ ഘടനയിൽനിന്ന് വ്യത്യസ്തമായി കേന്ദ്രീകൃത ജനാധിപത്യ സമ്പ്രദായമോ രീതിശാസ്ത്രമോ മുറുകെപിടിക്കുന്നതിനോ പുലർത്തുന്നതിനോ രാഷ്ട്രത്തിന്റെ ജനാധിപത്യ ഭരണവ്യവസ്ഥ വിഘാതമാകുന്നില്ല.

മാത്രവുമല്ല സർഗ്ഗാത്മകവും സൃഷ്ട്യുന്മുഖവും ജൈവപരവുമായ ബന്ധം പുലരുന്ന ജനാധിപത്യ സംവിധാനത്തിൽ ഭരണ സംവിധാനം രാഷ്ട്രീയ പാർട്ടിയെയും രാഷ്ട്രീയ പ്രസ്ഥാനം ഭരണപ്രക്രിയയെയും പരസ്പരം സ്വാധീനിക്കുകതന്നെ ചെയ്യും. തദനുസരണമുള്ള പരിവർത്തനങ്ങൾ, പരിഷ്കരണങ്ങൾ, ക്രമപ്പെടുത്തലുകൾ ഇരു ഘടകങ്ങളിലും സംഭവിക്കും. അതാത് ഘടകങ്ങളുടെ തനത് അസ്തിത്വം പരിപാലിച്ചുകൊണ്ടുതന്നെ ഈ കൊള്ളകൊടുക്കലുകൾ അനുവർത്തിച്ചുപോകുന്നതിന് തടസ്സമുണ്ടാകില്ല. അത്തരം പാരസ്പര്യമാണ് സ്വീകാര്യവും.

നിലവിലിരിക്കുന്ന സാമൂഹ്യ-രാഷ്ട്രീയ വ്യവസ്ഥിതിയോട് സക്രിയമായി പ്രതിപ്രവർത്തിച്ചുകൊണ്ടാണ് കമ്യൂണിസ്റ്റ് തൊഴിലാളി വർഗ്ഗ പ്രസ്ഥാനങ്ങൾ പ്രവർത്തിക്കുന്നത്. യാന്ത്രികമായോ സാങ്കേതികമായോ നിലനില്ക്കുന്ന സാമൂഹ്യവ്യവസ്ഥയോട് കലഹിച്ചു മാത്രം രാഷ്ട്രീയ പാർട്ടിക്ക് കരണീയവുമല്ല. മറിച്ച് നിരന്തരവും ജാഗ്രതാപൂർണ്ണവും ആയ ഇടപെടലുകളിലൂടെ നിലവിലിരിക്കുന്ന വ്യവസ്ഥിതിയെ തങ്ങൾക്ക് അനുകൂലമാക്കുക എന്ന കടമയാണ് നാം അധികാരവികേന്ദ്രീകരണ പ്രക്രിയയിൽ ഇടപെട്ടുകൊണ്ട് നിറവേറ്റുന്നത്. തന്ത്രപരവും പ്രായോഗികവുമായ വിപ്ലവ സംഘാടനമെന്നതുപോലെ തന്നെ പ്രധാനമാണ് അതിനുതകുന്ന കളമൊരുക്കുകയെന്നതും. നാം ലക്ഷ്യമിടുന്ന വിധമുള്ള ജനകീയ ജനാധിപത്യ സംവിധാനത്തിലേക്കുള്ള വിപ്ലവകരമായ പരിവർത്തനത്തിന് ഉതകുന്ന വസ്തുനിഷ്ഠവും ആത്മനിഷ്ഠവുമായ പരുവപ്പെടലിന്, ഉരുവപ്പെടലിനുള്ള വഴിയൊരുക്കലും കളമൊരുക്കലുമായി വേണം അധികാര വികേന്ദ്രീകരണ പ്രക്രിയയിലുള്ള നമ്മുടെ ഇടപെടലുകളെ നോക്കിക്കാണേണ്ടത്, തിരിച്ചറിയേണ്ടത്.

ചുരുക്കത്തിൽ കേന്ദ്രീകൃത ജനാധിപത്യ മാർഗ്ഗം പുലർത്തുന്ന ഇടതുപക്ഷ കമ്യൂണിസ്റ്റ് പാർട്ടിക്കോ അതിലെ പ്രവർത്തകർക്കോ അംഗങ്ങൾക്കോ അധികാരവികേന്ദ്രീകരണ ജനാധിപത്യ വികേന്ദ്രീകരണ പ്രക്രിയയിൽ ഇടപെടുന്നതിനോ പ്രവർത്തിക്കുന്നതിനോ മൗലികമായി

ഒരു തടസ്സവും അനുഭവപ്പെടേണ്ടതില്ല. അങ്ങനെ കരുതുമ്പോഴും അധികാരത്തിന്റെ അന്യവർഗ്ഗബോധത്തിന് അത്തരമൊരു അംഗമോ പ്രവർത്തകരോ വിധേയപ്പെടാനും പാടുള്ളതല്ല. ആ വ്യവസ്ഥിതിയെ ജനകീയ ജനാധിപത്യ സംവിധാനമായി മാറ്റിത്തീർക്കുന്നതിനുള്ള ക്രമാനുഗതവും വിപ്ലവാത്മകവുമായ കടമയാണ് തന്നിൽ നിക്ഷിപ്തമെന്ന തിരിച്ചറിവാണ് നമുക്ക് ഉണ്ടാകേണ്ടത്.

അതുകൊണ്ട് കമ്യൂണിസ്റ്റ് ഇടതുപക്ഷ പ്രസ്ഥാനങ്ങളിലെ അംഗങ്ങളും പ്രവർത്തകരും തങ്ങളിൽ അർപ്പിതമായ കേന്ദ്രീകൃത ജനാധിപത്യ, ഉൾപ്പാർട്ടി സംവിധാനത്തോട് കടപ്പെട്ടിരിക്കുമ്പോൾതന്നെ തങ്ങൾ നിയുക്തരാക്കപ്പെട്ടിട്ടുള്ള വികേന്ദ്രീകൃത ജനാധിപത്യ ഭരണതലത്തിൽ നിക്ഷിപ്തമായ ഉത്തരവാദിത്വങ്ങൾ അതേയളവിൽ പ്രതിജ്ഞാബദ്ധതയോടെ നിറവേറ്റാനുള്ള ദ്വിമുഖ കടമയാണ് നിറവേറ്റേണ്ടത് എന്ന് സാരം.

അധികാരവികേന്ദ്രീകരണവും ആഗോളവല്ക്കരണവും

അധികാര വികേന്ദ്രീകരണ ജനാധിപത്യ വികേന്ദ്രീകരണ ഉദ്യമത്തെ ഒരു ഘട്ടത്തിൽ കടന്നാക്രമിക്കാനും കടുത്ത വിമർശനങ്ങൾക്ക് വിധേയമാക്കാനും ആയുധമാക്കിയത് ആഗോളവല്ക്കരണത്തിന്റെ ആശയങ്ങളാണ്. ലോകബാങ്കിന്റെ പരിപ്രേക്ഷ്യത്തിനുവിധേയമായിട്ടാണ് വികേന്ദ്രീകൃത ജനാധിപത്യ വീക്ഷണം നടപ്പാക്കുന്നതെന്നായിരുന്നു ഒരു വിമർശനം. അധികാരത്തിന്റെ അപ്പക്കഷണം കാണിച്ച് ജനസാമാന്യത്തിന്റെ വിപ്ലവ വീര്യം കെടുത്തുന്ന സാമ്രാജ്യത്വ തന്ത്രമാണ് ജനാധിപത്യ വികേന്ദ്രീകരണമെന്ന അധിക്ഷേപവും ഉന്നയിക്കപ്പെട്ടു. അടിസ്ഥാനപരമായി വ്യവസ്ഥിതിയിൽ നിലനില്ക്കുന്ന വർഗ്ഗവൈരുദ്ധ്യം ഇല്ലാതാക്കുന്നതിനുപകരം താല്ക്കാലികമായ ഉപാധികളിലൂടെയും, ക്ഷണികമായ പരിഹാരങ്ങളിലൂടെയും ഉപരിപ്ലവമായ മാറ്റങ്ങൾ ധ്വനിപ്പിക്കുക മാത്രമാണ് അധികാരവികേന്ദ്രീകരണം കൊണ്ടുണ്ടാകുന്നതെന്ന വാദവും ഉണ്ടായി. ഉത്തരവാദിത്വങ്ങൾ കൈയൊഴിഞ്ഞ് സർക്കാരുകൾ നടത്തുന്ന പിന്മാറ്റത്തിന് ഉചിതമായ അവസരവും ഉപകരണവുമായി അധികാരവികേന്ദ്രീകരണത്തെയും തദ്ദേശ ഭരണസ്ഥാപനങ്ങളെയും ഉപയോഗിക്കുകയാണെന്ന് ചൂണ്ടിക്കാണിക്കപ്പെട്ടു. ഇതിന്റെ പേരിൽ വേട്ടയാടപ്പെട്ടത് സാമൂഹ്യ സന്നദ്ധ സംഘടനകളോ പ്രവർത്തകരോ മാത്രമായിരുന്നില്ല കമ്യൂണിസ്റ്റ് പാർട്ടിയും ഇടതുപക്ഷ പുരോഗമന പ്രസ്ഥാനങ്ങളും ഉൾപ്പെടെ ഈ ആക്രമണത്തിന് ഇരയാക്കപ്പെട്ടു.

യാഥാർത്ഥ്യം, സ്വയംഭരണ ക്ഷമമായ പ്രാദേശിക സർക്കാരുകൾ എന്നത് ഗ്രാമസ്വരാജിന്റെ അടിസ്ഥാന സങ്കല്പനമാണെന്ന് മറന്നവരാണ് അധികാര വികേന്ദ്രീകരണത്തെ സൗകര്യപൂർവ്വം ലോകബാങ്കിന്റെ തത്ത്വശാസ്ത്രമായി വർണ്ണിച്ചവതരിപ്പിച്ചത്. ഉത്തരവാദിത്വങ്ങളും അധികാരങ്ങളും സിവിൽ സമൂഹ സംവിധാനത്തെ ഭരമേല്പിച്ച് സർക്കാർ കൈയൊഴിയുകയെന്ന ആഗോളീകരണ–ലോകബാങ്ക് ആശയമായിരുന്നില്ല. മറിച്ച്

അധികാര നിർവ്വഹണത്തിൽ അടിസ്ഥാന ജനസമൂഹത്തിന്റെ പങ്കാളിത്തവും ഉടമസ്ഥതയും നേതൃത്വവും എന്ന വിപ്ലവാത്മക വീക്ഷണമാണ് നാം പുലർത്തിയത്.

സ്വാതന്ത്ര്യാനന്തര ഇന്ത്യയിൽ 40-45 വർഷക്കാലം അധികാര വികേന്ദ്രീകരണത്തെ നിരാകരിക്കുകയായിരുന്നു. കോൺഗ്രസിന് അധികാരക്കുത്തക അവകാശപ്പെടാമായിരുന്ന നാലു പതിറ്റാണ്ടുകാലം തദ്ദേശ ഭരണ സംവിധാനത്തെ നിരാകരിച്ച് നിഷേധിച്ചവർ ജനാധിപത്യാധികാര വികേന്ദ്രീകരണത്തിന്റെ ആശയത്തെ ഉൾക്കൊള്ളാനാകില്ല. ഇന്ത്യയുടെ രാഷ്ട്രീയ സ്വതന്ത്രതയെയും സ്വയാശ്രയത്വത്തെയും ആഗോളവല്ക്കരണത്തിന്റെ മറവിൽ മുതലാളിത്ത-സാമ്രാജ്യത്വത്തിന് അടിയറവച്ചവർക്ക് എങ്ങനെയാണ് ആ നയങ്ങൾക്ക് ബദലായി തദ്ദേശീയ ജനസമൂഹത്തെ ജനാധിപത്യ അധികാര സംവിധാനത്തിലൂടെ ശക്തിപ്പെടുത്തുകയെന്ന പ്രത്യയ ശാസ്ത്ര പ്രതിരോധത്തിന്റെ ശക്തി തിരിച്ചറിയാനാകുക. ഉത്തരവാദിത്വങ്ങളും ചുമതലകളും കൈയൊഴിഞ്ഞ് ബാദ്ധ്യതകളെല്ലാം തദ്ദേശഭരണ സ്ഥാപനങ്ങളെ ഭരമേല്പിച്ച് സർക്കാരുകൾ ഓടിയൊളിക്കുക എന്നതായിരുന്നില്ല ഇടതുപക്ഷ രാഷ്ട്രീയദർശനം, മറിച്ച് രാഷ്ട്രീയവും ഭരണപരവുമായ അധികാരങ്ങളും വിഭവവും നിർവ്വഹണ സംവിധാനവും കൈയേല്പിച്ചുകൊണ്ട് തദ്ദേശഭരണ സ്ഥാപനങ്ങളെ ജനകീയ ജനാധിപത്യസംവിധാനത്തിന്റെ ശക്തവും ഉറപ്പുമുള്ളതുമായ അടിത്തറയാക്കുകയായിരുന്നു ചെയ്തത്. സർക്കാരിനും പൊതുസേവനസംവിധാനത്തിനും പകരം വയ്ക്കാൻ സിവിൽസമൂഹ സമാന്തര സംവിധാനങ്ങളെ വ്യവസ്ഥാപിതമാക്കുകയെന്ന ലോകബാങ്ക് പരിപ്രേക്ഷ്യമല്ല, മറിച്ച് പങ്കാളിത്ത ഉടമസ്ഥതയും ജനകീയ നേതൃത്വവും നിയന്ത്രണവും സാധിതമാക്കി സർക്കാർ-സേവന സംവിധാനത്തെ ഊർജ്ജിതവും ക്രിയാത്മകവും ജനകീയവുമാക്കാനുള്ള ഉദ്യമമാണ് ഇവിടെ ഏറ്റെടുത്തത്.

എന്നാൽ ഇവയൊന്നും തന്നെ വ്യവസ്ഥിതിയെ മാറ്റിത്തീർക്കുക എന്ന ആത്യന്തിക ലക്ഷ്യത്തിനും അതിനായുള്ള വിപ്ലവകരമായ പ്രവർത്തനത്തിനു പകരം വയ്ക്കാവുന്നതായി നാം കാണുന്നുമില്ല. അതുകൊണ്ട് സുചിന്തിതവും തെളിഞ്ഞ ആശയവ്യക്തതയോടെ വേണം അധികാര വികേന്ദ്രീകരണമെന്ന ആശയത്തെ ഇടതുപക്ഷ രാഷ്ട്രീയ പ്രസ്ഥാനത്തിൽ പെട്ടവർ ഉൾക്കൊള്ളേണ്ടതും പ്രാവർത്തികമാക്കേണ്ടതും. ഒന്ന് മറ്റൊന്നിന് വിരുദ്ധമോ ബദലോ അല്ല എന്നും ഒന്ന് മറ്റൊന്നിന് പൂരകവും സഹായകവും പ്രേരകവും ആണെന്നുള്ള ബോദ്ധ്യമാണ് നാം ഇക്കാര്യത്തിൽ പുലർത്തേണ്ടത്.

അധികാര വികേന്ദ്രീകരണം: സൈദ്ധാന്തികവും പ്രായോഗികവും

അധികാര വികേന്ദ്രീകരണം സംബന്ധിച്ച ഇടതുപക്ഷ പ്രസ്ഥാനത്തിന്റെ ഇടപെടൽ കേവലമോ ആശയപരമോ താല്ക്കാലികമോ ആയിരുന്നില്ല. അത് സൈദ്ധാന്തികവും പ്രായോഗികവുമായ തുടർച്ച തന്നെ

ആയിരുന്നു. ജനാധിപത്യ പ്രക്രിയയിലെ പ്രായോഗിക അനുഭവങ്ങളുടെ അടിസ്ഥാനത്തിൽ രൂപം നല്കപ്പെട്ടതും മൂർത്തമാക്കിയതുമാകും പ്രസ്തുത കാഴ്ചപ്പാടും അതിന്റെ നടത്തിപ്പും. നിലവിലുള്ള വ്യവസ്ഥിതിയുടെ മാറ്റത്തിനായി വിട്ടുവീഴ്ചയില്ലാതെ നിരന്തരം പോരാടുന്നതിനൊപ്പം നിലവിലുള്ള പരിമിതികൾക്കുള്ളിൽ നിന്നുകൊണ്ട് കഴിയുന്നത്ര ജനാധിപത്യപരവും പങ്കാളിത്തപൂർണ്ണവുമായ ഭരണക്രമം പ്രാവർത്തികമാക്കാനുള്ള പരിശ്രമമാണ് നാം നടത്തിയതും നടത്തുന്നതും.

1958 മുതൽ സ്ഥായിത്വത്തോടെയുള്ള ഈ സമീപനവും പ്രവർത്തനവും നമുക്ക് കാണാനാകും. 1958 ലെ സംസ്ഥാന ഭരണപരിഷ്കരണ കമ്മീഷനിൽ ജില്ലാ ഭരണ സംബന്ധമായി രണ്ട് വീക്ഷണങ്ങൾ ഉയർന്നുവന്നു. ജില്ലാതല ഭരണസ്ഥാപനങ്ങൾ നാമനിർദ്ദേശത്തിലൂടെ രൂപം നല്കിയാൽ മതിയെന്നും അവയ്ക്ക് ഉപദേശക-നിർദ്ദേശകാധികാരങ്ങൾ മാത്രം അനുവദിച്ചാൽ മതിയെന്നുമായിരുന്നു ഒരുപക്ഷം. മറുപക്ഷമാകട്ടെ ജില്ലാ ഭരണ സംവിധാനത്തിന് രൂപം നല്കേണ്ടത് തിരഞ്ഞെടുപ്പിലൂടെ വേണമെന്നും അവയ്ക്ക് വികസനപരവും ഭരണപരവുമായ എല്ലാ ഉത്തരവാദിത്വങ്ങളും അധികാരങ്ങളും ഭരമേല്പിച്ചുകൊണ്ടുള്ള സ്വയം ഭരണക്ഷമത ഉറപ്പാക്കണമെന്നും വാദിച്ചു. കമ്യൂണിസ്റ്റ് പാർട്ടി ഇതിൽ രണ്ടാമത്തെ പക്ഷത്താണ് നിലയുറപ്പിച്ചത്. അതുകൊണ്ട് ഗ്രാമപഞ്ചായത്തുകളെയും നഗര മുനിസിപ്പാലിറ്റികളെയും റവന്യൂ ജില്ലാ തലത്തിൽ ഏകോപിപ്പിക്കാനുതകുന്ന ജില്ലാ ഭരണ സംവിധാനം വിഭാവനം ചെയ്യുന്ന നിയമ നിർദ്ദേശം അവതരിപ്പിക്കാൻ അന്ന് സാദ്ധ്യമായതിന് കാരണം ഈ ഉറച്ച നിലപാടു തന്നെയായിരുന്നു.

ആസൂത്രണ ചുമതല ഉൾപ്പെടെ ഭരമേല്പിക്കപ്പെട്ട ജില്ലാ ഭരണകൂടമെന്ന സങ്കല്പനം യാഥാർത്ഥ്യമാക്കാനാണ് 1967 ൽ അവതരിപ്പിക്കപ്പെട്ട കേരള പഞ്ചായത്ത് രാജ് നിയമ നിർമ്മാണത്തിലൂടെ ശ്രമിച്ചത്.

1971 ൽ നിയമസഭയിൽ അവതരിപ്പിക്കപ്പെട്ടതും, പലവിധ സാമൂഹ്യ രാഷ്ട്രീയ സാഹചര്യങ്ങൾക്കടിപ്പെട്ട്, 1979 ൽ മാത്രം അംഗീകരിക്കപ്പെട്ടതുമായ കേരള ജില്ലാ ഭരണ നിയമനിർദ്ദേശത്തിലും നാം സമാന സമീപനമാണ് പിന്തുടർന്നത്. രാഷ്ട്രീയ കക്ഷി ഭിന്നതകളും സമ്മർദ്ദങ്ങളും മൂലം നിർവ്വഹണക്ഷമമാകാതെ പോയ പ്രസ്തുത നിയമനിർമ്മാണത്തിന്റെ സ്ഥാനത്ത് ഒരു പതിറ്റാണ്ടിനുശേഷം 1989 ൽ ജില്ലാ കൗൺസിൽ നിയമം പ്രാവർത്തികമാക്കുക വഴി നാം പുലർത്തിയത് ഈ സ്ഥായിയായ വീക്ഷണം തന്നെയാണ്. അതുകൊണ്ടുതന്നെയാണ് ഇതിനു മുന്നോടിയായി അധികാര വികേന്ദ്രീകരണത്തെപ്പറ്റി പഠിച്ച് ശുപാർശ ചെയ്യാൻ വി രാമചന്ദ്രൻ (മുൻ ചീഫ് സെക്രട്ടറി), പഞ്ചായത്ത് രാജ് ശാക്തീകരണം സംബന്ധിച്ച് പഠിച്ച് നിർദ്ദേശങ്ങൾ സമർപ്പിക്കാൻ എസ് ബി സെൻ (പശ്ചിമബംഗാൾ മുൻ പ്ലാനിങ് ബോർഡ് ഉപാദ്ധ്യക്ഷൻ) എന്നിവരെ എൽ ഡി എഫ് സർക്കാരുകൾ നിയോഗിച്ചത്.

അതുകൊണ്ടാണ് 1996 ലും 2006 ലും 2016 ലും ഭരണം കൈയാളുന്നതിന് അവസരം സംജാതമായ ഘട്ടങ്ങളിലെല്ലാം അധികാര വികേന്ദ്രീകരണത്തെ, ജനാധിപത്യ വികേന്ദ്രീകരണത്തെ, ആസൂത്രണ വികസന വികേന്ദ്രീകരണത്തെ ശക്തിപ്പെടുത്താൻ, സ്ഥായിത്വമുള്ളതാക്കാനുതകുന്ന ഉദ്യമങ്ങൾ ഇടതുപക്ഷ സർക്കാരുകളും കമ്യൂണിസ്റ്റ് പാർട്ടിയും സ്വീകരിച്ചത്, നടപ്പാക്കിയത്. അതിന്റെ സ്വാഭാവികമായ തുടർച്ചയും വികാസവുമാണ് 2020 ൽ പുതിയതായി നിലവിൽ വരുന്ന തദ്ദേശഭരണസ്ഥാപനങ്ങളെ അഭിമുഖീകരിക്കുമ്പോഴും നാം പുലർത്തുന്നത്.

ദേശീയ പ്രാദേശിക സംവാദം

സ്വാതന്ത്ര്യാനന്തര ഭാരതത്തിൽ അധികാരവികേന്ദ്രീകരണം സംബന്ധിച്ച് തുടർച്ചയായുള്ള സംവാദങ്ങൾ നടന്നിരുന്നു. ഇതിനിടയിൽ അധികാരവികേന്ദ്രീകരണത്തിനായി മൂർത്തമായ ചില ഉദ്യമങ്ങൾ സംസ്ഥാനതലത്തിൽ നടക്കുകയും ചെയ്തിരുന്നു. എന്നാൽ ദേശീയതലത്തിൽ അധികാരം കൈയാളിവന്ന ഒരു രാഷ്ട്രീയ പ്രസ്ഥാനവും ഇക്കാര്യത്തിൽ ആർജ്ജവത്തോടെ പ്രായോഗിക പരിശ്രമത്തിന് സന്നദ്ധമായില്ലെന്നതാണ് വസ്തുത. അവർക്ക് അധികാരവികേന്ദ്രീകരണവും തദ്ദേശഭരണവും വാചിക വിപ്ലവം മാത്രമായിരുന്നു. ഇന്നത്തെ ഭരണപ്രധാനി പറയുന്നതുപോലെ അന്നും "വോക്കൽ ഓൺ ലോക്കൽ" എന്നതായിരുന്നു രീതി. പ്രായോഗികമായി തദ്ദേശഭരണ സ്ഥാപനങ്ങളെ കേവലവും യാന്ത്രികവും ദുർബ്ബലവുമായ ഏജൻസികളോ ഉപകരണങ്ങളോ മാത്രമായയാണവർ കണ്ടുവന്നത്. ഇതിന് തെളിവാണ് ദേശീയതലത്തിൽ 1951 മുതൽ 1989 വരെ കാലയളവിൽ അധികാര–ആസൂത്രണ വികേന്ദ്രീകരണത്തെപ്പറ്റി പഠിക്കാനും ശുപാർശ സമർപ്പിക്കാനുമായി നിയോഗിക്കപ്പെട്ട വിവിധ കമ്മീഷനുകളുടെയും കമ്മിറ്റികളുടെയും റിപ്പോർട്ടുകൾക്കുമേൽ അക്കാലയളവിലെ ഭരണാധികാരികൾ സ്വീകരിച്ച നിഷ്ക്രിയത്വവും നിസ്സംഗതയും.

എന്നാൽ 1958–1989 വരെ കാലയളവിൽ തദ്ദേശഭരണ പഞ്ചായത്ത്–മുനിസിപ്പൽ– ജില്ലാ കൗൺസിൽ വ്യവസ്ഥാപനം മുൻനിർത്തി കേരളത്തിലെ ഇടതുപക്ഷ സർക്കാരുകൾ സ്വീകരിച്ച നിയമനിർമ്മാണ –നയരൂപീകരണ ശ്രമങ്ങൾ ഇതിൽനിന്ന് തികച്ചും വ്യത്യസ്തവും അർത്ഥവത്തുമായിരുന്നു. പശ്ചിമബംഗാളിൽ 1978 ൽ ജില്ലാ പരിഷത്തുകൾക്കു രൂപം നല്കിക്കൊണ്ട് തുടക്കമിട്ട വികേന്ദ്രീകരണ ദൗത്യവും ഇതിൽനിന്ന്

ഭിന്നമായിരുന്നില്ല. 1980–86 കാലയളവിൽ കർണ്ണാടകത്തിലും 1985–90 കാലയളവിൽ മദ്ധ്യപ്രദേശിലും ഒറീസയിലും നടന്ന സമാന നിലയ്ക്കുള്ള ഉദ്യമങ്ങളും ശ്രദ്ധേയമായിരുന്നു. കർണ്ണാടകത്തിൽ പഞ്ചായത്ത് രാജിനൊപ്പം ന്യായപഞ്ചായത്തുകൾക്കുകൂടി പ്രാബല്യം നല്കുംവിധം ഉണ്ടായ മുന്നേറ്റം ഏറെ പ്രസക്തമായിരുന്നു. എന്നാൽ ഈ പരിശ്രമങ്ങൾക്കു പലതിനും സ്ഥായിത്വമോ ഐക്യരൂപ്യമോ കൈവരിക്കാൻ കഴിഞ്ഞിരുന്നില്ല.

ഈ പശ്ചാത്തലത്തിലാണ് 1985 ന് ശേഷം ദേശീയ തലത്തിൽ പഞ്ചായത്ത് രാജ് നഗര ഭരണകാര്യ നിയമനിർമ്മാണ നിർദ്ദേശം ഉയർന്നുവന്നത്. രാജീവ് ഗാന്ധി പ്രധാനമന്ത്രിയായിരിക്കെ 1989 ൽ ഇതുസംബന്ധിച്ച് 64, 65 എന്നീ ഭരണഘടനാ ഭേദഗതി മുന്നോട്ടുവച്ചുള്ള നിയമനിർമ്മാണത്തിന് അവസരം ഒരുങ്ങി. മറ്റുപല രംഗങ്ങളിലും എന്നതുപോലെ ഭരണകാര്യ പൊതുസേവന രംഗത്തും ഗൗരവതരമായ വിമർശനങ്ങൾ ഉന്നയിച്ചുകൊണ്ടാണ് രാജീവ് ഗാന്ധി ഇതിന് തുടക്കമിട്ടത്. ജനാധിപത്യ ഭരണ സംവിധാനത്തിലെ അധികാര ദല്ലാൾമാരുടെ (പവ്വർ ബ്രോക്കേഴ്സ്) സാന്നിദ്ധ്യത്തെയും വികസന ക്ഷേമ സേവന നടത്തിപ്പിലെ മദ്ധ്യവർത്തി സമ്പ്രദായത്തെയും രാജീവ് ഗാന്ധി കടുത്ത ഭാഷയിലാണ് പരാമർശിച്ചത്. പൊതു വിഭവ വിതരണത്തിലും ചെലവിലും വിനിയോഗത്തിലും അവയുടെ ഗുണഫലത്തിലും ഉണ്ടാകുന്ന ഗണ്യമായ ചോർച്ചയും അതിനിടയാക്കുന്ന ഉദ്യോഗസ്ഥ–രാഷ്ട്രീയ വൃന്ദത്തിലെ അഴിമതിയും രാജീവ് ഗാന്ധി അർത്ഥശങ്കയില്ലാതെ വെളിപ്പെടുത്തി. എന്നാലത് പരിഹരിക്കാനായില്ലെന്നു മാത്രമല്ല അവ വർദ്ധിതമാനം കൈവരിക്കുന്നതാണ് തുടർകാലയളവിൽ നാം കണ്ടത്

അധികാരം ജനങ്ങളിലേക്കും അധികാരം ജനങ്ങൾക്കും

രാഷ്ട്രീയ–ഉദ്യോഗസ്ഥ ഭരണകാര്യ വിഭാഗങ്ങളിലെ അഴിമതി, കെടുകാര്യസ്ഥത, ഭരണകാര്യ നടത്തിപ്പിലെ അരാജകത്വം മുതലായവയ്ക്കുള്ള ശക്തമായ പരിഹാരം എന്ന നിലയ്ക്കാണ് രാജീവ് ഗാന്ധിയും സർക്കാരും അധികാര വികേന്ദ്രീകരണത്തെ മുന്നോട്ടുവച്ചത്. അതിനായി ഉയർത്തിയ മുദ്രാവാക്യമാകട്ടെ “അധികാരം ജനങ്ങളിലേക്ക്” എന്നതായിരുന്നു. ഇതുതന്നെയാണ് കോൺഗ്രസ് പാർട്ടിക്ക് തുടക്കം മുതൽ അധികാരവികേന്ദ്രീകരണ സങ്കല്പനത്തിൽ സംഭവിച്ച പിഴവിന് തെളിവ്. അവർ അന്നും ഇന്നും കാണുന്നത് നിസ്സീമമായ അധികാരങ്ങൾ സംഭരിക്കപ്പെട്ടിരിക്കുന്ന കേന്ദ്രത്തിൽനിന്ന് അഥവാ അധികൃതസ്ഥാനത്തുനിന്ന് താഴേത്തട്ടുകളിലേക്ക് ഉദാരമനസ്കതയോടെ കൈമാറി അവസാനം ജനമെന്ന അഗണ്യവിഭാഗത്തിലേക്ക് എത്തിച്ചേരുന്നതായ പ്രക്രിയയാണ് ജനാധിപത്യ വികേന്ദ്രീകരണം എന്നതാണ്. മൗലികമായും പ്രായോഗികമായും ഇതുതന്നെ ജനാധിപത്യവിരുദ്ധവും ഏകാധികാരപരവുമായ പരിപ്രേക്ഷ്യമാണ്.

ജനാധിപത്യസംവിധാനത്തിൽ അധികാരം ജനങ്ങൾക്കാണ്. അവരുടെ പ്രതിനിധികളിലൂടെ സൗകര്യപൂർവ്വം തീരുമാനം എടുക്കാനുള്ള അധികാര നിർവ്വഹണം നടത്തുന്നുവെന്നു മാത്രം. സ്വജീവിത പ്രക്രിയ സംബന്ധിച്ച്, അതിജീവനം സംബന്ധിച്ച് തീരുമാനം എടുക്കുന്നതിനുള്ള ജനതയുടെ അധികാരമെന്നത് സ്വയം സിദ്ധമാണ്. ജനാധിപത്യപ്രക്രിയയിൽ ജനങ്ങളുടെ അധികാരമെന്നത് ആരുടെയും ഔദാര്യമായി കിട്ടേണ്ട ഒന്നല്ല. സ്വയം നിക്ഷിപ്തമായ ജനാധിപത്യ അവകാശമാണ് അധികാരമാണ് ജനങ്ങളുടേത്. ഈ വ്യത്യസ്തത തിരിച്ചറിഞ്ഞുകൊണ്ടാണ് തങ്ങളുടെ ജീവസന്ധാരണ സംബന്ധിയായി സ്ഥായിത്വമുള്ള, സൃഷ്ട്യുന്മുഖമായ, പ്രായോഗികമായ തീരുമാനങ്ങൾ എടുക്കുന്നതിനുള്ള അധികാരം തദ്ദേശീയമായ ജനസമൂഹത്തിൽ സ്വയം നിക്ഷിപ്തമാണെന്നും അവർക്ക് അതീതമോ ഉപരിയോ ആയ കേന്ദ്രത്തിൽനിന്നും ഉദാരതയുടെയോ ദയാവായ്പിന്റെയോ പേരിൽ ചാർത്തിക്കിട്ടേണ്ടതല്ല ജനാധികാരം എന്ന് സാരം. ഈ നിലപാടാണ് ഇടതുപക്ഷ പുരോഗമന ജനാധിപത്യ പ്രസ്ഥാനങ്ങളും കമ്യൂണിസ്റ്റ് പാർട്ടിയും അധികാരവികേന്ദ്രീകരണമെന്ന വിഷയത്തിൽ സ്വീകരിച്ചതും തുടരുന്നതും.

ഇന്ത്യൻ ഭരണഘടനയുടെ മുഖവാചകത്തിന് തുടക്കംകുറിച്ചിരിക്കുന്നത് തന്നെ രാഷ്ട്രത്തിലെ ജനതയുടെ സവിശേഷാധികാരം വ്യക്തമാക്കിക്കൊണ്ടാണ്. പ്രസ്തുത മുഖവാചകത്തിൽ ഉൾച്ചേർക്കപ്പെട്ടിരിക്കുന്നതും ഭരണഘടനയുടെ ഉള്ളടക്കത്തിലെ വിവിധ ഭാഗങ്ങളിലായും അനുച്ഛേദങ്ങളിലായും വിന്യസിക്കപ്പെട്ടിരിക്കുന്ന ഖണ്ഡങ്ങളിലൂടെ വ്യവസ്ഥപ്പെടുത്തുന്നതുമാണ്. ജനാധിപത്യാധികാരം എന്നത് അതിനുള്ള സംവിധാനങ്ങളും അവയിലേക്കുള്ള പ്രാതിനിദ്ധ്യവും അവയുടെ നടത്തിപ്പും മറ്റും ഉൾപ്പെടെ ബന്ധപ്പെട്ട നിയമവ്യവസ്ഥകളാൽ പരിപാലിക്കപ്പെടുന്നതുമാണ്.

ഭരണഘടനയുടെ ഭാഗം IVൽ രാഷ്ട്ര നയനിർദ്ദേശക തത്ത്വങ്ങളിൽ പെടുന്ന 40-ാം അനുച്ഛേദം എന്താണ് അനുശാസിക്കുന്നത്? തദ്ദേശ സ്വയം ഭരണ സ്ഥാപനങ്ങളുടെ ഘടകങ്ങളായി പ്രവർത്തിക്കാൻ തക്ക അധികാരങ്ങളോടെയും ഉത്തരവാദിത്വങ്ങളോടെയും വില്ലേജ് പഞ്ചായത്തുകൾക്ക് രൂപം നല്കാനുള്ള ഉചിതമായ നടപടികൾ രാഷ്ട്രം നടപ്പാക്കണം എന്നാണ് വ്യവസ്ഥ. ഇവിടെ പ്രാഥമികമായി വ്യക്തമാക്കുന്നത് തദ്ദേശ ഭരണ സ്ഥാപനങ്ങൾ സ്വയംഭരണക്ഷമം ആകണമെന്ന വീക്ഷണമാണ്. രണ്ടാമതായി അത്തരം അടിസ്ഥാന ജനാധിപത്യ സ്ഥാപനങ്ങളായി വില്ലേജ് പഞ്ചായത്തുകൾ പ്രാവർത്തികമാക്കണമെന്നതാണ് വ്യക്തമാക്കുന്നത്. മൂന്നാമതായി ഇപ്രകാരം തദ്ദേശ സ്വയം ഭരണസ്ഥാപനങ്ങളുടെ വ്യവസ്ഥാപനം രാഷ്ട്രത്തിന്റെ സ്വയം സിദ്ധമായ കടമയാണെന്നും വ്യവസ്ഥ ചെയ്യുന്നു. അതായത് അധികാരം, തങ്ങൾ, കേന്ദ്രത്തിൽനിന്ന്, ഉദാരമനസ്കതയോടെ, താലൂക്ക്, ഗ്രാമതലത്തിലേക്ക് ദാനം ചെയ്യുന്നുവെന്നു രാജീവ് ഗാന്ധിയുടെയും കൂട്ടരുടെയും സമീപനം പ്രഥമദൃഷ്ട്യാ

തെറ്റാണെന്ന് സ്ഥാപിക്കപ്പെടുന്നു. മാത്രമല്ല രാഷ്ട്രം അനുശാസിക്കുന്ന നിയമവാഴ്ചയും ഭരണഘടനയും അധികാരവികേന്ദ്രീകരണത്തെ സാധൂകരിക്കുകയും അധികാരം ജനങ്ങൾക്കാണെന്ന അടിസ്ഥാന ജനാധിപത്യതത്ത്വം അരക്കിട്ടുറപ്പിക്കുകയും ചെയ്യുന്നു.

അധികാര വികേന്ദ്രീകരണവും രാഷ്ട്രീയപാർട്ടികളും

1950 ന് ശേഷം നാളിതുവരെ അധികാര വികേന്ദ്രീകരണത്തെപ്പറ്റി നടത്തപ്പെടുന്ന ചർച്ചകളിൽ ഉയർന്നു വരുന്ന ഒരു വാദം തദ്ദേശഭരണ സ്ഥാപനങ്ങൾ രാഷ്ട്രീയാതീതമാകണം എന്നതാണ്. സ്കാൻഡിനേവിയൻ കൗണ്ടികളുടെയും ബ്രിട്ടീഷ് കൗണ്ടികളുടെയും മറ്റും മാതൃകയിൽ നാമനിർദ്ദേശം ചെയ്തുവരുന്ന സിവിൽ സാമൂഹ്യ പ്രതിനിധികൾ മതിയാകും ഇത്തരം തദ്ദേശഭരണ സ്ഥാപനങ്ങളിൽ എന്നാണിക്കൂട്ടരുടെ വാദം. ബൽവന്ത് റായ് മേത്ത കമ്മിറ്റി മുതൽ ഇങ്ങോട്ട് ഇപ്രകാരം നാമനിർദ്ദേശംചെയ്യപ്പെട്ട വികേന്ദ്രീകൃത ഭരണ സ്ഥാപനങ്ങളെ പരാമർശിക്കുന്നുമുണ്ട്.

എന്നാൽ അധികാര വികേന്ദ്രീകരണത്തിന്റെ എല്ലാ തലങ്ങളിലും ഫലപ്രദമായി ഇടപെട്ട് പ്രവർത്തിക്കാൻ രാഷ്ട്രീയ പാർട്ടികൾക്ക് അവസരം ഉറപ്പാക്കേണ്ടതുണ്ട്. പ്രാഥമിക തലത്തിൽ മാത്രം ജനങ്ങൾക്കിടയിൽനിന്നും നേരിട്ടുള്ള തിരഞ്ഞെടുപ്പ് മതിയാകുമെന്നും ശേഷിക്കുന്ന തലങ്ങളിൽ രാഷ്ട്രീയാതീത നാമനിർദ്ദേശം വഴിയുള്ള പ്രാതിനിദ്ധ്യം മതിയെന്നുമുള്ള നിലപാട് 1989 ലും ഉന്നയിക്കപ്പെട്ടു. അതിന് അവസരം ഒരുക്കാനായി അത്തരംതലങ്ങളിലെ തിരഞ്ഞെടുപ്പ് പ്രക്രിയയിൽനിന്ന് രാഷ്ട്രീയ പാർട്ടികൾ സ്വയമേവ ഒഴിഞ്ഞു നില്ക്കണമെന്ന പഴയ വാദം ആവർത്തിക്കപ്പെട്ടു. അഴിമതിയുടെ വികേന്ദ്രീകരണവും മദ്ധ്യവർത്തി തലങ്ങളുടെ എണ്ണവും ചുരുക്കാനിത് സഹായകമാകും എന്നായിരുന്നു വാദത്തിന്റെ യുക്തി. എന്നാൽ ഇന്നത്തെ നിലയിൽ ഇത്തരത്തിൽ കണക്കിലെടുത്താൽ രാഷ്ട്രീയപാർട്ടികൾ വിട്ട് നില്ക്കേണ്ടത് പരിമിത അധികാര നിർവ്വഹണം മാത്രമുള്ള തദ്ദേശഭരണ രംഗത്തുനിന്നല്ല സംസ്ഥാന ദേശീയ ഭരണരംഗങ്ങളിൽ നിന്നാണെന്ന വാദം അംഗീകരിക്കേണ്ടതായി വരും. മാത്രവുമല്ല രാഷ്ട്രീയ നയരൂപീകരണ സംവിധാനങ്ങൾക്കപ്പുറം നിലനില്ക്കുന്ന അഴിമതിക്കും കാര്യക്ഷമതാ രാഹിത്യത്തിനും മദ്ധ്യവർത്തി സംവിധാനത്തിനും കക്ഷിരാഷ്ട്രീയ പാർട്ടികളാണ് ഉത്തരവാദികൾ എന്ന് കരുതുന്നത് മൗഢ്യമായിരിക്കും. ആയതിനാൽ വികേന്ദ്രീകൃത ജനാധിപത്യത്തെ അർത്ഥവത്താക്കാനും പ്രായോഗികമാക്കാനും തക്കവിധം രാഷ്ട്രീയപാർട്ടികളുടെ പങ്കാളിത്തവും തെരഞ്ഞെടുക്കപ്പെടുന്ന ജനപ്രതിനിധി സംവിധാനവും എല്ലാ തലത്തിലും ഉണ്ടാകണമെന്നതായിരുന്നു ഇടതുപക്ഷ പ്രസ്ഥാനങ്ങളുടെ കമ്യൂണിസ്റ്റ് പാർട്ടിയുടെ സുചിന്തിതമായ നിലപാട്.

വികേന്ദ്രീകരണം: കേന്ദ്രത്തിൽനിന്നുള്ള അപകേന്ദ്രീകരണം

അധികാര വികേന്ദ്രീകരണ സംബന്ധമായ നിയമനിർമ്മാണം എക്കാലത്തും യൂണിയൻ-സംസ്ഥാന നയ-നിയമ രൂപീകരണ വിഷയത്തിലെ സങ്കീർണ്ണ പ്രശ്നമായിരുന്നു. ഭരണഘടനയുടെ ഭാഗം IV അനുച്ഛേദം 40 പ്രകാരം തദ്ദേശ സ്വയംഭരണ സ്ഥാപനങ്ങൾക്ക് രൂപവും പ്രാബല്യവും നല്കേണ്ടുന്ന ഉത്തരവാദിത്വം രാഷ്ട്രത്തിന്റേതാണ്. എന്നാൽ ഭരണഘടനയുടെ അനുച്ഛേദം 246, 7-ാം ഷെഡ്യൂൾ 2-ാം പട്ടിക പ്രകാരം (ഇനം) തദ്ദേശ സ്വയം ഭരണമെന്നത് സംസ്ഥാന സർക്കാരുകളുടെയും നിയമ നിർമ്മാണസഭകളുടെയും നയ-നിയമരൂപീകരണ വിഷയമായിരിക്കുന്നു. അപ്പോൾ പിന്നെ എങ്ങനെയാണ് പാർലമെന്റിന് സൈദ്ധാന്തികമായ ഭരണഘടനാ ഭേദഗതിയോ, നിർവ്വഹണ ക്ഷമമായ നിയമനിർമ്മിതിയോ സാദ്ധ്യമാക്കുക? ഈ ചോദ്യത്തിനുള്ള ഒരുത്തരം ചട്ടക്കൂട് നിയമം പാർലമെന്റും പ്രായോഗിക നിയമം സംസ്ഥാന നിയമസഭകളും രൂപപ്പെടുത്തുകയെന്നതായിരുന്നു. ആ രീതിശാസ്ത്രമാണ് 1989 ലും പിന്നീട് 1992 ലും കോൺഗ്രസ് അവലംബിച്ചത്. ഒരർത്ഥത്തിൽ കൈനനയാതെ മീൻപിടിക്കാനായിരുന്നു ശ്രമം. പഞ്ചായത്ത് രാജ് നിയമം രൂപപ്പെടുത്തിയതിന്റെ ഖ്യാതി നേടുകയും എന്നാൽ അത് നടപ്പാക്കാനുള്ള ബാദ്ധ്യതയിൽനിന്ന് തലയൂരുകയുമായിരുന്നു കോൺഗ്രസിന്റെ രാഷ്ട്രീയ തന്ത്രം. ചട്ടക്കൂടു നിയമം മതിയാകില്ലല്ലോ വികേന്ദ്രീകരണം യാഥാർത്ഥ്യമാകാൻ. അപ്പോൾ സംസ്ഥാന സർക്കാരുകളും അവയ്ക്ക് നേതൃത്വം നല്കുന്ന പാർട്ടികളും യോജിച്ചാലും വിയോജിച്ചാലും അധികാരവികേന്ദ്രീകരണം നടപ്പാക്കാൻ നിർബ്ബന്ധിതമാകുമെന്നായിരുന്നു കോൺഗ്രസിന്റെ കണക്കുകൂട്ടൽ. മൂന്ന് പതിറ്റാണ്ടിനു ശേഷവും ഇന്ത്യൻ സംസ്ഥാനങ്ങളിലെ തദ്ദേശ ഭരണ സംവിധാനങ്ങളുടെ തൽസ്ഥിതി കണ്ണുതുറന്നുകാണുന്നവർക്ക് കോൺഗ്രസിന്റെയും രാജീവ് ഗാന്ധി പ്രഭൃതികളുടെയും നിഗമനത്തിന്റെ പൊള്ളത്തരം ശരിക്ക് ബോദ്ധ്യപ്പെടും. ബഹുഭൂരിപക്ഷം സംസ്ഥാനങ്ങളിലും ജനാധിപത്യ അധികാരവികേന്ദ്രീകരണമെന്നത് മരീചികയെന്ന പോലെ തുടരുകയാണിന്നും. കാരണം ഭരണവർഗ്ഗരാഷ്ട്രീയ കക്ഷികളുടെ ഇക്കാര്യത്തിലുള്ള ഇച്ഛാപൂർണ്ണമായ നടപടിയിലൂടെ മാത്രമേ ജനാധിപത്യാധികാര വികേന്ദ്രീകരണം യാഥാർത്ഥ്യമാകുകയുള്ളൂ എന്നതാണ്.

മറ്റൊരു വിഷയം തദ്ദേശഭരണമെന്നത് സംസ്ഥാന വിഷയമാകയാൽ സംസ്ഥാന സർക്കാരിൽനിന്ന് ഗണ്യമായ നിരക്കിൽ അധികാരങ്ങളും ഉത്തരവാദിത്വങ്ങളും തദ്ദേശസ്വയംഭരണ സ്ഥാപനങ്ങളിലേക്ക് കൈമാറ്റം ചെയ്യപ്പെടണം എന്നതാണ്. വാസ്തവത്തിൽ ഇങ്ങനെ ചെയ്യുമ്പോൾ യൂണിയൻ സർക്കാരും സംസ്ഥാന സർക്കാരുകളും തമ്മിൽ നിലവിലിരിക്കുന്ന അധികാരവിതരണക്രമത്തിൽ വലിയ ആനുപാതിക അന്തരം സംജാതമാകും. അപ്പോൾ നിലവിൽ യൂണിയൻ സർക്കാരിൽ നിക്ഷിപ്തമായിട്ടുള്ള വിവിധ അധികാരങ്ങളും ചുമതലകളും സംസ്ഥാനങ്ങളി

ലേക്ക് വികേന്ദ്രീകരിക്കപ്പെടേണ്ടതായി വരും. സന്തുലിതവും നീതിപൂർവ്വകവുമായ ഭരണ സംവിധാനം സാദ്ധ്യമാകണമെങ്കിൽ യൂണിയൻ സർക്കാർ വ്യാപരിക്കുന്ന ചുരുക്കം ചില മേഖലകളിലെങ്കിലും തദ്ദേശ ഭരണതലത്തിലേക്കും കൈമാറേണ്ടതായി വരും. ഇതിന് തയ്യാറാകാതെ സംസ്ഥാന സർക്കാരിന്റെ അധികാരങ്ങൾ മാത്രം വികേന്ദ്രീകരിക്കുകയും യൂണിയൻ സർക്കാർ വികേന്ദ്രീകരണത്തിന് സന്നദ്ധമാകാതിരിക്കുകയും ചെയ്യുന്നത് മൂലം വാസ്തവത്തിൽ വികേന്ദ്രീകരണമല്ല തികഞ്ഞ അമിതാധികാര കേന്ദ്രീകരണമാണ് സംഭവിക്കുന്നത്. ആയതിനാൽ കോൺഗ്രസും രാജീവ് ഗാന്ധി സർക്കാരും മുന്നോട്ടുവച്ച സങ്കുചിത വികേന്ദ്രീകരണ നടപടിയല്ല, നാടിനു വേണ്ടത് യൂണിയൻ സർക്കാരിൽ നിന്നുള്ള നീതിപൂർവ്വകവും സന്തുലിതവുമായ അധികാരവികേന്ദ്രീകരണമാണെന്ന നിലപാടിൽ നാം ഉറച്ചു നില്ക്കുകയാണുണ്ടായത്. അത്തരം അപകേന്ദ്രീകരണത്തിലൂടെ മാത്രമേ യഥാർത്ഥ വികേന്ദ്രീകരണം സാദ്ധ്യമാകൂ.

വികേന്ദ്രീകരണത്തിന്റെ സ്തംഭങ്ങൾ

ജനാധിപത്യ അധികാര വികേന്ദ്രീകരണത്തിന് സാധൂകരണം നല്കുമ്പോൾ ഭരണഘടനാ പദവി സിദ്ധിക്കുന്നത് ഏതെല്ലാം സ്ഥാപനങ്ങൾക്കായിരിക്കും? തത്സംബന്ധമായി കോൺഗ്രസിന്റെയും അവരുടെ ആഭിമുഖ്യത്തിൽ നിയോഗിച്ച വിദഗ്ദ്ധസമിതികളുടെയും അഭിപ്രായ നിർദ്ദേശങ്ങൾ അടിക്കടി മാറി മറിഞ്ഞുകൊണ്ടേയിരുന്നു. കേന്ദ്ര-സംസ്ഥാന-തദ്ദേശ തലങ്ങളിലുള്ള ത്രിത്വമാണ് കോൺഗ്രസ് വിഭാവനം, ചെയ്തു വന്നത്. എന്നാൽ കേരളം ഉൾപ്പെടെയുള്ള സംസ്ഥാനങ്ങളിൽ നിന്നുള്ള പ്രായോഗിക അനുഭവം മുൻനിർത്തി ഇടതുപക്ഷ പുരോഗമന പ്രസ്ഥാനങ്ങൾ മുന്നോട്ടുവച്ച നിർദ്ദേശം യൂണിയൻ-സംസ്ഥാന-ജില്ലാ-പ്രാദേശിക ഘടകങ്ങൾ ഉൾക്കൊള്ളുന്നതായ ചതുർസ്തംഭ ഭരണസംവിധാനമായിരുന്നു.

അതായത് തദ്ദേശഭരണ സ്ഥാപനതലത്തിലേക്കുള്ള അധികാര വികേന്ദ്രീകരണം പ്രാഥമികമായി റവന്യൂജില്ലാ തലത്തിലേക്കും പ്രാദേശിക തലത്തിലേക്കുമായിരിക്കണം. അതിനൊപ്പം യൂണിയൻ-സംസ്ഥാനതലങ്ങൾക്കിടയിലുള്ള അധികാര വികേന്ദ്രീകരണത്തെപ്പറ്റിയും സവിശേഷവും വിശദവും പ്രായോഗികവുമായ നിഗമനവും നിർവ്വഹണവും ഉണ്ടാകണം എന്നതായിരുന്നു നാം പുലർത്തിയ വീക്ഷണം. അശോക് മേത്ത കമ്മിറ്റിയുടെ റിപ്പോർട്ടിന്മേലുള്ള ഇ എം എസിന്റെ ഭിന്നാഭിപ്രായ കുറിപ്പിൽ ഉൾപ്പെടെ ഈ വീക്ഷണം ആവർത്തിച്ച് വ്യക്തമാക്കിയിട്ടുള്ളതുമാണ്. സംസ്ഥാനത്തിനു താഴെ ജില്ലാ-പ്രാദേശിക തലങ്ങളിൽ ദ്വിതല സംവിധാനമാകും അഭികാമ്യവും പ്രായോഗികവും എന്ന നിലപാടാണ് സ്വീകരിച്ചത്. മാത്രമല്ല ആദിമ നിവാസികളുടെ ആവാസമേഖലകളിലും വിദൂരദുർഘട പ്രദേശങ്ങളിലും ഉൾപ്പെടെ സാർവ്വത്രികമായി നിർബ്ബന്ധിത

ത്രിതല സമ്പ്രദായമെന്നത് അപ്രായോഗികവും വൈവിദ്ധ്യത്തെ തകർക്കുന്നതുമാകുമെന്നും ചൂണ്ടിക്കാട്ടുകയുണ്ടായി. അത്തരം പ്രദേശങ്ങൾക്ക് അനുയോജ്യവും സവിശേഷവുമായ തനതു സംവിധാനങ്ങൾ അനുശാസിക്കുന്നതാവും ഉചിതം എന്നും ചൂണ്ടിക്കാട്ടി.

ഇപ്രകാരമുള്ള ചതുർതല വികേന്ദ്രീകൃത സംവിധാനത്തിന് പ്രാബല്യം നല്കുമ്പോൾ വിദേശകാര്യം, പ്രതിരോധം, രാജ്യസുരക്ഷ, വിവരസാങ്കേതികത, ശാസ്ത്ര-വൈജ്ഞാനികം, വാർത്താവിനിമയം, നാണയ വ്യവസ്ഥ തുടങ്ങിയ ഏതാനും മൗലികാധികാരങ്ങൾ ഒഴികെയുള്ളവ യഥോചിതം സംസ്ഥാന-ജില്ലാ-പ്രാദേശിക ഭരണകൂടങ്ങൾക്ക് ഭരമേല്പിക്കണമെന്ന വാദവും ഉന്നയിക്കപ്പെട്ടു. എന്നാൽ ഈ പ്രായോഗിക വീക്ഷണത്തിന് പരിഗണന നല്കാൻ കോൺഗ്രസ് നയ വിശാരദർ തയ്യാറായില്ല.

ജനാധികാര വികേന്ദ്രീകരണത്തിന്റെ വ്യാപ്തി

തദ്ദേശഭരണ സ്ഥാപനങ്ങളിലേക്ക് അധികാരകൈമാറ്റം നടത്തുമ്പോൾ ഏതെല്ലാം സംഗതികളാകണം വികേന്ദ്രീകരണ വിധേയമാക്കേണ്ടതെന്ന മർമ്മ പ്രധാന ചോദ്യം ഉയർന്നുവന്നു. കേവലമായ തദ്ദേശഭരണ രൂപീകരണം മാത്രമല്ല അവയുടെ പ്രായോഗിക ധർമ്മങ്ങളും ഭരണഘടനാ പ്രതിവാദ്യവിഷയമായിരുന്നു. ഗ്രാമവികസനത്തിനുള്ള ഉപകരണം മാത്രമാണ് തദ്ദേശഭരണ സ്ഥാപനങ്ങൾ എന്ന സമീപനത്തെ നഖശിഖാന്തം എതിർത്തു. അതുകൊണ്ടുതന്നെ വികസന പ്രവർത്തനാധികാരങ്ങളിലും ക്ഷേമസുരക്ഷാ ചുമതലകളുടെ നിർവ്വഹണാധികാരത്തിലും പരമാവധി സാദ്ധ്യമാകുന്നത്ര വികേന്ദ്രീകരണം ഏർപ്പെടുത്തുമ്പോൾതന്നെ, നിയന്ത്രണാധികാരങ്ങൾ വികേന്ദ്രീകരിക്കപ്പെടുകയില്ലെന്നും അവ കേന്ദ്രീകൃതമായിത്തുടരുമെന്നുമുള്ള വികലവീക്ഷണത്തെ പൂർണ്ണമായും എതിർക്കുകയാണുണ്ടായത്.

ഭരണകാര്യ-വികസനകാര്യ-ക്ഷേമകാര്യ നിർവ്വഹണവും അവ സംബന്ധിച്ച നിയന്ത്രണാധികാരവും മാത്രം സംസ്ഥാന താല്പര്യവും ഇച്ഛാശക്തിയും അനുസരിച്ച് തദ്ദേശഭരണ സ്ഥാപനങ്ങൾക്ക് കൈമാറുന്നതിന്റെ പരിമിതിയും അസ്വാഭാവികതയും അപ്രായോഗികതയും ആവർത്തിച്ച് ചൂണ്ടിക്കാട്ടിയിരുന്നു. പ്രാദേശിക സർക്കാരുകൾ എന്ന നിലയിൽ പ്രവർത്തിക്കണമെങ്കിൽ നയരൂപീകരണത്തിനും നീതിന്യായ തീർപ്പിനും ഉൾപ്പെടെയുള്ള അധികാരങ്ങൾ തദ്ദേശഭരണ സ്ഥാപനങ്ങൾക്കുണ്ടാകണം. ആസൂത്രണ-വികസന-ക്ഷേമകാര്യ തീരുമാനങ്ങൾക്കുള്ള അധികാരവും താഴെതലങ്ങളിൽ ഉറപ്പാക്കപ്പെടണം. ഏറ്റവും നിർണ്ണായകമായ കാര്യം തദ്ദേശ ഭരണതലത്തിൽ അധികാരവും ഉത്തരവാദിത്വവും കൈമാറുന്നതിനൊപ്പം സാമ്പത്തിക വിഭവ സ്രോതസുകളും തദനുസരണം കൈമാറപ്പെടണമെന്നതാണ്. ഇത്തരത്തിൽ ഉചിതവും അനിവാര്യവുമായ ധനലഭ്യതാ സ്രോതസ്സുകൾ വികേന്ദ്രീകരിക്കപ്പെടാതെ

പ്രതീക്ഷിക്കുന്ന മട്ടിലുള്ള അധികാര വികേന്ദ്രീകരണം സംഭവിക്കില്ലെന്ന് ആവർത്തിച്ചു നാം ചൂണ്ടിക്കാട്ടിയിരുന്നു.

എന്നാൽ വികസന–ഭരണകാര്യ അഴിമതിയും കാര്യക്ഷമതാ രാഹിത്യവും സംബന്ധിച്ച് വാചാലമാകുമ്പോൾതന്നെ ധനവിഭവ അധികാരങ്ങൾ, നിയന്ത്രണാധികാരങ്ങൾ, നീതിന്യായാധികാരങ്ങൾ ഇവയൊന്നും വികേന്ദ്രീകരിക്കപ്പെടുന്നതിന് രാജീവ് ഗാന്ധി സർക്കാരോ കോൺഗ്രസ് പാർട്ടിയോ ഇന്ത്യൻ ഭരണ വർഗ്ഗമോ സന്നദ്ധമായിരുന്നില്ല. ഇക്കാര്യങ്ങൾ ദേശീയ വികസന കൗൺസിലിലും പാർലമെന്റിലും നാം ഉയർത്തിക്കൊണ്ടുവന്നത് ശ്രദ്ധേയമാണ്.

കേന്ദ്രീകരണത്തിന്റെ ഗൂഢതന്ത്രങ്ങൾ പരാജയപ്പെടുന്നു

64, 65 ഭരണഘടനാ ഭേദഗതി നിർദ്ദേശങ്ങൾ പാർലമെന്റിൽ അവതരിപ്പിച്ചുകൊണ്ട് രാജീവ് ഗാന്ധി നടത്തിയ പ്രസംഗം പ്രസിദ്ധമാണ്. ലോക്സഭയിൽ ബില്ല് മൃഗീയ ഭൂരിപക്ഷത്തോടെ അംഗീകരിക്കപ്പെട്ടു. എന്നാൽ രാജ്യസഭയിൽ അതിശക്തമായ എതിർപ്പ് ഉയർത്തിക്കൊണ്ടുവരാനും ബില്ലിനെ വോട്ടുചെയ്ത് പരാജയപ്പെടുത്തുകയും ചെയ്തു. അധികാരവികേന്ദ്രീകരണമെന്ന മറവിൽ അമിതാധികാര കേന്ദ്രീകരണമായിരുന്നു ബില്ലിന്റെ ആകെത്തുക എന്നതായിരുന്നു കാരണം. അതിൽ ചൂണ്ടിക്കാട്ടപ്പെട്ട മുഖ്യഘടകങ്ങൾ നോക്കുക.

- രാജ്യത്തെല്ലാ സംസ്ഥാനങ്ങളിലെയും തദ്ദേശീയ സവിശേഷതകൾ കണക്കിലെടുക്കാതെ സമാനരീതിയിൽ ത്രിതല സംവിധാനം നിർബ്ബന്ധമാക്കുന്നു.
- റവന്യൂജില്ലാതലത്തിൽ മൂന്നാം ഭരണ സ്തംഭം എന്ന സമഗ്ര ആശയം നിരാകരിക്കപ്പെടുന്നു.
- നയരൂപീകരണം, നീതിന്യായം എന്നീ അധികാര മേഖലകൾ തദ്ദേശഭരണതലത്തിൽ അന്യമാകുന്നു.
- തദ്ദേശഭരണ സ്ഥാപനങ്ങളിലേക്കുള്ള തിരഞ്ഞെടുപ്പ് നിർവ്വഹണവും അതുസംബന്ധിച്ച തർക്കപരിഹാരവും ദേശീയ തിരഞ്ഞെടുപ്പ് കമ്മിഷനിൽ നിക്ഷിപ്തമാകുന്നു. തന്മൂലം അപ്പീൽ നടപടികൾ ഉൾപ്പെടെ ഹൈക്കോടതി–സുപ്രീംകോടതി തലത്തിൽ പരിമിതപ്പെടുന്നു.
- തദ്ദേശഭരണ സ്ഥാപനങ്ങളുടെ ധനവിനിയോഗ ഓഡിറ്റിനുള്ള അധികാരം ഭരണഘടനാ സ്ഥാപനവും ദേശീയ പാർലമെന്റിനോടുമാത്രം വിധേയപ്പെട്ടതുമായ സി എ ജിയെ ഏല്പിക്കുന്നു. അത്യന്തം അധികാരകേന്ദ്രീകരണത്തിന് ഇതിടയാക്കും.
- ധനവിഭവ വിതരണം സംസ്ഥാനങ്ങളെ മറികടന്ന് ദേശീയ സർക്കാരിൽനിന്ന് ജില്ലാ കളക്ടർമാർ വഴി തദ്ദേശഭരണ സ്ഥാപനങ്ങളിലേക്കെന്ന രീതിയിലൂടെ വികേന്ദ്രീകരണത്തെ ഉപയോഗിച്ച് കേന്ദ്രീകൃതാധികാരം അടിച്ചേല്പിക്കുന്നു.

ഈ വിമർശങ്ങൾ അർത്ഥവത്തായിരുന്നുവെന്ന് കാലം തെളിയിച്ചതാണ്. തന്മൂലം രാജീവ് ഗാന്ധി അവതരിപ്പിച്ച ഭരണഘടനാ ഭേദഗതി നിർദ്ദേശം രാജ്യസഭയിൽ പരാജയപ്പെട്ടു എന്നതാണ് ചരിത്രസത്യം. ഇതിൽനിന്ന് വെളിപ്പെടുന്നത് യഥാർത്ഥത്തിൽ ജനാധിപത്യ വികേന്ദ്രീകരണം നടപ്പാക്കുകയെന്നതായിരുന്നില്ല ഇന്ത്യൻ ഭരണവർഗ്ഗ താല്പര്യം. മറിച്ച് കൂടുതൽ അധികാരങ്ങൾ, കേന്ദ്രീകരിക്കുക എന്നതുതന്നെ ആയിരുന്നു. അധികാരം ജനങ്ങളിലേക്ക് എന്ന് പാണന്മാർ പാടി നടക്കുമ്പോഴും പരമാവധി അധികാരം ഉന്നതങ്ങളിലേക്ക് മാത്രം എന്നതിനായിരുന്നു പ്രാബല്യം. ഈ വൈരുദ്ധ്യം ശക്തമായ ഭാഷയിൽ തുറന്നു കാണിക്കാനും ചെറുത്തു തോല്പിക്കാനുമാണ് ഇന്ത്യയിലെ ഇടതുപക്ഷ പുരോഗമന ശക്തികൾ തയ്യാറായത്.

73, 74 ഭരണഘടനാ ഭേദഗതികളും വികേന്ദ്രീകരണ സാദ്ധ്യതയും

1992 ൽ നരസിംഹ റാവു സർക്കാരിന്റെ കാലത്ത് അവതരിപ്പിക്കപ്പെട്ടതും ഭരണഘടനയുടെ ഭാഗം IX ൽ ഉൾച്ചേർക്കപ്പെട്ടതുമായ 73, 74 ഭരണഘടനാ ഭേദഗതികളാണ് കാൽനൂറ്റാണ്ട് കാലമായി ത്രിതല ഗ്രാമീണ ഭരണ സംവിധാനത്തിനും നഗരഭരണ സംവിധാനത്തിനും പിൻബലമായിരിക്കുന്ന പഞ്ചായത്ത് രാജ്-നഗരപാലികാ നിയമ നിർമ്മാണമായി അംഗീകരിക്കപ്പെട്ടത്. ഇതിൽ ഏറ്റവും പ്രസക്തമായത് തിരഞ്ഞെടുപ്പ്, ഓഡിറ്റ്, ധനവിഭവ വിതരണം എന്നിവ സംബന്ധിച്ചുയർന്ന മൗലിക വിയോജിപ്പുകൾ ഈ നിയമ നിർദ്ദേശങ്ങളിൽ പരിഹരിക്കപ്പെട്ടുവെന്നതാണ്. എന്നാൽ പ്രാദേശിക സർക്കാരുകൾ എന്ന പൂർണ്ണപദവിയിൽ തദ്ദേശഭരണ സ്ഥാപനങ്ങളെ കാണാനോ അധികാരവികേന്ദ്രീകരണം തദനുസരണം സാർത്ഥകമാക്കാനോ അപ്പോഴും സന്നദ്ധമായില്ല. ഏറ്റവും ശ്രദ്ധേയമായ കാര്യം ആസൂത്രണ- വികസന പ്രക്രിയയിൽ ജില്ലാ ആസൂത്രണ സമിതികൾ ഭരണഘടനാപരമായി നിലവിൽ വന്നു എന്നതാണ്.

എന്നാൽ ആസൂത്രണ-വികസന പ്രക്രിയയിലെ മർമ്മപ്രധാന പ്രശ്നം പരിഹരിക്കപ്പെട്ടില്ലെന്നു മാത്രമല്ല കൂടുതൽ രൂക്ഷമാകുകയാണുണ്ടായത്. സ്വാതന്ത്ര്യാനന്തര ഭാരതത്തിന്റെ ഇതുവരെ നടന്നതും. ആസൂത്രണ കമ്മിഷനുകളുടെയും 2014 ന് ശേഷം "നീതി ആയോഗ്" എന്ന ഉപദേശക വൃന്ദത്തിന്റെയും ആഭിമുഖ്യത്തിൽ പ്രാവർത്തികമാക്കപ്പെട്ടതുമായ ആസൂത്രണ പദ്ധതികൾ ഒന്നുംതന്നെ ഇന്ത്യയുടെ കാതലായ വികസന പ്രശ്നങ്ങൾക്ക് പരിഹാരമായിട്ടില്ല. ഒട്ടേറെ സാങ്കേതിക വിപ്ലവങ്ങളും കർമ്മപദ്ധതികളും പ്രഖ്യാപിതമായി, കേന്ദ്രാവിഷ്കൃതപദ്ധതികൾ ആവർത്തിക്കപ്പെട്ടു, വിപുലപ്പെട്ടു, വ്യാപിപ്പിക്കപ്പെട്ടു. ഫലം നിരാശാജനകം. മരം കണ്ടിട്ട് കാട് കാണാത്ത അവസ്ഥ.

ഇന്ത്യയിലെ മൂലധന ശക്തികളുടെ ആധിപത്യമോ സാമ്പത്തിക കുത്തകവല്ക്കരണമോ മത-ജാതി മർദ്ദനമോ ഒന്നുംതന്നെ പരിഹൃതമായില്ലെന്നു മാത്രമല്ല, ഭീതിതമാംവിധം അവ വർദ്ധിക്കുകയാണുണ്ടാ

യത്. ചൂഷക ന്യൂനപക്ഷവും ചൂഷിത ഭൂരിപക്ഷവും തമ്മിലുള്ള അന്തരം അനുദിനം, വർദ്ധിച്ചുവരുകയാണുണ്ടായത്. ഫലത്തിൽ ബഹുഭൂരിപക്ഷം വരുന്ന ഇന്ത്യൻ ജനസാമാന്യത്തിന് അധികാര വികേന്ദ്രീകരണത്തിന്റെ കാൽനൂറ്റാണ്ടിനിടയിലും കുത്തക ഭൂപ്രഭു വിഭാഗങ്ങളുടെയും കോർപ്പറേറ്റ് മുതലാളിത്ത ശക്തികളുടെയും അടിച്ചമർത്തലിനും ചൂഷണത്തിനും ഒരേ സമയം ബലിയാടാകേണ്ടി വന്നു. അദ്ധ്വാനിക്കുന്ന ജനവിഭാഗങ്ങൾ അടക്കം ദുർബ്ബല-ചൂഷിത സമൂഹത്തിന് വാസ്തവത്തിൽ ഇന്ത്യയിലെ അധികാര വികേന്ദ്രീകരണമെന്ന തൊലിപ്പുറത്തെ ചികിത്സകൊണ്ട് അടിസ്ഥാനപരമായ മാറ്റം ഉണ്ടായില്ലെന്നു മാത്രമല്ല കടുത്ത ജീവിത വെല്ലുവിളികൾ അഭിമുഖീകരിക്കേണ്ടതായും വന്നിരിക്കുന്നു.

പാർലമെന്ററി രംഗവും അധികാര വികേന്ദ്രീകരണവും

നിലവിലിരിക്കുന്ന പാർലമെന്ററി ജനാധിപത്യ വ്യവസ്ഥ തൊഴിലാളി വർഗ്ഗ സർവ്വാധിപത്യമെന്ന ആശയത്തെ അത് ഉൾക്കൊള്ളുന്നില്ലെങ്കിലും ചൂഷിത ഭൂരിപക്ഷത്തിന് ചൂഷക ന്യൂനപക്ഷത്തെ എതിർക്കുന്നതിനുള്ള ശക്തമായൊരു ആയുധമാണ്. അത്തരത്തിൽ നിലവിലിരിക്കുന്ന ഭരണ വ്യവസ്ഥയ്ക്കുള്ളിൽനിന്ന് ചൂഷകവർഗ്ഗത്തിനെതിരായ പോരാട്ടത്തിനുള്ള മറ്റൊരു ഉപാധിയായിട്ടാണ് നാം അധികാര വികേന്ദ്രീകരണ പ്രക്രിയയെ കാണുന്നത്. എപ്പോഴെല്ലാം ചൂഷിത ഭൂരിപക്ഷവർഗ്ഗം ഇത്തരം ആയുധങ്ങൾ ഉപയോഗപ്പെടുത്തി ഭരണാധികാരത്തിലെത്താൻ ശ്രമിച്ചിട്ടുണ്ടോ അപ്പോഴെല്ലാം ചൂഷക ന്യൂനപക്ഷം ജനാധിപത്യത്തെ നാമമാത്രമാക്കാനും അട്ടിമറിക്കാനുമുള്ള ശ്രമം നടത്തിയിട്ടുണ്ടെന്നുമുള്ള അനുഭവപാഠമാണ് നമുക്കുള്ളത്. അതുതന്നെയാണ് 73, 74 ഭരണഘടനാ ഭേദഗതി നിർദ്ദേശത്തിന് പ്രാബല്യം നല്കുമ്പോഴും സംഭവിച്ചത്.

അധികാര വികേന്ദ്രീകരണത്തിന്റെ പേരിൽ ആണയിട്ടവർതന്നെ തദ്ദേശഭരണസ്ഥാപനങ്ങളെ വികസന-ക്ഷേമ നടത്തിപ്പുകാർ മാത്രമായി പരിമിതപ്പെടുത്തി. പ്രാദേശിക സർക്കാരുകൾക്ക് അനിവാര്യമായ അധികാര ഘടകങ്ങൾ അവർ തദ്ദേശഭരണ സ്ഥാപനങ്ങൾക്ക് നിഷേധിച്ചു. ധനവിഭവ സ്രോതസ്സുകൾ വികേന്ദ്രീകരിക്കാതെ പ്രാദേശിക സർക്കാരുകളുടെ സാമ്പത്തിക പരാശ്രയത്വം അവശേഷിപ്പിച്ചു. പണം നല്കുന്നവർ നിയന്ത്രണ നിബന്ധനകളും നിർദ്ദേശിക്കുമെന്ന ധാർഷ്ട്യം അവർ തദ്ദേശഭരണ സ്ഥാപനങ്ങൾക്കുമേൽ അടിച്ചേല്പിച്ചു. വികസന-ക്ഷേമ ആസൂത്രണ നടപടികളിൽ പോലും മുകളിൽനിന്നുള്ള മാർഗ്ഗനിർദ്ദേശങ്ങളും മാനദണ്ഡങ്ങളും അടിച്ചേല്പിച്ചു. ആവർത്തിച്ചാവർത്തിച്ചുള്ള സർക്കാർ ഉത്തരവുകൾക്കും നിയന്ത്രണങ്ങൾക്കും തദ്ദേശഭരണ സംവിധാനം വിധേയമാക്കപ്പെട്ടു. ഫലത്തിൽ അദ്ധ്വാനവർഗ്ഗത്തിന്മേലുള്ള പീഡനങ്ങൾക്കും ചൂഷണങ്ങൾക്കും പരിഹാര മാർഗ്ഗമാകേണ്ടിയിരുന്ന തദ്ദേശഭരണ സ്ഥാപനങ്ങളെ അധികാരകേന്ദ്രീകരണ ഉപകരണങ്ങളാക്കി മാറ്റുന്നതിനാണ് ശ്രമിച്ചത്. ഇപ്പോഴത്തെ ഇന്ത്യൻ ഭരണകൂടം ഈ അവ

സരങ്ങളെ വർഗ്ഗീയമായികൂടി ഉപയോഗപ്പെടുത്തുകയാണെന്നു വന്നിരിക്കുന്നു. ചങ്ങാത്ത മുതലാളിത്തവും വർഗ്ഗീയ ശക്തികളും ചേർന്നുള്ള ഒരുതരം ജാരപ്രവർത്തനമായി വികേന്ദ്രീകൃത ജനാധിപത്യ സംവിധാനത്തെ ഇന്നവർ ഉപയോഗിച്ചുതുടങ്ങിയിരിക്കുന്നു. ഇതിനെ കൂടി ചെറുത്തു തോല്പിക്കേണ്ടതായ ഉത്തരവാദിത്വമാണ് ഇന്ത്യൻ ഇടതുപക്ഷ പുരോഗമന പ്രസ്ഥാനത്തിനുമേൽ വന്നുചേർന്നിരിക്കുന്നത്.

ഇതെങ്ങനെ സാദ്ധ്യമാകും? അധികാര വികേന്ദ്രീകരണത്തിന്റെ ഗുണഫലങ്ങൾ സാമാന്യജനസമൂഹത്തിന് അനുഭവവേദ്യമാക്കിക്കൊണ്ടു മാത്രമേ അവ സാദ്ധ്യമാവുകയുള്ളൂ. അങ്ങനെ ചെയ്യുമ്പോൾതന്നെ അല്പമാത്രവും താല്ക്കാലികവുമായ ഗുണഫലങ്ങളിൽ അഭിരമിക്കാതെ അടിസ്ഥാനപരമായ മാറ്റത്തിനുവേണ്ടിയുള്ള പോരാട്ടങ്ങൾക്ക് അവരെ സജ്ജമാക്കുന്നതിനുള്ള ബോധപൂർവ്വമായ കർത്തവ്യമാണ് നമ്മിൽ അർപ്പിതമായിരിക്കുന്നത്. പാർലമെന്ററി ജനാധിപത്യ അധികാര വികേന്ദ്രീകരണ സാദ്ധ്യതകൾ ഉപയോഗിക്കുമ്പോൾ തന്നെ അതാണ് അന്തിമ മോചനമാർഗ്ഗം എന്ന് ഭ്രമിച്ച് വശാകുകയല്ല വേണ്ടത് മറിച്ച് അടിസ്ഥാനപരമായി വ്യവസ്ഥിതിയിലുണ്ടാകേണ്ടുന്ന വിപ്ലവകരമായ മാറ്റത്തിനുവേണ്ടിയുള്ള പ്രവർത്തനം ചിട്ടപ്പെടുത്തുകയും ശക്തിപ്പെടുത്തുകയുമാണ് നമുക്ക് മുമ്പിലുള്ള മാർഗ്ഗം. ഇതിവിടെ ചൂണ്ടിക്കാട്ടുന്നത് ബോധപൂർവ്വമാണ്. ജനാധിപത്യ അധികാര വികേന്ദ്രീകരണത്തിന്റെ സാദ്ധ്യതയും പരിമിതിയും തിരിച്ചറിയാതെ അതാണ് അന്തിമമായി മാറ്റത്തിനുള്ള ഉപാധിയെന്നു കരുതുന്നവർ നമുക്കിടയിൽ ഉണ്ട്. അത്തരം വ്യതിചലനങ്ങൾക്കു വിധേയപ്പെടാതെ വ്യവസ്ഥിതിയുടെ സ്ഥായിയായ മാറ്റത്തിനായുള്ള പോരാട്ടത്തിലെ ആയുധങ്ങളിൽ ഒന്നു മാത്രമാണ് അധികാര വികേന്ദ്രീകരണമെന്ന ശരിയായ തിരിച്ചറിവോടെയും, അത് പ്രാവർത്തികമാക്കപ്പെടുന്നത് നിലവിലുള്ള വർഗ്ഗീയ ബൂർഷ്വാ ഭരണവർഗ്ഗ പശ്ചാത്തലത്തിലാണെന്ന ബോദ്ധ്യത്തോടെയും അതിനുള്ളിൽ ഇടപെട്ട് പ്രവർത്തിക്കാനുള്ള വിവേചനബുദ്ധി നാം കൈവരിക്കേണ്ടതുണ്ട്. നാളിതുവരെ നടന്ന അധികാര വികേന്ദ്രീകരണ ഉദ്യമങ്ങൾ തൊഴിലാളി കർഷകാദി ദാരിദ്ര്യജനസാമാന്യത്തിന്റെ ജീവിത കുതിപ്പിനോ അതിജീവനത്തിനോ ആഗ്രഹിച്ച മെച്ചമുണ്ടാക്കാനായില്ല. മഹാഭൂരിപക്ഷം വരുന്ന ദരിദ്രജന സാമാന്യത്തിന്റെ ജീവിതാവസ്ഥയ്ക്ക് മാറ്റം വരുത്തുന്നതിന് നിലവിലിരിക്കുന്ന ഭരണപ്രക്രിയയെ വികേന്ദ്രീകരിക്കുകയും ജനാധിപത്യവല്ക്കരിക്കുകയും ചെയ്യുന്നതുവഴി എത്രകണ്ട് മുന്നേറാനാകും എന്നതാണ് ചിന്തിക്കേണ്ടത്. അതിനുവേണ്ടി അനവരതം യത്നിക്കേണ്ടതുണ്ട്.

അധികാര വികേന്ദ്രീകരണം കേരളത്തിന്റെ അനുഭവം

ഇന്ത്യൻ യൂണിയൻ രൂപീകരണത്തെത്തുടർന്ന് ഭാഷയുടെ അടിസ്ഥാനത്തിൽ അതിർത്തി നിർണ്ണയിക്കപ്പെട്ടതും ഏതാനും ചില സംസ്ഥാനങ്ങളിൽ അതിർത്തി പ്രദേശങ്ങളിൽ ഇതര ഭാഷാ ന്യൂനപക്ഷങ്ങളായ

വർ ജീവിച്ചുവരുകയും ചെയ്യുന്നതുമായ പശ്ചാത്തലത്തിലാണ് രാജ്യത്തുള്ളത്. ഇത്തരത്തിൽ രൂപപ്പെട്ട ഇന്ത്യൻ യൂണിയനും സംസ്ഥാനങ്ങളും ഉൾക്കൊള്ളുന്ന ഫെഡറൽ രാഷ്ട്രഘടനയ്ക്കുള്ളിൽ നിന്നുള്ള ഉദ്യമമാണ് തദ്ദേശഭരണ തലത്തിലേക്കുള്ള അധികാര വികേന്ദ്രീകരണം. അതുകൊണ്ടുതന്നെ രാഷ്ട്രത്തിന്റെ ഫെഡറൽ ഘടനയ്ക്കുതകും വിധമുള്ള ഭരണാധികാര വിന്യാസം കേന്ദ്ര-സംസ്ഥാന- ജില്ലാ-പ്രാദേശിക തലങ്ങളിൽ ഉണ്ടാകണം. ഇതിൽ ഓരോ ഘടകവും അതാതിന്റെ തലങ്ങളിൽ സ്വയംഭരണ ക്ഷമമായിരിക്കുമ്പോൾ തന്നെ പരസ്പര സഹായകവും പൂരകവും ആയി വർത്തിക്കണം. അതിനർത്ഥം ഒന്ന് മറ്റൊന്നിനുമേൽ അധീശത്വം സ്ഥാപിക്കുകയെന്നല്ല. ഒപ്പം അവയോരോന്നും ലംബ-തിരശ്ചീന തലങ്ങളിൽ പരസ്പരാവലോകന സന്തുലന സാദ്ധ്യത (ചെക്ക് ആന്റ് ബാലൻസിങ്) ഉറപ്പാക്കുന്നതുമാകണം. സുചിന്തിതമായ ഈ വീക്ഷണം ഇന്ത്യൻ ഭരണവർഗ്ഗത്തിനില്ല. പക്ഷേ, ഇന്ത്യയിലെ ഇടതുപക്ഷം ഇക്കാലമത്രയും ഈ വീക്ഷണമാണ് ഉയർത്തിപ്പിടിച്ചിട്ടുള്ളത്.

കേരളത്തിൽ 1956–2020 കാലയളവിൽ എപ്പോഴൊക്കെ അധികാരത്തിൽ വന്നിട്ടുണ്ടോ അപ്പോഴൊക്കെ ഈ വീക്ഷണമനുസരിച്ചു പ്രവർത്തിക്കാനാണ് ഇടതുപക്ഷ സർക്കാരുകൾ ശ്രമിച്ചിട്ടുള്ളത്. എന്നാൽ കാലാകാലം മാറിവന്ന വലതുപക്ഷ സർക്കാരുകൾ ഈ പരിശ്രമത്തിന്റെ സ്ഥായിത്വത്തെ പുറകോട്ടടിക്കുകയുമാണ് ചെയ്തിട്ടുള്ളത്. എന്നാൽ ഇടതുപക്ഷ നേതൃത്വത്തിൽ അധികാരത്തിൽ വന്ന സംസ്ഥാന സർക്കാരുകളാകട്ടെ സമയബന്ധിതമായ തിരഞ്ഞെടുപ്പ് ഉറപ്പുവരുത്തുക മാത്രമല്ല ചെയ്തത്, തദ്ദേശഭരണ സ്ഥാപനങ്ങളെ ശാക്തീകരിക്കുന്നതിൽ മാതൃകാപരവും നേതൃത്വപരവുമായ നടപടികൾ സ്വീകരിക്കുകയുണ്ടായി.

1989 ലെ ജില്ലാ കൗൺസിൽ നിയമനിർവ്വഹണം തന്നെ മതിയായ ഉദാഹരണമാണ്. രാജ്യത്തിനുതന്നെ മാതൃകയായ റവന്യൂ ജില്ലാതല ഭരണസ്ഥാപനത്തെ യാഥർത്ഥ്യമാക്കി, രാഷ്ട്രീയ പക്ഷപാതിത്തത്തോടെ നിഷ്ക്രിയമാക്കുകയാണ് 1991 ൽ അധികാരമേറ്റ യു ഡി എഫ് സർക്കാർ ചെയ്തത്. തുടർന്ന് അവയെ പിരിച്ചുവിടുകയും ചെയ്തു. അധികാര വികേന്ദ്രീകരണം സംബന്ധിച്ചുള്ള കോൺഗ്രസിന്റെ അപായകരമായ കപടസമീപനത്തിന്റെ ഉത്തമ ദൃഷ്ടാന്തമാണ് 1994 ലെ വികലമായ കേരള പഞ്ചായത്ത് രാജ് – മുനിസിപ്പാലിറ്റി നിയമങ്ങൾ. എന്നാൽ എസ് ബി സെൻ കമ്മിറ്റി ശുപാർശകൾക്ക് പ്രാബല്യം നല്കിക്കൊണ്ട് 1999–2000 വർഷങ്ങളിലും 2009 ലും കേരള പഞ്ചായത്ത് രാജ്– മുനിസിപ്പാലിറ്റി നിയമങ്ങളിലും അധികാര വികേന്ദ്രീകരണ നിയമ ചട്ടങ്ങളിലും വരുത്തിയ പരിഷ്കരണങ്ങൾ വഴി 36 ഓളം നിയമങ്ങളിൽ ഭേദഗതി കൊണ്ടുവന്നു.

തദ്ദേശഭരണ പ്രവർത്തനങ്ങളെ മാതൃകാപരമായി ഏകോപിപ്പിക്കുന്ന സംസ്ഥാനവും അവയുടെ ഭരണത്തെ നിയാമകമായി ഏകോപിപ്പിക്കുംവിധം ദേശീയ വികസന കൗൺസിൽ, ധനകമ്മീഷൻ മുതലായ സംവിധാനങ്ങൾ ഉൾപ്പെടെ പ്രാവർത്തികമാക്കുന്ന യൂണിയൻ ഭരണ

തലവും എന്നിങ്ങനെയുള്ള ഫെഡറൽ രാഷ്ട്ര വീക്ഷണത്തിൽ ഊന്നിയുള്ള നിലപാടാണ് എക്കാലവും ഇടതുപക്ഷം മുന്നോട്ടുവച്ചിട്ടുള്ളതും പിന്തുടരുന്നതും. തദ്ദേശ ഭരണസംവിധാനത്തെ പരിഗണനയിലെടുത്ത് സംസ്ഥാനവും സംസ്ഥാന സർക്കാരുകളുടെ വിശ്വാസവും അഭിപ്രായവും കണക്കിലെടുത്ത് യൂണിയനും പ്രവർത്തിക്കുന്ന നില സംജാതമാകണം. ഇതിൽ ഏറ്റവും നിർണ്ണായകമായത് അടിസ്ഥാനതലത്തിൽ ജനങ്ങളോട് അടുത്തു നില്ക്കുന്ന തദ്ദേശഭരണ സ്ഥാപനങ്ങളാണ്. അവയിലൂടെ ആയിരിക്കണം ജനാധിപത്യ ഭരണ പ്രക്രിയ ജനസാമാന്യം അനുഭവിച്ചറിയുക. അതുകൊണ്ട് ഭരണത്തിന്റെ ഉടമസ്ഥരും ഗുണഭോക്താക്കളും പ്രയോക്താക്കളുമായ ബഹുജന സമാന്യത്തെ ഭരണപ്രക്രിയയിൽ അണിനിരത്തി, പങ്കെടുപ്പിച്ചുകൊണ്ട്, ജനാധിപത്യത്തിന്റെ ഗുണഫലം അനുഭവവേദ്യമാക്കുക എന്ന ബോധപൂർവ്വമായ, ഇടപെടലും പ്രവർത്തനവുമാണ് ഇന്ത്യയിലെ ഇടതുപക്ഷം വിശേഷിച്ച് കമ്യൂണിസ്റ്റ് പ്രസ്ഥാനം സ്വീകരിച്ചു പോരുന്നത്. നവകേരള നിർമ്മിതി മുൻനിർത്തിക്കൊണ്ട് 2016 –2020 കാലയളവിൽ നടത്തിയ ഉദ്യമങ്ങളുടെയും അടിത്തറയായി വർത്തിക്കുന്നത് ഈ അടിസ്ഥാനപരമായ ദർശനമാണ്, രാഷ്ട്രീയ കാഴ്ചപ്പാടാണ്, സമീപനമാണ്.

പഞ്ചായത്തീരാജ് - നഗരപാലിക പുരോഗമന വീക്ഷണം

73, 74 ഭരണഘടനാ ഭേദഗതി നിയമങ്ങൾ, അതിനെ അടിസ്ഥാന പ്പെടുത്തി കേരള നിയമസഭയിൽ അവതരിപ്പിക്കപ്പെട്ട പഞ്ചായത്ത് രാജ് -മുനിസിപ്പാലിറ്റി നിയമങ്ങൾ എന്നിവയെ അടിമുടി അവലോകനം ചെയ്തുള്ള നിലപാടാണ് ഇടതുപക്ഷ പ്രസ്ഥാനം സ്വീകരിച്ചത്. പ്രസ്തുത നിയമങ്ങളിലെ ജനാധിപത്യ വിരുദ്ധമായ ഉള്ളടക്കങ്ങളെ നാം കൃത്യതയോടെ തുറന്നുകാട്ടുകയുണ്ടായി. ഇതുമായി ബന്ധപ്പെട്ട് തിരുവനന്തപുരത്ത് 1993 ൽ സംഘടിപ്പിക്കപ്പെട്ട ജനസഭയിൽ ഉല്പതിഷ്ണുക്കളായ കോൺഗ്രസുകാർ പോലും പങ്കെടുത്തിരുന്നു.

1989 ൽ കേരള നിയമസഭയംഗീകരിച്ച് പ്രാബല്യത്തിൽ വന്നതും 1991 ൽ നടപ്പാക്കപ്പെട്ടതുമായ ജില്ലാ കൗൺസിൽ നിയമത്തോട് താരതമ്യം ചെയ്യുമ്പോൾ 73, 74 ഭരണഘടനാ ഭേദഗതികൾ പല കാര്യങ്ങളിലും പിന്നോക്കമാണെന്നു തന്നെ നാം ചൂണ്ടിക്കാട്ടി. 1960 മുതൽക്കുള്ള കാലയളവിൽ കേരളത്തിലെ രാഷ്ട്രീയ കക്ഷികളും പൊതുസമൂഹവും സാമൂഹ്യ വിദഗ്ദ്ധരും ഉയർത്തിപ്പിടിച്ചതും സ്വാംശീകരിച്ചതുമായ അധികാര വികേന്ദ്രീകരണ ആശയത്തിന്റെ അന്തസത്തയ്ക്ക് വിരുദ്ധമാണ് പാർലമെന്റ് അംഗീകരിച്ച പഞ്ചായത്ത് രാജ്-നഗരപാലികാ നിയമങ്ങൾ എന്നത് നാം തുറന്നു കാട്ടി.

വിപ്ലവകരമെന്നും അധികാരം ജനങ്ങളിലേക്കെന്നും മറ്റുമുള്ള വാചകമടി മാത്രമായി പരിണമിച്ചതും പാർലമെന്റിൽ പരാജയപ്പെട്ടതുമായ 64, 65 ഭരണഘടനാ ഭേദഗതികളുടെതന്നെ തുടർച്ചയായിരുന്നു പുതിയ ഭേദഗതി നിർദ്ദേശങ്ങൾ. താഴെത്തട്ടിലുള്ള ജനാധിപത്യഭരണ സ്ഥാപനങ്ങളായ പഞ്ചായത്തുകളെയും നഗര കോർപ്പറേഷനുകളെയും ഉൾപ്പെടെ എല്ലാ പ്രാദേശിക സ്വയംഭരണസ്ഥാപനങ്ങളെയും ഭരണഘടനാപരമാ

ക്കുന്നു എന്ന പേരിൽ യൂണിയൻ ഗവൺമെന്റിന്റെ കാൽക്കീഴിൽ വീഴ്ത്തുകയായിരുന്നു പ്രസ്തുത ഭേദഗതികൾ. അതുകൊണ്ടുതന്നെയാണ് പ്രസ്തുത ബില്ലുകൾ രാജ്യസഭയിൽ പ്രതിപക്ഷ പാർട്ടികളുടെ യോജിച്ച നിലപാടിനു മുമ്പിൽ പരാജയപ്പെട്ടത്. എന്നാൽ ഈ അനുഭവത്തിൽ നിന്ന് ജനാധിപത്യപരമായ ഒരു പാഠവും ഇന്ത്യൻ ഭരണവർഗ്ഗം ഉൾക്കൊണ്ടില്ലെന്നതിന്റെ തെളിവായിരുന്നു 73, 74 ഭരണഘടനാ ഭേദഗതികൾ.

ഫെഡറലിസത്തിന്റെ ലംഘനം

അധികാര വികേന്ദ്രീകരണത്തെപ്പറ്റിയും പ്രാദേശിക സ്വയം ഭരണത്തെപ്പറ്റിയുമുള്ള ഭരണഘടനാ നിർമ്മാണ സഭയിലെ ചർച്ചയിൽ കെ സന്താനം നടത്തിയ വിശദീകരണം നോക്കുക. "തദ്ദേശ ഭരണ സ്ഥാപനങ്ങൾക്ക് എന്തെല്ലാം അധികാരങ്ങൾ നല്കണം, അവയുടെ അധികാരപരിധി എന്താകണം, ചുമതലകൾ എന്തൊക്കെയാകണം, എന്നതൊക്കെ ഓരോ പ്രവിശ്യകളിലും അതാതിടങ്ങളിലെ സാമൂഹ്യ-രാഷ്ട്രീയ സാഹചര്യങ്ങൾക്കനുസൃതമായി വ്യത്യസ്തമായിരിക്കും. അതിനെക്കുറിച്ച് കർക്കശവ്യവസ്ഥകൾ ഭരണ ഘടനയിൽ ഉൾപ്പെടുത്തുന്നതല്ല അഭികാമ്യം മറിച്ച് അതിനുള്ള അവകാശം പ്രവിശ്യാ നിയമനിർമ്മാണസഭകൾക്ക് വിട്ടുകൊടുക്കുകയാണ് വേണ്ടത് എന്നാണ്.

ഫെഡറൽ രാഷ്ട്ര സംവിധാനത്തിലെ അധികാര വിന്യാസത്തെപ്പറ്റി ഡോ. അംബേദ്കർ തന്നെ ഭരണഘടനാ നിർമ്മാണസഭയിൽ പരാമർശിച്ചത് ശ്രദ്ധേയമാണ്. യൂണിയന്റെയും സംസ്ഥാനങ്ങളുടെയും നിയമനിർമ്മാണ-നിർവ്വഹണാധികാരങ്ങൾ യൂണിയൻ രൂപപ്പെടുത്തിയ നിയമത്തിലൂടെയല്ല, മറിച്ച് ഭരണഘടനാ വ്യവസ്ഥയിലൂടെത്തന്നെ ഉരുകിത്തിരിഞ്ഞുവരണം എന്നതാണ് ഫെഡറൽ വ്യവസ്ഥ. ഭരണഘടനയ്ക്കുകീഴിൽ, നിയമനിർമ്മാണ-നിർവ്വഹണ കാര്യങ്ങളിലെ അധികാരങ്ങൾക്കുവേണ്ടി സംസ്ഥാനങ്ങൾ യൂണിയനെ ഒരുതരത്തിലും ആശ്രയിക്കേണ്ടതില്ല. യൂണിയന് സംസ്ഥാനങ്ങൾക്കുമേൽ അധീശത്വവും ഇല്ല. ഇക്കാര്യത്തിൽ യൂണിയനും സംസ്ഥാനങ്ങൾക്കുമിടയിൽ സഹകരണാത്മകമായ സഹവർത്തിത്വവും സമത്വവുമാണുള്ളത് എന്നായിരുന്നു അംബേദ്കറിന്റെ പ്രസ്താവം.

പഞ്ചായത്ത് രാജ്- മുനിസിപ്പൽ ഭരണവ്യവസ്ഥ നടപ്പാക്കുന്നതിനും സ്ഥായിത്വമുള്ളതാക്കുന്നതിനും ഒരു ഭരണഘടനാ ഭേദഗതി വേണമെന്നോ പാർലമെന്റിൽ നിയമം കൊണ്ടുവരണമെന്നോ അതിന് ദേശീയ ഐക്യരൂപ്യം വേണമെന്നോ യൂണിയൻ-സംസ്ഥാന ബന്ധങ്ങളെപ്പറ്റി പഠിക്കാൻ നിയോഗിച്ച ഒരു കമ്മിറ്റി പോലും ശുപാർശ ചെയ്തിരുന്നില്ല. പകരം സംസ്ഥാന മുഖ്യമന്ത്രിമാരും യൂണിയൻ ക്യാബിനറ്റ് പ്രതിനിധികളായ മന്ത്രിമാരുമടങ്ങുന്ന ഉപസമിതി കരട് മാതൃകാ ബിൽ തയ്യാറാ

ക്കണമെന്നും സംസ്ഥാന നിയമസഭകൾ ഉചിതമായ മാറ്റങ്ങളോടെ സ്വീകാര്യമായ നിയമനിർമ്മാണം നടത്തണമെന്നുമായിരുന്നു ശുപാർശ. പാർലമെന്റിൽ തദ്ദേശഭരണ സംബന്ധമായി രാജ്യത്തിനാകെ ബാധകമാകുന്ന ഏകീകൃത നിയമനിർദ്ദേശം അവതരിപ്പിച്ചുള്ള ഭരണഘടനാ ഭേദഗതി അംഗീകരിക്കുക വഴി ഫെഡറലിസത്തെ അട്ടിമറിക്കുകയായിരുന്നു ചെയ്തത്. രണ്ടാമതായി ഇത്തരമൊരു ഭരണഘടനാ ഭേദഗതി ഉൾക്കൊള്ളുന്ന കരടുനിയമം എവിടെ, എപ്പോൾ, എങ്ങനെ, ഏതുവേദിയിൽ രൂപപ്പെട്ടു എന്നത് പരിശോധിക്കുക. കാര്യനിർവ്വഹണ ഉദ്യോഗസ്ഥർ (ജില്ലാ മജിസ്ട്രേറ്റുമാർ, ഡെപ്യൂട്ടി കമ്മീഷണർമാർ, കളക്ടർമാർ, ഗവ. സെക്രട്ടറിമാർ) ഉൾക്കൊള്ളുന്ന വൃന്ദമാണ്, അവരുടെ ആശയവിനിമയത്തിൽനിന്നാണ് കരടു നിയമം രൂപപ്പെട്ടത്. സംസ്ഥാന-ദേശീയ രാഷ്ട്രീയ ജനപ്രതിനിധികളുടെ പങ്കാളിത്തമോ സാന്നിദ്ധ്യമോ സംഭാവനയോ ഉണ്ടായില്ല. അത്യന്തം ഉദ്യോഗസ്ഥാധിഷ്ഠിതവും കേന്ദ്രീകൃതവുമായ ഈ രീതിയും ഫെഡറലിസത്തെ കടപുഴക്കുന്നതായിരുന്നു. മാത്രമല്ല ഈ ഉദ്യോഗസ്ഥവൃന്ദം തന്നെ തദ്ദേശ ഭരണവ്യവസ്ഥയുടെ ഉദയത്തിനും പതനത്തിനും കാരണമോ പങ്കാളികളോ ആയിട്ടുള്ളവരായിരുന്നുവെന്നതും കാണാം.

സ്വയംഭരണ ക്ഷമതയും പ്രാദേശിക സർക്കാരും

73, 74 ഭരണഘടനാ ഭേദഗതികൾ വ്യത്യസ്ത അർത്ഥത്തിൽ പ്രാദേശിക സർക്കാരുകളുടെയും തദ്ദേശീയ ജനതയുടെയും സ്വയംഭരണക്ഷമതയെ ഹനിക്കുന്നു. ഒന്നാമതായി ഏകതാന സ്വഭാവത്തോടെയുള്ള ത്രിതല പഞ്ചായത്ത്-നഗര ഭരണക്രമം ഭരണഘടന വഴി അടിച്ചേല്പിക്കപ്പെടുന്ന സ്ഥിതി. തനതായും സ്വാഭാവികമായും വലിയ പഞ്ചായത്തുകളും വിസ്തൃതി കുറഞ്ഞ ജില്ലകളും വിന്യസിക്കപ്പെടുന്ന സംസ്ഥാനങ്ങളിൽ (കേരളം ഉൾപ്പെടെ) മദ്ധ്യതല പഞ്ചായത്തുകൾ പ്രായോഗികമായി അധികപ്പറ്റോ അപ്രായോഗികമോ ആയിത്തീരാവുന്ന സാദ്ധ്യത. അത്തരം ഘടനാപരമായ വിഷയത്തിൽ തദ്ദേശീയ സവിശേഷതയും ആവശ്യകതയും പ്രായോഗികതയും കണക്കിലെടുത്ത് നയവും നിയമവും രൂപപ്പെടുത്താനുള്ള സംസ്ഥാനങ്ങളുടെ അധികാരവും അവകാശവും ഇവിടെ യൂണിയൻ കവർന്നെടുത്തു (അധികാര വികേന്ദ്രീകരണത്തിൽ കാലാകാലം സംസ്ഥാനങ്ങൾ പുലർത്തിയ വിമുഖത ഈ വികല സമീപനത്തിന് സാധൂകരണമാകില്ല). രണ്ടാമതായി ആദിമനിവാസികൾ, സാംസ്കാരിക ന്യൂനപക്ഷങ്ങൾ, അന്യവല്കൃത-പാർശ്വവല്കൃത സമൂഹങ്ങൾ മുതലായവർക്ക് തനതായ സ്വയം നിർണ്ണയ ഭരണകാര്യവേദികൾ വ്യവസ്ഥാപിച്ച് തദ്ദേശീയ ഭരണക്രമം പുലർത്താമെന്ന (ഉദാ: ഗൂർഖാ ഹിൽ കൗൺസിൽ - ബംഗാൾ, ലഡാക്ക് ഹിൽ കൗൺസിൽ - കാശ്മീർ മുതലായവ) അവസരം നിരാകരിക്കപ്പെടുക വഴി അവരുടെ സ്വയംഭരണാവസരം കവർന്നെടുക്കപ്പെട്ടു.

ഭരണ നിർവ്വഹണം-വികസന കാര്യം - ക്ഷേമ സുരക്ഷ - നിയന്ത്രണ നടത്തിപ്പ് എന്നിവയിൽ മാത്രം അധികാര വികേന്ദ്രീകരണം പരിമിതപ്പെടുത്തുക വഴി നയരൂപീകരണം, നിയമനിർമ്മാണം, നീതിന്യായം എന്നീ മുഖസ്തംഭങ്ങൾ തദ്ദേശഭരണ സ്ഥാപനങ്ങളിൽനിന്ന് അന്യമാക്കപ്പെട്ടു. അതോടെ അവ തീർത്തും സ്വയംഭരണ ക്ഷമതയില്ലാത്ത ഉപകരണങ്ങൾ മാത്രമാക്കപ്പെട്ടു. മേൽപരാമർശിച്ച രംഗങ്ങളിൽത്തന്നെ സമഗ്രമോ സമ്പൂർണ്ണമോ ആയ അധികാരങ്ങളുണ്ടാകില്ല, മറിച്ച് ഭരമേല്പിക്കപ്പെടുന്ന തലങ്ങളിൽ വിന്യസിക്കപ്പെടുന്നതോ വിനിയോഗിക്കപ്പെടാവുന്നതോ ആയ അധികാരങ്ങളോ ഉത്തരവാദിത്വങ്ങളോ മാത്രമേ കൈമാറ്റപ്പെടുകയുള്ളൂ. അതാകട്ടെ ബന്ധപ്പെട്ട സംസ്ഥാന സർക്കാർ വീക്ഷണത്തിനും ഇച്ഛാശക്തിക്കും ദയാദാക്ഷിണ്യത്തിനും വിധേയമായി മാത്രം.

73-ാം ഭരണഘടനാ ഭേദഗതിയുടെ ഭാഗമായി 11-ാം പട്ടികയിൽ 29 വിഷയങ്ങളും 74-ാം ഭരണഘടനാ ഭേദഗതിയുടെ ഭാഗമായി 12-ാം പട്ടികയിൽ 18 വിഷയങ്ങളും നിശ്ചയിച്ചതിലൂടെ അത്തരം മേഖലകളിൽ മാത്രമായി അധികാര വികേന്ദ്രീകരണത്തെ പരിമിതപ്പെടുത്തുകയും ക്രമപ്പെടുത്തുകയും ചെയ്തു. പ്രസ്തുത പട്ടികകളിൽ ഉൾപ്പെട്ട ഉപരിവിഷയങ്ങൾ കൈമാറേണ്ടതില്ലെന്ന ലളിതയുക്തിയിലേക്ക് സംസ്ഥാനസർക്കാരുകൾ അതിവേഗം എത്തിച്ചേർന്നു. അതിൽ തന്നെ എത്രകണ്ട്, ഏതളവിൽ കൈമാറണമെന്ന് മാനദണ്ഡപ്പെടുത്താത്ത സ്ഥിതിക്ക് താന്താങ്ങളുടെ സ്വേച്ഛാപരമായ ഇംഗിതത്തിനനുസൃതമായി അധികാര വികേന്ദ്രീകരണം പരിമിതപ്പെട്ടു. അതുതന്നെ ഏതേതെല്ലാം തലങ്ങളിലേക്ക് കൈമാറണമെന്ന് നിജപ്പെടാത്ത സ്ഥിതിയിൽ തികച്ചും പ്രതിലോമകരമായ നിലയിലേക്ക് നിയമ നിർമ്മാണം മാറി. ചുരുക്കത്തിൽ ഐക്യ രൂപ്യത്തിന്റെ പേരിൽ നടത്തിയ നീക്കം തികച്ചും വികൃതവും വിപരീതവുമായ ഫലമാണുളവാക്കിയത്.

"രാഷ്ട്ര"മെന്ന സംജ്ഞയ്ക്കുണ്ടായ പരിമിതി

ഭരണഘടനയിൽ പ്രയോഗിക്കപ്പെട്ടിരിക്കുന്ന ഒരു വാക്കിന് ഒരേ വിഷയത്തെ സംബന്ധിച്ച് ഒരേ സന്ദർഭത്തിൽ രണ്ട് വ്യത്യസ്ത അർത്ഥവും വ്യാഖ്യാനവും നല്കാനാണ് പാർലമെന്റും കോൺഗ്രസ് സർക്കാരും പഞ്ചായത്ത് രാജ്-നഗരപാലികാ നിയമനിർമ്മാണഘട്ടത്തിൽ ശ്രമിച്ചത്. "സ്റ്റേറ്റ്" അഥവാ "രാഷ്ട്രം" എന്ന പദമാണത്. അനുച്ഛേദം 40 ലും 246 ലും പ്രയോഗിച്ചിട്ടുള്ള ഈ പദത്തെ "രാജ്യം" എന്നും "സംസ്ഥാന" മെന്നും രണ്ട് അർത്ഥത്തിൽ ഈ നിയമ നിർമ്മാണങ്ങളിൽ എടുത്ത് പ്രയോഗിക്കുന്നു. തദ്ദേശഭരണ സ്ഥാപനാർത്ഥം ഭരണഘടനാഭേദഗതി നടത്തുന്നതിനെ സാധൂകരിക്കാനാണ് അനുച്ഛേദം 40 ലെ പ്രയോഗത്തിന് "രാഷ്ട്രം" എന്ന് വ്യാഖ്യാനിച്ച് ദേശീയ പാർലമെന്റ് അധികാരം കൈയാളാൻ തയ്യാറായത്. മറിച്ച് യൂണിയൻ ലിസ്റ്റിൽ പെട്ട അധികാരങ്ങൾ

താഴേക്ക് നല്കപ്പെടുന്നത് ഒഴിവാക്കാനായി തദ്ദേശഭരണത്തെ 7-ാം പട്ടികയിലെ സംസ്ഥാന വിഷയമാക്കി മാറ്റാനാണ് അനുച്ഛേദം 246 ലെ പ്രയോഗത്തെ സംസ്ഥാനം എന്ന അർത്ഥ തലത്തിലേക്ക് ചുരുക്കിയത്. രാഷ്ട്രം എന്ന് വിപുലമായ അർത്ഥത്തിൽ പ്രയോഗിച്ചിരുന്നെങ്കിൽ കേന്ദ്രീകൃതമായ എത്രയോ അധികാരങ്ങൾ തദ്ദേശ ഭരണതലത്തിലേക്ക് കൈമാറേണ്ടതായി വരുമായിരുന്നു. ഇതുണ്ടായില്ലെന്നു മാത്രമല്ല സംസ്ഥാനങ്ങളിൽ നിക്ഷിപ്തമായ പരിമിതാധികാരങ്ങൾ മാത്രം കൈമാറപ്പെടുന്ന നിലയിലേക്ക് അധികാര വികേന്ദ്രീകരണ പ്രക്രിയ ചുരുങ്ങുകയും ചെയ്തുവെന്നതാണ് സംഭവിച്ചത്. പ്രതിലോമകരമായ രണ്ട് ഫലങ്ങൾ ഉണ്ടായി എന്നതാണ് രാഷ്ട്രമെന്ന സംജ്ഞയ്ക്കുണ്ടായ ചുരുക്കംമൂലം സംഭവിച്ചത്.

കൃത്രിമ വിഭജനത്തിന്റെ പ്രായോഗിക പരിമിതി

1993 ലെ ഭരണഘടനാ ഭേദഗതികൾ മൂലമുണ്ടായ മറ്റൊരു പ്രത്യാഘാതം കൃത്രിമമായ ഗ്രാമ-നഗര വിഭജനവും റവന്യൂ ജില്ലാതല ഭരണ സംവിധാനത്തിന്റെ തിരസ്കരണവുമാണ്. ജനസംഖ്യ, ഭൂവിസ്തൃതി, വരുമാന വളർച്ചാഗതി മുതലായവയൊക്കെ പരിഗണിച്ച് ഗ്രാമ-നഗര പ്രദേശങ്ങളെ പ്രത്യേകമായി കാണുകയും തിരശ്ചീനതലത്തിൽ ത്രിതല ഗ്രാമ ഭരണ-നഗരകാര്യ സ്ഥാപനങ്ങൾക്ക് രൂപംനല്കുകയുംചെയ്തു. ഇക്കാര്യത്തിൽ സംസ്ഥാനങ്ങളുടെ അഭിപ്രായം പരിഗണിച്ചതേയില്ല. തന്മൂലം ഗ്രാമപ്രദേശങ്ങളിലെ മദ്ധ്യതല പഞ്ചായത്തും നഗരപ്രദേശങ്ങളിലെ ടൗൺ പഞ്ചായത്തും പ്രായോഗിക അടിസ്ഥാനത്തിൽ അധികപ്പറ്റായി പരിണമിക്കുന്ന സ്ഥിതി വന്നുചേർന്നു. കേരളത്തിൽ ബ്ലോക്ക് പഞ്ചായത്തുകൾ പ്രായോഗികമായി ആവശ്യമില്ലെന്ന ശക്തമായ വാദം അക്കാലത്ത് ഉയർന്നുവന്നതോർക്കുക.

അധികാര വികേന്ദ്രീകരണ ചർച്ചയിൽ തുടക്കം മുതൽ ഉന്നയിക്കപ്പെട്ടതാണ് സംസ്ഥാനങ്ങൾക്കും പ്രാദേശിക ഘടകങ്ങൾക്കും ഇടയിലുള്ള ജില്ലാ ഭരണകൂടമെന്ന ആശയം. കേരളം ഉൾപ്പെടെ പല സംസ്ഥാനങ്ങളും ഈ നിലയ്ക്കുള്ള ശക്തവും ഗുണപരവുമായ മാറ്റത്തിന് തുടക്കംകുറിക്കുകയും ചെയ്തു. എന്നാൽ ത്രിതല പഞ്ചായത്ത് സംവിധാനത്തിൽ ജില്ലാ പഞ്ചായത്തുകളെ ഗ്രാമപ്രദേശ പ്രാതിനിദ്ധ്യ ഘടകമായി പരിമിതപ്പെടുത്തുക വഴി സമഗ്രമായ ജില്ലാ ഭരണ സംവിധാനത്തെ നിരാകരിക്കുക മാത്രമല്ല നഗര-ഗ്രാമ പ്രദേശങ്ങളുടെ പാരസ്പര്യം തന്നെ ഇല്ലാതാക്കിക്കളഞ്ഞു. ഇതിന്റെ ദുഷ്ഫലങ്ങളിൽനിന്ന് ഇപ്പോഴും നമുക്ക് പുറത്തു കടക്കാനായിട്ടില്ല. ഇക്കാര്യത്തിലും സംസ്ഥാനങ്ങളുടെ അഭിപ്രായത്തെ കോൺഗ്രസും ഭരണാധികാരികളും അവഗണിക്കുകയാണുണ്ടായത്. പ്രാദേശിക ഭരണ-വികസന-ക്ഷേമ പ്രവർത്തന ഏകോപനവും നേതൃത്വവും സ്ഥായിത്വവും നഷ്ടമായി എന്നു മാത്രമല്ല ആവർത്തനവും

ശിഥിലീകരണവുംകൊണ്ട് അധികാര വികേന്ദ്രീകരണ പ്രക്രിയ വികൃതമാക്കുകയും ചെയ്യുന്ന സ്ഥിതിയാണിവിടെ നാം കണ്ടത്. ഗ്രാമ-നഗര ഏകോപനമില്ലായ്മയും അനാവശ്യമായ മത്സരവും ഉദ്യോഗസ്ഥ വെറിയും ചേർന്നപ്പോൾ തദ്ദേശഭരണ പ്രക്രിയ വികലവും യാന്ത്രികവും സങ്കീർണ്ണവും ആകുകയാണുണ്ടായത്. അധികാര-ആസൂത്രണ വികേന്ദ്രീകരണത്തെ കഴിഞ്ഞ കാൽനൂറ്റാണ്ടിനിടയിൽ സ്ഥായിത്വമുള്ളതാക്കുന്നതിൽ ഈ കൃത്രിമ സാങ്കേതിക അതിർത്തിവിഭജനങ്ങൾ ഗണ്യമായ പിന്നോക്കം പോക്കിനാണ് അവസരം ഒരുക്കിയത്.

നയ-നിയമാധികാരങ്ങൾ നിഷേധിച്ചു

1993 ലെ പഞ്ചായത്ത് രാജ് – നഗര പാലികാ നിയമത്തിന്റെ മറ്റൊരു പ്രധാന ന്യൂനത നയരൂപീകരണത്തിനും നീതിന്യായത്തിനുമുള്ള അധികാര വികേന്ദ്രീകരണ നടപടിയുടെ നിഷേധമാണ്. തന്മൂലം പ്രാദേശിക സർക്കാരുകളെന്ന സങ്കല്പനം തന്നെ അന്യമായി. ജനാധിപത്യ രാഷ്ട്ര ഘടനയുടെ ത്രിസ്തംഭ സിദ്ധാന്തം തന്നെ അന്യമാക്കപ്പെട്ടു. നയ-നിയമ അധികാരങ്ങൾ നിക്ഷിപ്തമാകാത്തതിനാൽ സ്വയംഭരണക്ഷമത കല്പിക്കാനാകാത്ത, ചിറകരിയപ്പെട്ട സ്ഥാപനങ്ങളായി തദ്ദേശഭരണസ്ഥാപനങ്ങൾ മാറി. നയരൂപീകരണമെന്നത് യൂണിയൻ-സംസ്ഥാന തലങ്ങളിൽ കുത്തകയാക്കപ്പെട്ടതോടെ അവയുടെ ചട്ടുകങ്ങളായി മാത്രം പ്രാദേശിക ഭരണസ്ഥാപനങ്ങൾ പരിണമിച്ചു.

ന്യായപഞ്ചായത്തുകൾ എന്ന ഘടകത്തിൽ തുടക്കം മുതൽ കോൺഗ്രസിനും യൂണിയൻ ഭരണകൂടത്തിനും കൃത്യമായ ഭിന്നാഭിപ്രായമായിരുന്നു ഉണ്ടായിരുന്നത്. ഖാപ്പ് പഞ്ചായത്തുകളെയും ജാതിപഞ്ചായത്തുകളെയും അംഗീകരിക്കുമ്പോൾതന്നെ തദ്ദേശഭരണ സ്ഥാപനതലത്തിൽ നീതിന്യായ അധികാരം ഭരമേല്പിക്കാനവർ സന്നദ്ധരായതേയില്ല, മറിച്ച് ന്യായാധിപരിലൂടെയുള്ള നീതിനടത്തിപ്പിനായാണവർ തുനിഞ്ഞത്. ഇതുമൂലം തദ്ദേശഭരണ സ്ഥാപനങ്ങളെ ദുർബ്ബലമാക്കുകയും ന്യായാധികാരികളെ ആശ്രിതരാക്കുകയുമാണ് ചെയ്തത്. ഇതുമൂലം ജനങ്ങൾക്ക് അതാതിടങ്ങളിൽ ലഭ്യമാകുമായിരുന്ന വാതിൽപ്പടി നീതിന്യായ സാദ്ധ്യത ഇല്ലാതാക്കപ്പെടുകയും വ്യവഹാര ആധിക്യത്താലുള്ള നീതി നിഷേധത്തിന്റെ ആക്കം കൂട്ടുകയും ന്യായാധികാര നടത്തിപ്പിൽ ഉദ്യോഗസ്ഥവല്ക്കരണത്തിനിടയാക്കുകയുമാണുണ്ടായത്. കേരളത്തിൽ 1959 ൽ നിർദ്ദേശിക്കപ്പെട്ട ഭരണപരിഷ്കരണ റിപ്പോർട്ട് മുന്നോട്ടുവച്ച ഗ്രാമതല ജന-അദാലത്തുകൾ, കർണ്ണാടകയിൽ തുടക്കമിട്ട ന്യായപഞ്ചായത്തുകൾ മുതലായ പരീക്ഷണങ്ങൾ ഇതോടെ അസ്തമിക്കുകയാണുണ്ടായത്. നീതിന്യായ നിർവ്വഹണത്തിലെ കാലതാമസവും തല്ഫലമായുള്ള നീതി നിഷേധവും അതീവ ഗുരുതരമായി തുടരുകയാണ് ഇതുകാരണം ഉണ്ടായത്.

പ്രത്യേക പ്രാതിനിദ്ധ്യം സാങ്കല്പികം മാത്രമാകുന്നു

73, 74 ഭരണഘടനാ ഭേദഗതികളുടെ വിപ്ലവാത്മക ഘടകമായി ചൂണ്ടിക്കാണിക്കപ്പെട്ടത് പട്ടികജാതി-പട്ടികവർഗ്ഗ വിഭാഗങ്ങൾക്ക് ജനസംഖ്യാനുപാതികമായും സ്ത്രീകൾക്ക് 33.33 ശതമാനം നിർബ്ബന്ധിതമായുമുള്ള പ്രാതിനിദ്ധ്യമായിരുന്നു. എന്നാൽ ഈ മാറ്റം കേവലം അംഗത്വത്തിൽ മാത്രമേ പ്രതിഫലിച്ചുള്ളൂ. ഭരണകാര്യനേതൃത്വം സവർണ്ണാധിഷ്ഠിതവും പുരുഷാധിപത്യപരവുമായിത്തന്നെ തുടർന്നു. തിരഞ്ഞെടുക്കപ്പെട്ട ഭരണാധികാരികളിൽ പട്ടികജാതി-പട്ടികവർഗ്ഗ ദളിത് വിഭാഗങ്ങളോടുള്ള വിവേചനം പലമട്ടിൽ വെളിപ്പെട്ടു. ചാണകം തളിച്ച് ശുദ്ധിവരുത്തുക, ഇരിപ്പിടം നിഷേധിക്കുക തുടങ്ങിയവ പലയിടങ്ങളിലും ആവർത്തിക്കപ്പെട്ടു. "പതിപഞ്ചായത്തുകൾ" എന്ന പിൻസീറ്റ് നിയന്ത്രിത ഭരണം അരങ്ങേറി. ദളിത് പിന്നോക്ക വിഭാഗങ്ങൾ, സ്ത്രീകൾ തുടങ്ങിയവർക്കൊന്നും ഭരണാധികാരം കൈയേല്ക്കാനോ നിറവേറ്റാനോ കഴിയില്ലെന്ന കാല്പനിക വാദമായിരുന്നു പണ്ഡിതവര്യർപോലും പുലർത്തിപ്പോന്നത്. പരിരക്ഷാത്മകമോ ചോദനാത്മകമോ ആയ വിവേചനമെന്ന മൗലികാവകാശ വ്യവസ്ഥയാണിവിടെ ലംഘിക്കപ്പെട്ടത്. മാത്രമല്ല നേതൃത്വതലത്തിൽ ഇത്തരം പരിരക്ഷാവ്യവസ്ഥപ്പെടുത്താത്തതുമൂലം ഗണ്യമായ അവസര നിഷേധത്തിനിടയാക്കുകയും ചെയ്തു. ഇക്കാര്യത്തിൽ സെൻകമ്മിറ്റി ശുപാർശയെത്തുടർന്ന് 1999 ൽ കേരളം നടത്തിയ സൃഷ്ട്യുന്മുഖ ഭേദഗതിയിലൂടെ 50 ശതമാനം വരെ നിർബ്ബന്ധിത സ്ത്രീപ്രാതിനിദ്ധ്യം അംഗത്വത്തിലും നേതൃത്വത്തിലും ഉറപ്പാക്കാനായത് വിപ്ലവകരമായ മാറ്റമായി മാറി. ഇതാകട്ടെ അന്യാദൃശമായ സ്ത്രീശാക്തീകരണത്തിനും മുന്നേറ്റത്തിനും മാത്രമല്ല ഗണ്യമായ ഭരണകാര്യക്ഷമതയ്ക്കും നവീകരണത്തിനും കൂടിയാണ് ഇടയായത്.

ഒന്നാമതായി, സ്വയം ഭരണ ബഹുജനപങ്കാളിത്തം വളർത്തുക, രണ്ടാമതായി, പൂർണ്ണ പ്രാദേശിക വികസനം സാദ്ധ്യമാക്കുക, മൂന്നാമതായി, തീരുമാനം എടുക്കുന്നതിൽ പ്രാന്തവല്കൃത വിഭാഗങ്ങളുടെ പങ്കാളിത്തം എന്നിവ ഉറപ്പാക്കുന്നതിനെ ഈ സമീപനം ദുർബ്ബലപ്പെടുത്തി. ചൂഷണാധിഷ്ഠിത സാമൂഹ്യാവസ്ഥയിൽനിന്നും സ്വയം വിമുക്തരാകാനും സംരക്ഷിക്കപ്പെടാനുമുള്ള മനോഭാവത്തെ ഈ സാങ്കല്പിക പ്രാതിനിദ്ധ്യസമീപനം ദുർബ്ബലപ്പെടുത്തി. പ്രാതിനിദ്ധ്യ ജനാധിപത്യത്തിലെ പങ്കാളിത്ത പരിമിതി കുറയ്ക്കാനുള്ള സാദ്ധ്യതയാണവർ നിഷേധിച്ചത്.

ജില്ലാ ആസൂത്രണ സമിതി ദുർബ്ബലമായി

തീർത്തും അനവാധനതയോടെ നടത്തിയ നിയമ നിർമ്മാണ രീതി കൊണ്ടാണ് ജില്ലാ ആസൂത്രണസമിതി എന്നത് 74-ാം ഭരണഘടനാ ഭേദഗതിയിൽ ഒതുങ്ങിപ്പോയത്. നിലവിലത് പഞ്ചായത്ത് രാജ് നിയമത്തിന്റെ ഭാഗമാകുന്നില്ല. സമഗ്ര തദ്ദേശഭരണ പ്രക്രിയയിലും ഉൾച്ചേർത്തു വയ്ക്ക

പ്പെടുന്നില്ല. ഏച്ചുകെട്ടൽ പോലെ മുഴച്ചു നില്ക്കുന്ന ഘടന. പക്ഷേ, ജില്ലാ ആസൂത്രണ സമിതിയുടെ ഘടനയും പ്രാതിനിദ്ധ്യവും വരെ നിഷ്കർഷിക്കുക വഴി ഗ്രാമ-മദ്ധ്യതല പഞ്ചായത്തുകൾക്ക് പ്രതിനിധി കളില്ലാത്ത സ്ഥിതിയായി. ഇതര തദ്ദേശ ഭരണസ്ഥാപനങ്ങൾക്കുമേൽ ഒരുതരം അധീശഭാവം ജില്ലാ പഞ്ചായത്തിനും അതിലൂടെ ജില്ലാ ആസൂത്രണസമിതിക്കും വന്നുചേരുമെന്നതാണ് ഇതിലൂടെ സംഭവിച്ചത്. വികസന പദ്ധതിയുടെ അന്തിമരൂപകല്പന അധികാരം ജില്ലാ ആസൂത്രണ സമിതിയിൽ നിക്ഷിപ്തമാകുന്നതോടെ തദ്ദേശഭരണസ്ഥാപനങ്ങളുടെ സ്വയം നിർണ്ണയാധികാരം പരിമിതപ്പെടുകയും ചെയ്യും. വലിയ അളവിൽ ഉദ്യോഗസ്ഥമേധാവിത്വത്തിനും ഇതിടയാക്കും.

അതേസമയം വികേന്ദ്രീകൃതാസൂത്രണ പ്രക്രിയയിൽ ജില്ലാ ആസൂത്രണ സമിതിക്കുള്ള ഉത്തരവാദിത്വവും പങ്കാളിത്തവും വ്യക്തത വരുത്താത്തതിനാൽ യാന്ത്രിക സംവിധാനമായത് മാറി. ജില്ലാ കളക്ടർമാർ ഉൾപ്പെടെയുള്ളവരുടെ വിമുഖതയും നിസ്സഹകരണവും ഒരുഭാഗത്തും മറുഭാഗത്ത് ജില്ലാ പ്ലാനിങ്, സ്പേഷ്യൽ പ്ലാനിങ് വിഭാഗത്തിലെ ഉദ്യോഗസ്ഥ സമീപനവും ചേർന്ന് ഡി പി സികളെ തീർത്തും നിഷ്ഫലമാക്കുകയാണിന്ന്. നിർവ്വഹണ-നിരീക്ഷണ സംവിധാനത്തിന്റെ അഭാവം വലിയ തോതിൽ ഇതിനെ തളർത്തുകയും ചെയ്യുന്നു.

ആശ്രിതത്വവും വിധേയത്വവും തുടരുന്നു

അധികാര വികേന്ദ്രീകരണത്തെപ്പറ്റി വാചകമടിക്കുന്നവരും അധികാരം അവരവർവരെ മതിയെന്ന് ധരിക്കുന്നവരും ചേർന്നുള്ള പങ്കുകച്ചവടമായി തദ്ദേശഭരണത്തെ ഇക്കൂട്ടർ മാറ്റിത്തീർത്തു. ഭരണഘടനാ ഭേദഗതികളും നിയമ ചട്ടങ്ങളും രൂപപ്പെട്ട് കാൽ നൂറ്റാണ്ട് പിന്നിടുമ്പോഴും യൂണിയൻ ഗവൺമെന്റിൽ ഗ്രാമവികസന പഞ്ചായത്ത് രാജ് - ക്ഷേമകാര്യ മന്ത്രാലയങ്ങൾ തുടരുകയാണ്, വിപുലപ്പെടുകയാണ്. എന്തിന് കേന്ദ്രാവിഷ്കൃത പദ്ധതികൾ, അതുവഴിയുള്ള വിഭവ വിതരണം, അതിനായുള്ള മാർഗ്ഗദർശക നിയന്ത്രണങ്ങൾ എന്നിവ വഴി തദ്ദേശഭരണസംവിധാനത്തെയാകെ വരുതിയിലാക്കാനും അടക്കി വാഴാനുമാണ് ഇന്ത്യാ ഗവൺമെന്റ് നീക്കം. മറുഭാഗത്ത് ചുമതലകളും ഉത്തരവാദിത്വങ്ങളും താഴേത്തട്ടിലേക്ക് കൈമാറ്റി കർത്തവ്യങ്ങളിൽ നിന്ന് മേൽത്തട്ട് സർക്കാരുകൾ ഒഴിയുകയാണ്. അതനുസരിച്ച് വിഭവമോ മൂലധനമോ താഴേക്ക് കൈമാറ്റാൻ സന്നദ്ധരാകുന്നുമില്ല. നികുതി വിഭവ വിതരണത്തിൽ ഒരു സ്ഥാനവും തദ്ദേശഭരണ സ്ഥാപനങ്ങൾക്ക് കല്പിക്കുന്നില്ല. പരിമിത വിഹിതലഭ്യതയ്ക്കുമേൽ ഒട്ടേറെ നിബന്ധനകളുടെ ബാഹുല്യവും വീർപ്പുമുട്ടിക്കുന്നു.

തദ്ദേശഭരണ സ്ഥാപനങ്ങൾ എടുക്കുന്ന തീരുമാനങ്ങൾ, അംഗീകരിക്കുന്ന പ്രമേയങ്ങൾ മുതലായവ റദ്ദാക്കാനും ഭരണസമിതിയെയും ഭരണകർത്താക്കളെയും പിരിച്ചുവിടാനും ഉൾപ്പെടെ അധികാരങ്ങൾ

സംസ്ഥാന സർക്കാരിലും ഉദ്യോഗസ്ഥ വൃന്ദത്തിലും നിക്ഷിപ്തമാക്കുന്നു. മാർഗ്ഗനിർദ്ദേശകമായ ഉത്തരവുകൾ വഴി സ്വയംഭരണ അന്തഃസത്ത ഹനിക്കുന്നു. ഉദ്യോഗസ്ഥ ഭരണവകുപ്പുകളിലൂടെ തദ്ദേശഭരണ സ്ഥാപനങ്ങൾക്കുമേൽ ഗണ്യമായ സമ്മർദ്ദം സൃഷ്ടിക്കുന്നു. മതിയായത്ര അധികാരം, വിഭവം, ഉദ്യോഗസ്ഥർ എന്നിവ കൈമാറാതെ വീർപ്പുമുട്ടിക്കുന്നു. കൈമാറ്റിയ അധികാരവും വിഭവങ്ങളും പല പ്രകാരത്തിൽ നിഷേധിക്കുകയോ തിരിച്ചുപിടിക്കുകയോ വൈകിപ്പിക്കുകയോ ചെയ്യുക വഴി പ്രാദേശിക ഭരണത്തെ ദുർബ്ബലപ്പെടുത്തുന്നു. കാര്യനിർവ്വഹണ വിഭാഗത്തിനു മേൽ നിയന്ത്രണാധികാരം കൈമാറാതെയും ദ്വിമുഖ നിയന്ത്രണം നിലനിർത്തിയും സ്വയംഭരണാധികാരം നിഷേധിക്കുന്നു.

ഗ്രാമസഭകളെ നിഷ്പ്രഭമാക്കുന്നു

73–ാം ഭരണ ഘടനാ ഭേദഗതി നിയമത്തിൽ ഭാഗം IX ൽ അനുച്ഛേദം 243 (എ)ക്ക് അനുസൃതമായി രൂപപ്പെട്ടതും അതാത് നിയോജക മണ്ഡലങ്ങളിലെ നിലവിലുള്ള വോട്ടർ പട്ടികയിൽ പേരുള്ള വോട്ടർമാർ എല്ലാവരും ഉൾപ്പെടുന്നതുമായ വേദിയാണ് ഗ്രാമസഭ. ജനാധിപത്യ പങ്കാളിത്ത സംവിധാനത്തിന്റെ അടിസ്ഥാന തലമായാണ് ഗ്രാമസഭയെ ഉൾപ്പെടുത്തിയിരിക്കുന്നത്. എന്നാൽ സമാന സ്വഭാവമുള്ള പ്രാഥമിക, പ്രായോഗിക സഭകൾ നഗരഭരണതലത്തിൽ പ്രാവർത്തികമാക്കുന്നില്ല എന്നത് പ്രത്യക്ഷ ജനാധിപത്യവേദി ഒരുക്കുന്നതിലെ വൈരുദ്ധ്യവും തന്നെയാണ്.

രണ്ടാമതായി ഗ്രാമസഭകൾ വിഭാവനം ചെയ്യുമ്പോൾ തന്നെ തീരുമാനം എടുക്കുന്നതിനോ നിർവ്വഹണ സംവിധാനത്തിനോ ഉള്ള ഉപാധിയൊന്നും ഗ്രാമസഭകൾക്ക് നിർദ്ദേശിക്കുന്നില്ല എന്നതിനാൽ അവ തീർത്തും ഉപയോഗശൂന്യമായി മാറുന്നു. എന്നാൽ കേരളത്തിൽ 1999 ൽ സെൻ കമ്മിറ്റി ശുപാർശയെ തുടർന്നു രൂപപ്പെടുത്തിയ പരിഷ്കരണ വ്യവസ്ഥകൾ പ്രകാരം ഗ്രാമസഭകളെ അധികാരവും അവകാശവും ഉത്തരവാദിത്വവും ഉള്ള ജനാധിപത്യവേദികളാക്കി മാറ്റി. അവയുടെ യോഗങ്ങൾ സമയബന്ധിതവും നിർബ്ബന്ധിതവുമാക്കുന്നതിനും കോറം ഉൾപ്പെടെ വ്യവസ്ഥപ്പെടുത്തുന്നതിനും ഉള്ള രാഷ്ട്രീയമായ ഉദ്യമം ബോധപൂർവ്വമായി ഏറ്റെടുക്കാനായി. അതിനനുസരിച്ചുള്ള ശാക്തീകരണവും അധികാര വിനിയോഗവും ഗ്രാമസഭകളിലൂടെ സാധിതമാക്കണം. സമാനനിലയിൽ സാദ്ധ്യമാക്കുന്ന സംവിധാനം നഗര ഭരണ പ്രദേശങ്ങളിലും ഉറപ്പാക്കേണ്ടതുണ്ട്. എന്നാൽ 73, 74 ഭരണഘടനാ ഭേദഗതി നിർദ്ദേശങ്ങൾ ഇത്തരം ജനാധിപത്യ രാഷ്ട്രീയ ജനകീയ ദൗത്യമൊന്നും നിറവേറ്റിയിരുന്നില്ല എന്നതാണ് വസ്തുത.

അധികാര വികേന്ദ്രീകരണം: പുരോഗമനവീക്ഷണം

സുസ്ഥിര വികസനത്തിന് വിട്ടുവീഴ്ചയില്ലാത്ത അധികാരവികേന്ദ്രീകരണവും ആസൂത്രണ വികേന്ദ്രീകരണവും. കേന്ദ്രീകൃത അധികാരവും

വിഭവവും സത്യസന്ധവും കാര്യക്ഷമവും ജനകീയവും പങ്കാളിത്ത പൂർണ്ണവുമായ തദ്ദേശീയ തലങ്ങളിലേക്ക് വികേന്ദ്രീകരിക്കപ്പെടുക എന്ന താണ് പരിഹാരം. അതിനർത്ഥം എല്ലാ ഉത്തരവാദിത്വങ്ങളും തദ്ദേശഭര ണ സ്ഥാപനങ്ങളെ ഏല്പിച്ച് കേന്ദ്ര സംസ്ഥാന സർക്കാരുകൾ ഒഴിഞ്ഞു മാറുക എന്നല്ല. അത്തരത്തിൽ എല്ലാറ്റിനുമുള്ള ഉത്തരവാദിത്വമോ ബാദ്ധ്യ തയോ ഏറ്റെടുക്കുക തദ്ദേശഭരണ സ്ഥാപനബാദ്ധ്യതയുമല്ല, സാദ്ധ്യത യുമില്ല. ചുരുക്കത്തിൽ യൂണിയൻ-സംസ്ഥാന-ജില്ലാ-പ്രാദേശിക അടി സ്ഥാനത്തിൽ ശാസ്ത്രീയവും ഉചിതവും പ്രായോഗികവുമായ അധികാര വികേന്ദ്രീകരണം പ്രാപ്യമാകണം, സാദ്ധ്യമാകണം.

അധികാര വികേന്ദ്രീകരണം: സംസ്ഥാന ഉദ്യമങ്ങൾ

മുകളിൽ സൂചിപ്പിച്ച സുചിന്തിതമായ അഭിപ്രായം കേരളത്തിലെ ഇടതുപുരോഗമന സംഘടനകൾ സ്വാതന്ത്ര്യ പൂർവ്വകാലം മുതൽ പുലർത്തുകയും പ്രകടിപ്പിക്കുകയും ചെയ്തുവരുന്നതാണ്. 1938 ൽ മദി രാശി സർക്കാരിന്റെ നയങ്ങളോട് പ്രതികരിച്ചുകൊണ്ട് ഇ എം എസ് എഴുതിയ ലേഖനം ഇതിനു തെളിവാണ്. അതിന്റെ സ്വാഭാവിക വികാ സമാണ് 1958 ലെ ഭരണപരിഷ്കരണ റിപ്പോർട്ടിലെ പഞ്ചായത്ത്-ജില്ലാ ഭരണ സംബന്ധിയായ വീക്ഷണവും നിയമനിർദ്ദേശങ്ങളും. തുടർന്ന്, 1967 ൽ അധികാരത്തിൽ വന്ന ഇടതുപക്ഷ സർക്കാർ സമഗ്രമായ പഞ്ചാ യത്ത് ജില്ലാ ഭരണ ബില്ലിന് രൂപം നല്കുകയുണ്ടായെങ്കിലും കേരള പഞ്ചായത്ത് രാജ്, ജില്ലാ പരിഷത്ത് നിയമങ്ങൾ പ്രാവർത്തികമാക്കാനാ യില്ല. 1971 ലെ ജില്ലാ ഭരണ നിയമത്തിനും സമാന ഗതി തന്നെയാണ് സംഭവിച്ചത്. പിന്നീട് 1979 ൽ ഈ നിയമം അംഗീകരിക്കപ്പെട്ടെങ്കിലും പ്രയോഗത്തിൽ വരുത്താനായില്ല. 1987-88 ൽ എസ് ബി സെൻ സമർപ്പിച്ച ശുപാർശ പ്രാവർത്തികമാക്കുക വഴി ജില്ലാ ഭരണം സുഗമമാക്കിയതും ഇടതുപക്ഷ സർക്കാരാണ്. ഒടുവിൽ 1989 ൽ ജില്ലാ കൗൺസിൽ നിയമ ത്തിന് പ്രാബല്യം കുറിക്കാനായതും ഇടതുപക്ഷം സ്വീകരിച്ച ദൃഢമായ സമീപനത്തിന്റെ ഫലമായാണ് എന്ന് ഉറപ്പിച്ചു പറയാനാകും.

തദ്ദേശഭരണ സ്ഥാപനങ്ങളുടെ പ്രവർത്തനം അരാഷ്ട്രീയതയോ കക്ഷിരാഷ്ട്രീയ അതിപ്രസരമോ അടിസ്ഥാനമാക്കിയാവരുത്. വികസന-ക്ഷേമ ആസൂത്രണ നടത്തിപ്പിൽ കക്ഷി രാഷ്ട്രീയം കടന്നുവരുന്നത് അഭി കാമ്യമാകില്ല. കക്ഷി രാഷ്ട്രീയത്തിനതീതമായ വികസന ഭരണ സംസ് കാരം വികസിച്ചു വരുകയെന്നാണ് ഇ എം എസ് ഇതിനെ വിശേഷിപ്പി ച്ചത്. അതേസമയം രാഷ്ട്രത്തെയും ജനങ്ങളെയും ബാധിക്കുന്ന നയനട പടികൾ, തീരുമാനങ്ങൾ എന്നിവയിൽ കേന്ദ്ര-സംസ്ഥാന സർക്കാരുകൾ പുലർത്തിപ്പോന്ന ജനവിരുദ്ധതകൾക്കെതിരെ അതിശക്തമായ രാഷ്ട്രീയ ജനകീയ നിലപാടും പ്രക്ഷോഭവും ഉയർത്തിക്കൊണ്ടുവരുന്നതിൽ തദ്ദേശ ഭരണ സംവിധാനങ്ങൾക്ക് കൃത്യമായ രാഷ്ട്രീയ നിലപാട് ഉണ്ടാകുകയും വേണം.

1994 ൽ സംസ്ഥാന സർക്കാർ രൂപംനല്കാൻ ശ്രമിച്ച പഞ്ചായത്ത് രാജ്-നഗര ഭരണ നിയമങ്ങളുടെ ഉള്ളടക്കം ജനാധികാര വികേന്ദ്രീകരണത്തിനുപകരം കടുത്ത ഉദ്യോഗസ്ഥാധികാരപ്രാബല്യമാണ് പ്രകടമാക്കിയത്. ജില്ലാ ഭരണകാര്യ നിർവ്വാഹകരായി കളക്ടർമാർ മാറുന്നതിനു പകരം സർവ്വാധിപത്യം കളക്ടറിൽ നിക്ഷിപ്തമാക്കുന്ന രീതിയാണ് ആ നിയമങ്ങൾ പുലർത്തിയത്. ഇതിനെതിരെ കോൺഗ്രസുകാർ പോലും പങ്കാളികളായ വലിയ ബഹുജന പ്രതിഷേധമാണ് നാട്ടിൽ ഉയർന്നത്.

ജനങ്ങൾ ഉയർത്തിയ ചിന്തകളും അഭിപ്രായങ്ങളും ഉൾക്കൊള്ളുന്ന മാറ്റങ്ങൾ ആയിരുന്നു 1994 ലെ അന്താരാഷ്ട്ര കേരള പഠന കോൺഗ്രസ് ചർച്ചാ വിധേയമാക്കിയത്. 1996 ൽ അധികാരത്തിലെത്തിയ ഇടതുപക്ഷ സർക്കാർ തദ്ദേശഭരണപ്രക്രിയയിലും തുടർന്ന് ആസൂത്രണ വികേന്ദ്രീകരണ നിർവ്വഹണത്തിലും നടത്തിയ ജാഗരൂകമായ ഇടപെടലുകൾക്ക് അടിസ്ഥാനവും ഈ പ്രത്യയശാസ്ത്ര നിലപാടുതന്നെ ആയിരുന്നു.

പാർട്ടി രാഷ്ട്രീയവും ആശയനിലപാടും പരസ്പരം ഏറ്റുമുട്ടുമ്പോഴും പ്രാദേശിക ഭരണ-വികസന-ക്ഷേമസുരക്ഷയിൽ ഏവരെയും ഏകോപിപ്പിക്കുന്നതായ ജനകീയ ജനാധിപത്യപാതയാണ് നാം സ്വീകരിച്ച തന്ത്രവും അടവും എന്ന് തിരിച്ചറിയണം. ഇതൊരു പുതിയ അനുഭവമാണ്. പുതിയ പാതയാണ്. പുതിയ പങ്കാളിത്ത നിരയാണ്. ഇതിനെ സ്ഥായിത്വവുമുള്ള രാഷ്ട്രീയ-സാമൂഹ്യ പുരോഗമന പ്രസ്ഥാനമാക്കി മാറ്റുകയെന്നതാണ് ഇക്കാര്യത്തിൽ നമുക്കുള്ള പ്രത്യക്ഷവും പ്രഥമവുമായ രാഷ്ട്രീയ കടമ, സംഘടനാ ദൗത്യം.

രാജ്യത്തെ ഇതര സംസ്ഥാനങ്ങളെ അപേക്ഷിച്ച് വ്യത്യസ്തമാണ് കേരളം. അതുകൊണ്ടു തന്നെ അധികാര വികേന്ദ്രീകരണ കാര്യത്തിലും ബംഗാളിലെയോ കർണ്ണാടകത്തിലെയോ പാത പകർത്താനോ ആവർത്തിക്കാനോ നമുക്കാവില്ല. ഭരണത്തുടർച്ചയുടെ അഭാവം ഇതിന് കാരണമാകുന്നുണ്ട്. എന്നാൽ അതെല്ലാം ഉള്ളപ്പോഴും നവോത്ഥാന മൂല്യങ്ങളുടെ തുടർച്ചയായും ഇടതുപക്ഷ പുരോഗമന പ്രവർത്തനഭാഗമായും ജനകീയ നേതൃത്വവും മൂലധനവും ഉപയോഗിച്ച് നാം നേടിയ മുന്നേറ്റം ചെറുതല്ല. ഭൂപരിഷ്കരണം, സാക്ഷരതാ പ്രസ്ഥാനം, പൊതുവിതരണ ശൃംഖല എന്നിവയും സ്വാഭാവിക തുടർച്ചയെന്നോണം കേരളത്തിന്റെ അധികാര വികേന്ദ്രീകരണ അനുഭവത്തെ നമുക്ക് വിലയിരുത്താം, നിലനിർത്താം, പുതുക്കാം.

ദർശനം - ലക്ഷ്യം - പ്രയോഗം

വ്യക്തി, സമൂഹം, രാഷ്ട്രം എന്ന ക്രമത്തിലുള്ള വ്യവഹാരങ്ങളുടെ സമ്മേളിതരൂപമാണ് രാഷ്ട്രീയം. ഇക്കാര്യത്തിൽ ഗാന്ധിജിയും മാർക്സും വ്യത്യസ്ത നിലയിലാണെങ്കിലും സാമാന്യേന സമാനതരത്തിൽ വ്യക്തത വരുത്താൻ ശ്രമിച്ച ഒരു ചിത്രം ഇതിൽ തെളിയുന്നുണ്ട്. ഒരു ചെറു കേന്ദ്ര ബിന്ദുവിൽനിന്ന് തുടങ്ങി വികസിച്ചു വലുതാകുന്ന വർത്തുള വലയങ്ങൾ (പരന്ന ജലനിരപ്പിൽ ഒരു കല്ലിടുമ്പോൾ രൂപപ്പെടുന്ന ഓളങ്ങളുടെ വളയം വലതീർത്ത് വലുതാകുംപോലെ) എന്ന തരത്തിലുള്ളതാണ് ഈ ബന്ധം. വ്യക്തി-കുടുംബം-അയൽ കുടുംബകൂട്ടം -ഗ്രാമം-പഞ്ചായത്ത് - ബ്ലോക്ക്/മണ്ഡലം-താലൂക്ക് - ജില്ലാ - സംസ്ഥാനം - രാജ്യം- ലോകം-പ്രപഞ്ചം എന്ന നിലയ്ക്ക് വികസിക്കുന്ന, വിപുലപ്പെടുന്ന ബന്ധം. ഓരോ തലത്തിനും അതിന്റേതായ സുവ്യക്ത നിലയും ധർമ്മവും ഉണ്ട്. ഓരോന്നും അതാതിന്റെ തലത്തിൽ സ്വതന്ത്രമാണ്, സ്വയം നിർണ്ണായകമാണ്. എന്നാൽ ഓരോന്നും മറ്റൊന്നിനെ ബന്ധപ്പെട്ടും പരസ്പരം സ്വാധീനിച്ചും നിലനില്ക്കുന്നതുമാണ്. ഈ വർത്തുള വലയക്രമത്തെ സാമുദ്രിക വലയ സ്വഭാവമാർന്നവയെന്ന് പറയാം (ഓഷ്യാനിക് സർക്കിൾ). അത്തരത്തിൽ സ്വയം നിർണ്ണായക ക്ഷമവും പരസ്പര സമ്മതത്തോടെയുള്ളതുമായ, പ്രാദേശിക ഭരണ നിർവ്വഹണ സംവിധാനമാണ് അഭികാമ്യം. അടിസ്ഥാന ജനാധിപത്യ സംബന്ധിയായ മാർക്സിയൻ-ഗാന്ധിയൻ സങ്കല്പനങ്ങളുടെ സങ്കലനമായിതിനെ നോക്കിക്കാണാം. വിരുദ്ധ സമീപനങ്ങളുടെ പ്രതിദ്വന്ദത്തിൽനിന്ന് സ്വീകാര്യവും പ്രായോഗികവുമായ സാദ്ധ്യത രൂപപ്പെടുകയെന്നത് ചരിത്രപരമായ യാഥാർത്ഥ്യമാണല്ലോ. ചുഴി രൂപസിദ്ധാന്തം (കയോട്ടിക് തിയറി) എന്നതാണിവിടെ ബാധകം.

ജനാധിപത്യം എന്നത് വോട്ടു രേഖപ്പെടുത്തുക മാത്രമല്ല, വസ്തുതാപരമായ പ്രായോഗികമായ ആധികാരികത ജനങ്ങൾക്കായിരിക്കുക എന്നാണ് അർത്ഥമാക്കുന്നത്. ആ നിലയ്ക്ക് നാം അനുവർത്തിക്കുന്നത് ജനപ്രാതിനിദ്ധ്യഭരണം മാത്രമാണ്. പുരാതന ഗ്രീസിലോ ആധുനിക കൗണ്ടികളിലോ മാത്രമാണ് പ്രത്യക്ഷ ജനാധിപത്യ ലക്ഷണങ്ങൾ ഉള്ളത്. മറ്റുള്ളവയെല്ലാം സമ്മതിദായകർ വോട്ടു ചെയ്ത് തിരഞ്ഞെടുക്കുന്ന ജനപ്രതിനിധികളിൽ നിക്ഷിപ്തമായ അധികാര നിർവ്വഹണം മാത്രമാണ്. ഇതിനെ പ്രായോഗിക ജനാധിപത്യമായി മാത്രമേ നിരീക്ഷിക്കാൻ കഴിയുകയുള്ളൂ. അപ്പോൾ കാലാകാലം ജനപ്രതിനിധികളെ തിരഞ്ഞെടുക്കുകയെന്ന ധർമ്മം തിരഞ്ഞെടുക്കപ്പെടുന്നവരുടെ പ്രവർത്തനം തൃപ്തികരമല്ലെങ്കിൽ തിരിച്ചു വിളിക്കുന്നതിനുള്ള അവസരം പോലും ജനസമൂഹത്തിന്, സമ്മതിദായകർക്ക് ലഭ്യമാക്കേണ്ടതായി വരുമെന്ന് സാരം.

മേല്പറഞ്ഞ പ്രത്യക്ഷ-പങ്കാളിത്ത-ജനാധിപത്യ സാദ്ധ്യതയാണ് അധികാര വികേന്ദ്രീകരണം നമുക്കു മുമ്പിൽ തുറന്നു വയ്ക്കുന്നത്. ഗ്രാമസഭകളാണ് ഇത്തരം പ്രത്യക്ഷ പങ്കാളിത്ത ജനാധിപത്യ വേദി. ഏകാധികാര- അമിതാധികാര കേന്ദ്രത്തിലൂന്നിയ ഭരണകാര്യ നടത്തിപ്പായിരിക്കില്ല അത്. മറിച്ച് ഉല്പാദന-അതിജീവന-ഭരണ നിർവ്വഹണ ഘടകങ്ങളിലെല്ലാം സാമൂഹ്യ-ജനകീയ ഉടമസ്ഥതയും നിയന്ത്രണവും സാമൂഹ്യനേട്ടവും പാരിസ്ഥിതിക സുസ്ഥിരതയും ഉറപ്പാക്കികൊണ്ടുള്ള ഹ്രസ്വകാല-ദീർഘകാല ഉദ്യമങ്ങളുടെ ഉദ്ഗ്രഥനം വഴിയുള്ള സ്ഥായിത്തകാല സംവിധാനമായിരിക്കുമത്. എന്നാലത് കാലോചിതമായ പരിവർത്തനങ്ങൾക്കും പരിഷ്കരണങ്ങൾക്കും വിധേയവുമായിരിക്കും.

അതായത് ഇന്നത്തെ അധികാര ഘടനയുടെ കീഴ്മേൽ മറിക്കലാവും സംഭവിക്കുക. ജനാധിപത്യത്തിൽ എന്ത് നടക്കുന്നു, എന്ത് നടക്കണം എന്നറിയാനും, തീരുമാനിക്കാനും അത്തരത്തിൽ ഓരോ ജനാധിപത്യ തലത്തിലും സ്ഥാപനത്തിലും സംവിധാനത്തിലും ജനങ്ങൾ, പൗരർ അണിനിരക്കണം. അതാകട്ടെ സാധാരണ മനുഷ്യരുടെ തലത്തിലാകണം നടക്കേണ്ടത്. ഭീമാകാരവല്കൃതമായ അധികാര ഘടനയിലാകരുത്. പൗരസാമാന്യത്തിനും അവരുടെ ചെറുസഞ്ചയങ്ങൾക്കുമാകണം തീരുമാനം എടുക്കാനുള്ള അധികാരം. അടിസ്ഥാനതലത്തിലെ തീരുമാനങ്ങളാകട്ടെ അതിൽ പങ്കെടുക്കുന്ന എല്ലാവരും അറിഞ്ഞുകൊണ്ടും അംഗീകരിച്ചുകൊണ്ടുമാകണം. ആത്യന്തികമായി ഉയർന്ന തലങ്ങളിലെ പ്രാതിനിദ്ധ്യ സംവിധാനങ്ങൾ ഈ അടിസ്ഥാനതല ഘടകങ്ങളോട് ഉത്തരവാദിത്വക്ഷമം ആകണം. ഭീമാകാര രൂപമാർന്ന മേൽത്തട്ട് ഘടകങ്ങളെ എപ്പോൾ വേണമെങ്കിലും പരിശോധിക്കാനും തിരുത്താനും രൂപാന്തരപ്പെടുത്താനുമാകുന്ന നിയന്ത്രണഘടകങ്ങൾ (ചെക്ക് ആന്റ് ബാലൻസിങ്) ആയി അടിസ്ഥാന ഘടകങ്ങൾ വർത്തിക്കണം. അത്തരത്തിലുള്ള പ്രത്യക്ഷ-പങ്കാളിത്ത-ജനകീയ-ജനാധിപത്യ വേദികളായിരിക്കണം തദ്ദേശഭരണ

സ്ഥാപനങ്ങൾ. അതിനുള്ള മാർഗ്ഗമായിരിക്കണം വികേന്ദ്രീകൃത ജനാധിപത്യ പ്രക്രിയ. ഇത്തരമൊരു പരീക്ഷണമാണ് ഭരണഘടനയുടെ പരിധിയിൽനിന്നുകൊണ്ട് കേരളത്തിലെ ഇടതുപക്ഷ പ്രസ്ഥാനവും അത് നേതൃത്വം നല്കിയ സർക്കാരുകളും ഒപ്പം സന്നദ്ധ - സാമൂഹ്യ- ജനവിഭാഗവും ചേർന്ന് നടത്തുവാൻ ശ്രമിച്ചത്.

സാർവ്വത്രിക-പങ്കാളിത്ത ജനാധിപത്യം

നാളിതുവരെ ലോകത്ത് രൂപംകൊണ്ടിട്ടുള്ളവയിൽ ഏറ്റവും ബഹുജന സാമൂഹ്യ അംഗീകാരമുള്ളത് സാർവ്വത്രിക വോട്ടവകാശത്തോടെയുള്ള ജനാധിപത്യ വ്യവസ്ഥയാണെന്ന് കാണാം. എന്നാൽ ഇതുവരെ രൂപംകൊണ്ടിട്ടുള്ള എല്ലാ ജനാധിപത്യ സംവിധാനങ്ങൾക്കും അതിന്റേതായ പരിമിതികളുണ്ട്. സ്വാതന്ത്ര്യാനന്തര ഭാരതം ആർജ്ജിച്ച ജനാധിപത്യ വ്യവസ്ഥ ഒട്ടൊക്കെ സാർവ്വത്രികമായിരുന്നു. എന്നാൽ അത് തീർത്തും പങ്കാളിത്തപരമായിരുന്നില്ല. സമൂഹത്തിലെ ഓരോ ഘടകവും തമ്മിലും അവയ്ക്കുള്ളിലും ഇതര ഘടകങ്ങളുമായും രൂപപ്പെടുന്നതായ പരസ്പര സമ്മത സാമൂഹ്യകരാറുകളെ (സോഷ്യൽ കോൺട്രാക്ട്) ആശ്രയിച്ച് നിലനിൽക്കുന്നതും വികസിക്കുന്നതുമാണ് ജനാധിപത്യവ്യവസ്ഥ. എറിക് ഹോബ്സ് ബാം രേഖപ്പെടുത്തിയത് നോക്കുക. *"ചരിത്രം നമ്മെ ഇവിടെ വരെ കൊണ്ടെത്തിച്ചിരുന്നു. നാം താണ്ടിയ വഴികളെപ്പറ്റി ഏകദേശ ധാരണ നമുക്കുണ്ട്. എന്നാൽ തുടർന്നെങ്ങോട്ട് പോകണം എന്നത് നമുക്കറിയില്ല. നാളിതുവരെയുള്ള അനുഭവം അതിനു വഴികാട്ടിയാകുന്നില്ല. പുതിയ വഴി കണ്ടുപിടിക്കണം. ഇല്ലെങ്കിൽ പൂർണ്ണമായി ഇരുട്ടിലാകും നാം. മനുഷ്യരാശിയുടെ പരാജയമാകുമത്."* സാമൂഹ്യമായ പരസ്പര ധാരണയിലൂന്നി ജനാധിപത്യ മാർഗ്ഗത്തിൽ രൂപപ്പെടുത്തപ്പെട്ട പുതിയ വഴികളിൽ ഒന്നാണ് അധികാര വികേന്ദ്രീകരണത്തിന്റേത്. അത് പുതിയൊരു കരാറിന്റെ രൂപമാണ്, സ്വഭാവമാണ്, മൂല്യമാണ് ഉൾക്കൊള്ളുന്നത്. തുല്യപങ്കാളിത്തം, തുല്യ ഉത്തരവാദിത്വം, തുല്യ അവകാശം, തുല്യ അവസരം എന്ന തലത്തിലാണ് സാർവ്വത്രികവും സർഗ്ഗാത്മകവും പങ്കാളിത്തപരവുമായ ജനാധിപത്യം പ്രസക്തമാകുന്നത്. ഇവിടെയാണ് വികേന്ദ്രീകൃത ജനാധിപത്യമാർഗ്ഗം സവിശേഷമാകുന്നത്.

ഇതുകൊണ്ടുമാത്രമായില്ല വർദ്ധിത ആവശ്യവും പരിമിത വിഭവവും എന്ന ജീവിതാവസ്ഥയെ ആണിന്ന് നാം നേരിടുന്നത്. വിഭവ ഉപഭോഗ വിതരണ നിയന്ത്രണം ഇക്കാരണത്താൽതന്നെ വലിയ അളവിൽ അനുകൂലിക്കപ്പെടുന്നു. അതാകട്ടെ ജനാധിപത്യപരമായി സ്വയം ബാധകമാക്കി ഏർപ്പെടുത്തുന്നതായ നിയന്ത്രണമായിരിക്കും. ആഗോള പശ്ചാത്തലത്തിൽ ചെറുതും സാമ്പത്തികമായി അവികസിതവും ദുർബ്ബലവുമായ ജനതയാണ് കേരളത്തിലേത്. എന്നാൽ കേരള ജനതയുടെ വികസിതവും ശക്തവുമായ ജനാധിപത്യ-രാഷ്ട്രീയ അവബോധമാണ് ഇവിടെ നടപ്പായ വികേന്ദ്രീകൃത വികസന-ഭരണ-ജനാധികാര പ്രസ്ഥാനത്തിന്റെ കരുത്ത്.

അതുകൊണ്ടുതന്നെയാണ് ഇതര സ്ഥലങ്ങളിൽനിന്നും വ്യത്യസ്തമായി സാർവ്വത്രികവും പങ്കാളിത്തപൂർണ്ണവും സക്രിയവുമായ വികേന്ദ്രീകൃത ജനകീയ ജനാധിപത്യ സമ്പ്രദായം കേരളം എന്ന ചെറു സംസ്ഥാനത്തെ ജനസാമാന്യം അറിഞ്ഞുകൊണ്ട് ഏറ്റെടുത്തത്.

ജനാധിപത്യ മഹാവിസ്ഫോടനം വികേന്ദ്രീകരണം

രാഷ്ട്ര മുതലാളിത്തമെന്നോ രാഷ്ട്ര സോഷ്യലിസമെന്നോ വിശേഷിക്കപ്പെടുന്ന അവസ്ഥയിൽനിന്ന് വ്യത്യസ്തമായി സാമൂഹ്യ-സാമ്പത്തിക-രാഷ്ട്രീയ-സാംസ്കാരിക ഘടകങ്ങളിൽ നൂതനമായ പരിപ്രേക്ഷ്യമാണ് വികേന്ദ്രീകരണ ഭാഗമായി അവതരിപ്പിക്കപ്പെട്ടത്. ഏകീകൃതവും കേന്ദ്രീകൃതവുമായ ഒറ്റഭരണത്തിന് പകരം, മേൽത്തട്ട് കീഴ്ത്തട്ടിനെ നിയന്ത്രിക്കുന്നതിന് പകരം, വിശാലമായ പരസ്പര ഉദ്ഗ്രഥനം, പരസ്പരസഹകരണം, പരസ്പര സഹായം, പരസ്പര വിവര വിനിമയം, പരസ്പര പിന്തുണയും നിലനില്ക്കുന്ന, വികസനമെന്ന തന്ത്രമാണ് വികേന്ദ്രീകൃത ജനാധിപത്യത്തിൽ പ്രയോഗിക്കപ്പെട്ടത്. 1947 നവംബറിലെ അഖിലേന്ത്യാ കോൺഗ്രസ് കമ്മിറ്റി പ്രമേയം ചൂണ്ടിക്കാട്ടുന്നത് കാണുക.

"നാം രാഷ്ട്രീയ സ്വാതന്ത്ര്യം കൈവരിച്ചു കഴിഞ്ഞു. നാം അടുത്ത കടമയിലേക്ക് നീങ്ങണം. രാജ്യത്ത് യഥാർത്ഥ ജനാധിപത്യം സ്ഥാപിക്കുക, സാമൂഹ്യ നീതിയിലും തുല്യതയിലും സ്വതന്ത്രതയിലും അധിഷ്ഠിതമായ ഒരു സമൂഹത്തെ വാർത്തെടുക്കുക എന്നതാകണം പ്രസ്തുത കടമ. രാഷ്ട്രീയ മേഖലയുടെയൊപ്പം സാമൂഹ്യ-സാമ്പത്തിക മേഖലകളിലേക്കും കൂടി ജനാധിപത്യം വ്യാപിപ്പിച്ചാലേ ഇത് സാദ്ധ്യമാകൂ." ആധുനിക കാല ജനാധിപത്യ പ്രക്രിയയുടെ ഒരു വശത്ത് ആസൂത്രിത കേന്ദ്ര നിർദ്ദേശങ്ങളും, മറുവശത്ത് മുഴുവൻ ജനതയുടെയും സാമൂഹ്യ സാംസ്കാരിക രാഷ്ട്രീയ സാമ്പത്തിക ക്ഷേമകാര്യ വികേന്ദ്രീകരണം അനിവാര്യമാണ്. ഇതിന് കടക വിരുദ്ധമായ ഗ്രാമങ്ങൾ പ്രാദേശികതയുടെ കുപ്പത്തൊട്ടികളാണ്, അജ്ഞാനത്തിന്റെ ഗുഹകളാണ്, സങ്കുചിതത്ത്വത്തിന്റെ ഇരിപ്പിടങ്ങളാണ് എന്ന നിലയ്ക്കുള്ള നിരീക്ഷണവും ഉയർന്നുവന്നിരുന്നു.

ജനാധിപത്യ പ്രക്രിയയിൽ ഇടപെട്ടതായ ഭൂരിപക്ഷം പേരും അധികാര വികേന്ദ്രീകരണ സങ്കല്പനത്തെ തള്ളിക്കളയുകയായിരുന്നു. താന്താങ്ങൾക്കപ്പുറം അധികാരം വിനിമയം ചെയ്യപ്പെടുന്നതിനവർ ആരും സന്നദ്ധമായിരുന്നില്ല. ചിന്തിച്ചിരുന്നില്ല, അനുവദിച്ചിരുന്നില്ല. ഈ നിലയ്ക്കുള്ള ഒരു മാറ്റമായിരുന്നു നെഹ്റു-മെഹ്ലനോബിസ് മാതൃക. പ്രാദേശിക- മദ്ധ്യതലങ്ങളിൽ സുസംഘടിത ജനാധിപത്യ ഘടകം വികസിപ്പിക്കേണ്ടതിന്റെ ആവശ്യകത അപ്പോഴും ഉന്നയിക്കപ്പെട്ടുവന്നു. ഘട്ടം ഘട്ടമായി പ്രാദേശിക പൊതു ഭരണ-വികസന-ക്ഷേമ ഉത്തരവാദിത്വങ്ങൾ തദ്ദേശഭരണ സമിതികൾക്കു കീഴിലേക്ക് സന്നിവേശിപ്പിക്കുക എന്നതായിരുന്നു രീതി. സ്വാതന്ത്ര്യാനന്തര അരനൂറ്റാണ്ട് കാലം ഈ പുതിയ

സമീപനം ഫലം കണ്ടില്ല, ഭരണ നീക്കങ്ങൾ ഒട്ടനവധി സംഭവിക്കുകയും ചെയ്തു. അതുകൊണ്ടു ദ്രുതഗതിയിലുള്ളതും ക്ഷിപ്രഫലസാദ്ധ്യവുമായ ഒരു രീതി അവലംബിക്കുകയെന്ന മാർഗ്ഗം ഉടലെടുത്തു. ഇതിനെയാണ് ജനാധിപത്യ അധികാര വികേന്ദ്രീകരണത്തിലെ "ബിഗ് ബാങ് തിയറി" എന്ന് കരുതപ്പെട്ടിരുന്നത്. അതികേന്ദ്രീകൃതമായ ഏകാധികാരസ്ഥാനത്തുനിന്നും അപകേന്ദ്രീകൃതമായ ഒട്ടേറെ അധികാരസ്ഥരിലേക്കുള്ള ജനാധിപത്യ കൈമാറ്റമാണിവിടെ ദേശാഭിമാനി പ്രചോദിതമായി ഉയർന്നത്, ശക്തിപ്പെട്ടത്. അധികാരം, വിഭവം, ഉത്തരവാദിത്വം, ഉദ്യോഗസ്ഥർ അങ്ങനെ ഒരേസമയം വ്യത്യസ്ത ഘടകങ്ങൾ വ്യത്യസ്ത തലങ്ങളിലേക്ക് വിന്യസിക്കുന്ന മഹാവിസ്ഫോടന രീതി എന്നിതിനെ വിളിക്കാം.

ഇങ്ങനെ ചെയ്യുമ്പോൾ സ്വാഭാവികമായി ഉയർന്നുവരാവുന്നതായ ഒരു പ്രശ്നം ഇത്തരം അധികാരവും ഉത്തരവാദിത്വവും കൈയാളുന്നതിനും പ്രയോഗിക്കുന്നതിനും ഗുണഫലനേട്ടങ്ങളുടെ വിതരണത്തിനും പാലനത്തിനുമുള്ള പ്രാദേശിക സമൂഹത്തിന്റെ ശേഷിയും പ്രാപ്തിയും സംബന്ധിച്ചുള്ള വിമർശനവും ആശങ്കയുമാണ്. ഇക്കാര്യത്തിൽ അതാതിടങ്ങളിലെ, സാഹചര്യങ്ങൾ തിരിച്ചറിഞ്ഞ് അതാത് സമൂഹങ്ങളെ ശാക്തീകരിക്കുകയും പ്രാപ്തരാക്കുകയുമാണ് അനിവാര്യം. അധികാര നിർവ്വഹണാർത്ഥം കളമൊരുക്കി, സജ്ജമാക്കിയശേഷം, അധികാരം കൈമാറാം എന്ന് ഉറപ്പിച്ച ശേഷം മാത്രം അധികാര വികേന്ദ്രീകരണം സാധിതമാക്കാം എന്നതും അതുവരെ കേന്ദ്രീകൃത–ഏകാധികാര സംവിധാനത്തിൽ തുടരാമെന്നതും ആധുനിക ജനാധിപത്യപരിപാലനത്തിൽ സ്വീകാര്യമായ വാദഗതിയെ അല്ല. മറിച്ച് അധികാരങ്ങൾ ജനങ്ങൾ കൈയാളുകയും അതിലുള്ള ശക്തി ദൗർബല്യങ്ങൾ തിരിച്ചറിഞ്ഞ് സ്വയം ശാക്തീകരിക്കപ്പെടുകയും സ്വയാശ്രയത്വവും സ്വയം നിർണ്ണയവും സാധിതമാകുകയുമാണ് അഭികാമ്യം. അതാണ് അധികാര വികേന്ദ്രീകരണ പ്രക്രിയയിലെ മഹാവിസ്ഫോടന സമ്പ്രദായത്തിലൂടെ പ്രാവർത്തികമാക്കാൻ കേരളത്തിലെ ഇടതുപക്ഷ ജനാധിപത്യമുന്നണിയും 1996 മുതൽ ഇടതുപക്ഷ നേതൃത്വത്തിലുള്ള സർക്കാരുകളും ആവർത്തിച്ചു ശ്രമിച്ചു വന്നത്.

ഇത് ചൂണ്ടിക്കാട്ടുമ്പോൾ അഞ്ചാണ്ടു കാലയളവിൽ മാറിവന്ന വലതുപക്ഷ - കോൺഗ്രസ് നേതൃത്വത്തിലുള്ള സർക്കാരുകൾ അധികാര വികേന്ദ്രീകരണ പ്രക്രിയയിൽ സ്വീകരിച്ച സമീപനവും എടുത്ത തീരുമാനങ്ങളും അവയുടെ വിപരീത ഫലങ്ങളും മാത്രം പരിശോധിച്ചാൽ കാര്യങ്ങൾ ബോദ്ധ്യപ്പെടാവുന്നതേയുള്ളൂ. ജനകീയാസൂത്രണ പ്രസ്ഥാനത്തിനെ നിരാകരിച്ച് കേരള വികസന പദ്ധതിയാക്കി മാറ്റിയപ്പോൾ സംഭവിച്ചതു നാം അനുഭവിച്ചതാണ്. കൈമാറിയ വിഭവവും അധികാരവും തിരികെയെടുത്ത സർക്കാർ തീരുമാനവും നാം കണ്ടു. സന്നദ്ധ–സാങ്കേതിക സമിതികളെന്ന നൂതനമായ സാങ്കേതിക പിൻതുണ സംവിധാ

നത്തെ പൂർണ്ണമായും നിരാകരിച്ച് ഉദ്യോഗസ്ഥ മേധാവിത്വം പുനഃസ്ഥാപിച്ചു. ഉദ്ഗ്രഥിത തദ്ദേശഭരണ സംവിധാനത്തിനു പകരം തുണ്ടവല്കൃത ഭരണവകുപ്പും മന്ത്രാലയങ്ങളുമാക്കി മാറ്റിയതും ചരിത്രം. ഇതിന്റെയെല്ലാം നേട്ട-കോട്ടങ്ങൾ വിശകലന വിധേയമാക്കി വേണം കേരളത്തിലെ അധികാര വികേന്ദ്രീകരണ പ്രസ്ഥാനത്തിന്റെ വികാസ പരിണിതിയെ നാം നോക്കിക്കാണേണ്ടത്.

അധികാര വികേന്ദ്രീകരണം അധികാര ദല്ലാൾമാർക്കല്ല

അധികാരം ജനങ്ങൾക്ക് അനുഭവ വേദ്യമാകണം. അവരത് കൈയാളാനും പ്രയോഗിക്കാനും സജ്ജരാകണം, പ്രാപ്തരാകണം. വികേന്ദ്രീകൃത അധികാര കർതൃത്വത്തിൽ കൂടുതൽ പങ്കാളിത്തം സാദ്ധ്യമാക്കണം. കൂട്ടായ ഇടപെടലുകൾ ഉണ്ടാകണം. ഉദ്യോഗസ്ഥ വൃന്ദത്തിനുമേൽ ജനാധികാര പാലനം സാദ്ധ്യമാക്കണം. ജനപ്രതിനിധികളും ഭരണാധികാരികളും ജനസമൂഹത്തോട് ഉത്തരവാദിത്വക്ഷമം ആകണം. സന്നദ്ധ-സമാന്തര-സാമൂഹ്യ സംഘടനകളും സംവിധാനങ്ങളും തദ്ദേശീയ ജനതയോട് ബാദ്ധ്യസ്ഥവും നഷ്ടോത്തരവാദിത്വക്ഷമവും ആകണം. ഇതിന്റെയെല്ലാം ആണിക്കല്ലായി പ്രവർത്തിക്കാൻ പ്രാദേശിക സർക്കാരുകൾക്ക് കഴിയണം. നയരൂപീകരണം, നയനിർവ്വഹണം, നയപരിഷ്കരണം എന്നിവയ്ക്ക് ഉതകുന്ന സ്വയം ഭരണ ഘടകങ്ങളായി തദ്ദേശഭരണ സ്ഥാപനങ്ങളെ വ്യവസ്ഥാപിതമാക്കാനാകണം.

പ്രായോഗികതല വിശകലനവും നിഗമനവും

രാഷ്ട്ര നിർമ്മാണ - സാമൂഹ്യ വികാസ- സാമ്പത്തിക പുരോഗമന പ്രക്രിയയിൽ ജനനേതൃത്വം, ഉടമസ്ഥത, പങ്കാളിത്തം, അവലോകനം നിയന്ത്രണം എന്നിവ സാധിതമാക്കുന്നതിനായിട്ടാണ് നാം അധികാരവികേന്ദ്രീകരണത്തെ അവലംബിച്ചത്. അത് കഴിയും, കഴിയണം. ജനങ്ങളുടെ സമ്മതിദാനവും, നികുതിപ്പണവും, പങ്കാളിത്തവും, അംഗീകരണവുംകൊണ്ടാണ് കേന്ദ്ര-സംസ്ഥാന-തദ്ദേശ ഭരണതലങ്ങളിൽ ഏറുന്നതും നിലനില്ക്കുന്നതും തുടരുന്നതും. അതുകൊണ്ട് ജനങ്ങളെ ദയാപാത്രങ്ങളോ, ധർമ്മയാചകരോ, നന്ദിസൂചകരോ ആയി കരുതുകയോ അനുസരണ പൂർവ്വം അടിമകളാക്കാവുന്നവരെന്ന് ധരിക്കുകയോ ചെയ്യുന്നത് മൗഢ്യമായിരിക്കും. അത് ജനാഭിമാനത്തെ മുറിപ്പെടുത്തും. ജനങ്ങളാണ് ഭരണാധികാര സംവിധാനങ്ങളെ ഉണ്ടാക്കുന്നതും ഇല്ലാതാക്കുന്നതുമെന്ന ജനാധിപത്യ പാഠത്തോട് നാം ജാഗ്രത പുലർത്തണം. ചങ്ങാത്ത മുതലാളിത്തവും മാധ്യമ പ്രചാരണ കോലാഹലവും വർഗ്ഗീയ മൗലികവാദനിലപാടുകളും ഒന്നിച്ചു ചേർന്ന് ഉറപ്പിക്കുന്നതും ഉരുക്കിക്കളയുന്നതുമായ വാർപ്പു മാതൃകയോ സ്ഥാപനമോ സമ്പ്രദായമോ ആയി നമ്മുടെ ജനാധിപത്യ ഭരണക്രമത്തെ ചുരുക്കാനുള്ള ശ്രമം തിരിച്ചറിയണം. അധികാരങ്ങളുടെയും വിഭവങ്ങളുടെയും നേട്ടങ്ങളുടെയും കൈവ

ശവും ഭോഗവും ഒരു ചെറുന്യൂനപക്ഷം അനുഭവിക്കുന്നതായ അവസ്ഥയ്ക്കും വ്യവസ്ഥയ്ക്കും അറുതി വരുത്തുകയാണ് വികേന്ദ്രീകരണത്തിന്റെ പരമമായ ലക്ഷ്യം.

അധികാര വികേന്ദ്രീകരണത്തിന്റെ പ്രായോഗികത

മനുഷ്യൻ മൃഗത്തിൽനിന്ന് വ്യത്യസ്തനായിത്തീർന്നതിനുള്ള ഒരു കാരണമോ, അതിന്റെ വെളിപ്പെടുത്തലോ ആണ് സ്വതന്ത്രതയിൽനിന്നും ഉരുവെടുക്കുന്നതായ അധികാരവും അതിന്റെ പ്രയോഗവും. ഇത്തരത്തിൽ സ്വയമേവയുള്ള കഴിവിൽനിന്ന് ഉരുത്തിരിയുന്ന അധികാരത്തിനു മാത്രമേ ഉല്പാദന–ആവിഷ്കാര ശേഷികൾ ലഭിക്കുകയുള്ളൂ.

എന്താണ് സ്വരാജ് എന്ന ചോദ്യത്തിന് ഗാന്ധിജി നല്കിയ മറുപടി *"ചുരുക്കം ചിലരിൽ മാത്രം കേന്ദ്രീകരിച്ചിരിക്കുന്ന അധികാരമല്ല മറിച്ച് അധികാര ദുർവ്വിനിയോഗത്തെ നിയന്ത്രിക്കാൻ ബഹുഭൂരിപക്ഷം ആളുകൾ ആർജ്ജിക്കുന്ന ശേഷിയാണ് സ്വരാജ്"* എന്നാണ്. ഭാവനയിലുള്ള ജനാധിപത്യത്തെക്കുറിച്ചുള്ള ചോദ്യത്തിന് നെഹ്റു നല്കിയ ഉത്തരം *"ദില്ലിയിലിരിക്കുന്ന പ്രധാനമന്ത്രിയേക്കാൾ നിർണ്ണായകം പ്രാദേശികതല സർക്കാരിലെ പ്രധാനമന്ത്രിയാണ്. തദ്ദേശീയരുടെ ആവശ്യങ്ങൾ എന്ത്, അതെങ്ങനെ ലഭ്യമാക്കാം, അതിനുള്ള മാർഗ്ഗവും ഉപാധിയുമെന്ത് എന്ന തിരിച്ചറിവ് പ്രാദേശികമായ പ്രശ്നങ്ങൾ തിരിച്ചറിഞ്ഞ് പരിഹരിക്കാനും സ്വാഭാവികമായി കഴിയുന്ന സംവിധാനമാണ് ഭാവിയിലെ ജനാധിപത്യം"* എന്നാണ്. *"തദ്ദേശീയ ജനതയുമായി ദൈനംദിനം നേരിട്ട് ബന്ധപ്പെട്ടുകൊണ്ട് ഭരണകാര്യം നിർവ്വഹിക്കുന്നതായിരിക്കണം ഭാവിജനാധിപത്യം, അതാകട്ടെ, പഞ്ചായത്ത് രാജ്"* എന്നായിരുന്നു ആ മറുപടിയുടെ തുടർച്ച.

"മുകൾത്തട്ടിലുള്ള ഭരണസംവിധാനങ്ങളുമായി സഹവർത്തിത്വത്തിലുള്ള ബന്ധങ്ങളോടുകൂടി പ്രവർത്തിക്കുന്നതിനും ഏതുവിധത്തിലാണോ സ്വയം സംഘടിപ്പിക്കപ്പെടേണ്ടത് അങ്ങനെ സംഘടിപ്പിക്കപ്പെടാനും തീരുമാനങ്ങളും മാർഗ്ഗനിർദ്ദേശവും നല്കി പ്രവർത്തന സജ്ജമാക്കാനുമുള്ള കാര്യത്തിനായി ഓരോ പ്രദേശത്തും മൂന്ന് അടിസ്ഥാന ജനകീയ സ്ഥാപനങ്ങൾ ഉണ്ടാകണം. ഗ്രാമവിദ്യാലയം, ഗ്രാമപഞ്ചായത്ത്, ഗ്രാമസഹകരണ സംഘം" – എന്നതായിരുന്നു നെഹ്റുവിന്റെ ആശയവും പരിപാടിയും. വിദ്യാഭ്യാസം, സ്വയം ഭരണം, സമ്പദ് ശേഷി എന്നിവയിൽ ഊന്നിയ നിലനില്പ്. നെഹ്റു വിഭാവനം ചെയ്ത പഞ്ചായത്ത് രാജ് ജനങ്ങളുടെ മേലുള്ള അധികാരം എന്നതിനെ ജനങ്ങളിലേക്ക് അധികാരം എന്ന് കണ്ടു. എന്നാൽ 1952 ൽ ആരംഭിച്ച നാഷണൽ എക്സ്റ്റൻഷൻ സർവ്വീസ് എന്ന ഉദ്യമം ഒരു വ്യാഴവട്ടം എത്തും മുമ്പ് ദുർബലമാക്കപ്പെട്ടു. പഞ്ചായത്ത്രാജ്–സഹകരണം–സാമൂഹിക വികസനം എന്ന ആശയസംഹിത തന്നെ 1965 എത്തിയപ്പോൾ രൂപം മാറി.

എന്നാൽ ബഹുസ്വരതയിലും വൈവിദ്ധ്യത്തിലും ഉറച്ച ഇന്ത്യയ്ക്ക് ഒരു ജനാധിപത്യ രാഷ്ട്രമെന്ന നിലയിൽ തുടരാനും വികസിക്കാനുമായി

ഭരണം–വികസനം–ക്ഷേമം എന്നീ മൂന്ന് അടിസ്ഥാന ഘടകങ്ങൾ ഉൾക്കൊള്ളുന്നതായ തദ്ദേശഭരണ യൂണിറ്റുകൾ അനിവാര്യമാണെന്നതിന് സംശയമില്ല. അവിഛിന്നവും എന്നാൽ അത്യാവശ്യ നാഗരിക സൗകര്യങ്ങളോടുള്ളതുമായ ഒരു പ്രതിഭാസമാണ് ഗ്രാമീണ ഇന്ത്യ. പഞ്ചനക്ഷത്ര സംസ്കാരത്തിനു വേണ്ടിയുള്ള അമിതാവേശം ഉണ്ടായേക്കാമെങ്കിലും ഗ്രാമീണ വ്യവസ്ഥയെന്ന ഗംഭീര പ്രതിഭാസത്തെ ഇന്ത്യയ്ക്ക് നിരാകരിക്കാനാവില്ല. പരസ്പര ചൂഷണത്തിനുള്ള ഒരു കലയല്ല ജനാധിപത്യ രാഷ്ട്രീയം. ജനഅതിജീവനത്തിന് ജനഅധികാരത്തെ ഉപയോഗപ്പെടുത്താനുള്ള വേദിയും അവസരവുമാണ് ജനാധിപത്യം എന്ന തിരിച്ചറിവും അതിനുള്ള അടിസ്ഥാന ഉപാധിയാണ് തദ്ദേശഭരണമെന്ന ഉൾക്കാഴ്ചയുമാണ് അതിന്റെ പ്രായോഗിക അന്തർധാര.

ആഗോളവല്ക്കരണ ബദലാണ് അധികാര വികേന്ദ്രീകരണം

അത്യന്തം കേന്ദ്രീകൃതവും അദൃശ്യവും അമൂർത്തവുമായ ആഗോളീകരണകാല നയങ്ങൾക്കുപകരം പ്രാദേശിക തലങ്ങളിൽ ജനങ്ങളുടെ അതിജീവന മുൻഗണനകൾ കണക്കിലെടുത്ത്, അവരുടെ വികസന–ക്ഷേമ–സുരക്ഷാ ആവശ്യങ്ങൾ സാക്ഷാൽക്കരിക്കുന്നതിനുള്ള ജനപങ്കാളിത്തത്തോടെയുള്ള ബദൽ ഉപാധിയായാണ് ഇടതുപക്ഷം അധികാര വികേന്ദ്രീകരണത്തെ നോക്കിക്കണ്ടതും ഉപയോഗിച്ചതും. ആഗോളീകരണ ഉദാരീകരണ നയങ്ങളുടെ കടന്നാക്രമണങ്ങളിൽനിന്ന് ഭിന്നവും വിപരീതവുമായ ഒട്ടേറെ പ്രായോഗിക അതിജീവന–വികസന മാതൃകകൾക്ക് അധികാര വികേന്ദ്രീകരണ പ്രക്രിയയിലൂടെ തദ്ദേശഭരണ സ്ഥാപനങ്ങൾ വഴി രൂപംനല്കാനും നടപ്പിലാക്കാനും കഴിഞ്ഞു. ആഗോളീകരണ ബദലായുള്ള അതിജീവന മാർഗ്ഗങ്ങളിലൊന്നായാണ് അധികാര വികേന്ദ്രീകരണത്തെയും ആസൂത്രണ വികേന്ദ്രീകരണത്തെയും ഇടതുപക്ഷ പ്രസ്ഥാനം പ്രാവർത്തികമാക്കിയത്.

പുതിയ സാഹചര്യത്തിൽ ആഗോളവല്ക്കരണത്തിന്റെ കടന്നാക്രമണത്തിന് അതീവ സമഗ്രസ്വഭാവമാണുള്ളത്. അതുകൊണ്ടുതന്നെ അതിനെതിരായുള്ള പ്രതിരോധത്തിനും ദാരിദ്ര്യത്തിന്റെയും ചൂഷണത്തിന്റെയും അതിജീവനത്തിന്റെയും പ്രശ്നങ്ങൾക്കപ്പുറം സാമൂഹ്യ ജീവിതത്തിന്റെ സമഗ്ര മേഖലകളെയും പ്രശ്നങ്ങളെയും കണക്കിലെടുക്കുന്നതായ സമഗ്ര സ്വഭാവം ഉൾക്കൊള്ളാനാകണം. തത്വാധിഷ്ഠിത രാഷ്ട്രീയ അടിത്തറയിലും പ്രശ്നാധിഷ്ഠിത ലക്ഷ്യസാധൂകരണത്തിലും ഊന്നിയുള്ള സമഗ്ര പ്രതിരോധ പ്രവർത്തനം ആഗോളവല്ക്കരണ ബദലിന് അനിവാര്യമാണ്. ഇതിനുള്ള തദ്ദേശീയ വേദിയും ഉപാധിയുമായി വേണം നാം അധികാര വികേന്ദ്രീകരണ പ്രക്രിയയെയും അതിന്റെ ഭാഗമായ പ്രവർത്തനങ്ങളെയും ഉൾക്കൊള്ളേണ്ടതും പ്രായോഗികമാക്കേണ്ടതും. ഇക്കാര്യത്തിൽ ഇതര സംസ്ഥാനങ്ങളിൽനിന്നും ഭിന്നമായ സവിശേഷതകൾ പ്രകടമാകുന്നയിടമാണ് കേരളം. ഒറ്റയ്ക്കും തെറ്റയ്ക്കുമുള്ള

ജനകീയ കൂട്ടായ്മകളെ കൂട്ടിയിണക്കി, പ്രാദേശിക ബദലുകളുടെ അതിശക്തമായ ശൃംഖല ശക്തിപ്പെടുത്തിക്കൊണ്ട് ആഗോളവല്ക്കരണ- ഉദാരവല്ക്കരണ ബദലിനുള്ള ജനാധിപത്യ പ്രാദേശിക പ്രവർത്തന സരണിയായി തദ്ദേശഭരണ പ്രവർത്തനങ്ങളെ നമുക്ക് മാറ്റിയെടുക്കേണ്ടതുണ്ട്.

കേരളത്തിലെ അധികാര വികേന്ദ്രീകരണം ജനകീയ വീക്ഷണത്തിൽ

1993 ലെ ഭരണഘടനാ ഭേദഗതിയും 1994 ൽ കേരളത്തിൽ തദ്ദേശ ഭരണസംബന്ധിയായ മൂല നിയമവും നിലവിൽ വന്നിട്ട് കാൽനൂറ്റാണ്ട് പിന്നിട്ടുകഴിഞ്ഞു. സാമ്പത്തിക സാമൂഹിക വികസനവും ക്ഷേമസുരക്ഷയും മുൻനിർത്തിയുള്ള വികേന്ദ്രീകൃതാസൂത്രണ സംരംഭം പ്രാവർത്തികമായിട്ട് ഇരുപത്തഞ്ച് വർഷം പിന്നിട്ടു. വികസന ആസൂത്രണ പദ്ധതികൾ രൂപപ്പെടുത്തുന്നതിൽ വിപുലമായ ജനകീയ സമ്മർദ്ദവും തീരുമാനത്തിലും നടത്തിപ്പിലും വർദ്ധിച്ച ജനകീയ പങ്കാളിത്തവും ഉറപ്പാക്കാനുള്ള രാഷ്ട്രീയ-ഭരണകാര്യ പരിശ്രമമായിരുന്നു അധികാര വികേന്ദ്രീകരണവും അതിനായി നടന്ന ആസൂത്രണ വികേന്ദ്രീകരണ ഉദ്യമവും.

ഇക്കാലത്തിനിടയിൽ ഈ ഉദ്യമം എങ്ങനെയാണ് ജനങ്ങൾ നോക്കിക്കണ്ടത്? രാഷ്ട്രീയ-ഭരണ-ഉദ്യോഗസ്ഥ തലങ്ങളിൽ ഇത്തരമൊരു ജനാധിപത്യ ഉദ്യമം നേരിടാവുന്നതായ എല്ലാ തടസ്സങ്ങളും ഇക്കാര്യത്തിലും നേരിട്ടു. ഉണ്ടായ വലിയ നേട്ടത്തെ ഉള്ളുതുറന്നു കാണാതെ സംഭവിച്ച ചെറു കോട്ടങ്ങളെ ഊതിപ്പെരുപ്പിച്ച് വികലവും വികൃതവുമാക്കാനും നീക്കമുണ്ടായി. സുതാര്യവും പങ്കാളിത്തപരവുമായ നടത്തിപ്പ് രീതികൾ പല ഘടകങ്ങളിലും അലോസരവും അപ്രീതിക്കും ഇടയാക്കി. പതിവു മട്ടിലും ചാലിലുമുള്ള പ്രവർത്തന രീതികളിലേക്ക് പരിവർത്തനം ചെയ്യിക്കാനുള്ള ബോധപൂർവ്വമായ ഇടപെടലുകൾ ഉണ്ടായി. പോരായ്മകളും പരിമിതികളും പരിഹരിച്ച് സ്ഥായിത്വവല്ക്കരിക്കുന്നതിനും പരിഷ്കരിക്കുന്നതിനും പകരം വികേന്ദ്രീകരണ പ്രക്രിയയെത്തന്നെ വഴി തിരിച്ചുവിടാനും മരവിപ്പിക്കാനും തിരസ്കരിക്കാനുമുള്ള പരിശ്രമങ്ങൾ പില്ക്കാലത്ത് ആവർത്തിച്ചുണ്ടായി. എന്നാൽ സ്ഥിതിവിവരങ്ങളുടെയും പ്രാദേശിക അനുഭവങ്ങളുടെയും അടിസ്ഥാനങ്ങളിൽ അവലോകനം ചെയ്യുകയാണെങ്കിൽ അനന്യവും അന്യാദൃശ്യവുമായ നേട്ടങ്ങളാണ് അധികാര വികേന്ദ്രീകരണ പ്രക്രിയ വഴി ഉണ്ടായതെന്ന് നിസ്സംശയം പറയാൻ സാധിക്കും.

വ്യക്തിഗത അവകാശ ആനുകൂല്യങ്ങൾ 40-45% ആളുകൾക്കും ദരിദ്ര-പരമദരിദ്രവിഭാഗ കുടുംബങ്ങൾക്കുള്ള അവകാശ ആനുകൂല്യങ്ങൾ 45-57% പേർക്കും ഗുണപരമായും ഗണപരമായും സാധിതമാക്കാനായി എന്നതുതന്നെ പ്രധാന നേട്ടം. വികേന്ദ്രീകരണ ഫലമായി പട്ടികജാതി

കുടുംബങ്ങളിൽ 55% ന് മുകളിലും, പട്ടികവർഗ്ഗ കുടുംബങ്ങളിൽ 67% ന് മുകളിലും നേട്ടങ്ങൾ അനുഭവവേദ്യമായി. അവരവരുടെ പ്രദേശങ്ങളിലെ നേട്ടകോട്ട വിശ്ലേഷണ നിരീക്ഷണത്തിൽ 88% പേരും താന്താങ്ങളുടെ പ്രദേശത്ത് സൃഷ്ടിക്കപ്പെട്ട സാമൂഹ്യ ആസ്തികളുടെ സംയോജിത ഗുണ ഫലങ്ങളുടെയും അനുഭവം മുൻനിർത്തി വികേന്ദ്രീകരണ നേട്ടത്തെ അംഗീകരിക്കയും സ്വാംശീകരിക്കുകയുമാണിന്ന് ചെയ്യുന്നത്. അവശേഷിക്കുന്നവരുടെ കാര്യത്തിലാകട്ടെ യുക്തമായ കാരണങ്ങൾ അടിസ്ഥാനമാക്കിയുള്ള പരിമിതിയാണ് നിലനില്ക്കുന്നത്. പൊതു സേവന ഗുണമേന്മയുടെ കാര്യത്തിൽ അത്ഭുതപൂർവ്വമായ മാറ്റമാണ് ഇക്കാലയളവിൽ ദൃശ്യമായിട്ടുള്ളത്. വകുപ്പുതല ജീവനക്കാരുടെ പ്രവർത്തനങ്ങളുടെയും ഏകോപനവും ഉദ്ഗ്രഥനവും വിഭവ സംയോജനവും വിനിയോഗവും ഉൾപ്പെടെയുള്ള വിഷയങ്ങളിൽ ക്രിയാത്മക പരിവർത്തനം ഇക്കാലയളവിൽ സംഭവിച്ചതായും കാണാം. കാര്യനിർവ്വഹണ രംഗത്തെ അഴിമതിയും കെടുകാര്യസ്ഥതയും താരതമ്യേന കുറച്ചുകൊണ്ടുവരാനും കഴിഞ്ഞിട്ടുണ്ട്. അതുകൊണ്ടുതന്നെ ബോധപൂർവ്വമായി സൃഷ്ടിക്കുന്ന വിവാദങ്ങളും വാർത്താമാധ്യമ വിമർശനങ്ങളും ഉള്ളപ്പോൾ തന്നെ അധികാര വികേന്ദ്രീകരണ ആസൂത്രണ വികേന്ദ്രീകരണ ഉദ്യമങ്ങൾ സ്ഥായിത്വ സ്വഭാവത്തോടെ തുടരുകയും ഗുണപരമായി വികസിക്കുകയും ചെയ്യണമെന്ന വീക്ഷണവും താല്പര്യവുമാണ് ജനസാമാന്യവും ഉയർത്തുന്നത്. ഇതനുസരിച്ചുള്ള വിലയിരുത്തലും സ്വാംശീകരണവും ആഭിമുഖ്യവും രാഷ്ട്രീയ സാമൂഹ്യ സന്നദ്ധ പ്രസ്ഥാനങ്ങളിൽ രൂപപ്പെടുത്താനും പ്രാവർത്തികമാക്കാനും കഴിയേണ്ടതുണ്ട്. ഇവിടെയാണ് ഇടതുപക്ഷ പ്രസ്ഥാനങ്ങളും തൊഴിലാളി കർഷക പുരോഗമന സാമൂഹ്യ പ്രസ്ഥാനങ്ങളും കൃത്യവും പ്രായോഗികവുമായ അവലോകനവും നിഗമനവും രൂപപ്പെടുത്തേണ്ടതും പ്രാവർത്തികമാക്കേണ്ടതും. ഭാവിയിൽ അധികാര ആസൂത്രണ വികേന്ദ്രീകരണത്തിൽ ഗുണാത്മക ഇടപെടലുകൾക്കും മാറ്റങ്ങൾക്കും അത് സഹായകമാകും എന്ന് കരുതുന്നു.

അധികാര വികേന്ദ്രീകരണം ജനാധിപത്യ പങ്കാളിത്തം

എന്തുകൊണ്ടാണ് ഭരണ – വികസന പ്രവർത്തനങ്ങളിൽനിന്ന് ജനങ്ങൾ ഏറെ അന്യവല്ക്കരിക്കപ്പെട്ടിരിക്കുന്നത്? ഭരണ നയങ്ങളുടെ വർഗ്ഗപരമായ ചട്ടക്കൂടും വികസന പ്രവർത്തനങ്ങളുടെ ജനവിരുദ്ധ സ്വഭാവവുമാണതിന് കാരണം എന്ന് ഇ എം എസ് തന്നെ ചൂണ്ടിക്കാണിച്ചിട്ടുണ്ട്. ബഹുഭൂരിപക്ഷത്തിനും ഒരുവിധ പങ്കാളിത്തവും ഇല്ലാതെയുള്ള ഭരണസംവിധാനം, മഹാഭൂരിപക്ഷത്തെ ദാരിദ്ര്യത്തിന്റെ പരമകോടിയിലേക്ക് തള്ളുന്നതായ വികസനസമ്പത്ത് സമീപനം, ദുർബ്ബല പിന്നോക്ക വിഭാഗങ്ങൾക്ക് നല്കുന്ന സമാശ്വാസ നടപടികൾ, വികസന മൂലധനച്ചോർച്ചയെന്ന വീക്ഷണം, ഇവയ്ക്കെതിരായ ഏതൊരു സംഘടിത പ്രതിരോധത്തെയും പ്രതിബന്ധമായിക്കണ്ട് അടിച്ചമർത്താനുള്ള പ്രവണത ഇതെല്ലാമാണ് വികേന്ദ്രീകരണ വിരുദ്ധ സമീപനത്തിന്റെ മുഖമുദ്രകൾ.

എന്നാൽ വികസന നടത്തിപ്പിനുള്ള മൂലധനത്തിൽ പ്രധാനപ്പെട്ട ഒന്ന്, അതിൽ സന്നദ്ധമായോ സാങ്കേതികമായോ അദ്ധ്വാനം ചെലവഴിക്കാൻ സജ്ജരായ വിദഗ്ദ്ധർ ഉൾപ്പെടെ ലക്ഷോപലക്ഷം വരുന്ന ബഹുജനങ്ങളുടെ തൊഴിൽ ശക്തിയാണ്. അതിനെ ഉദ്ദീപിപ്പിക്കുന്ന, ഊർജ്ജസ്വലമാക്കുന്ന, ത്വരിതപ്പെടുത്തുന്ന ഏതൊരു ജനകീയ ഉദ്യമവും അധികാരവികേന്ദ്രീകരണത്തിന്റെ ഭാവിയിലേക്കുള്ള മുതൽക്കൂട്ടാണ്. അതൊരിക്കലും ധൂർത്തോ പാഴ്ച്ചെലവോ അല്ല. ആധുനിക സാമൂഹ്യ മൂലധന സങ്കല്പനത്തിന്റെ ജനകീയ പ്രയോഗ സാദ്ധ്യതയും അവസരവുമാണത്.

രാജ്യത്ത് നിലവിലിരിക്കുന്ന രാഷ്ട്രീയ–സാമ്പത്തിക ഘടനയും അതിന്റെ വർഗ്ഗപരമായ പരിമിതിയും കണക്കിലെടുത്തു മാത്രമേ വികേന്ദ്രീകരണത്തെ നമുക്ക് പര്യാലോചനയ്ക്കെടുക്കാനാകൂ. നിലവിലിരിക്കുന്ന ബൂർഷ്വാ–ഭൂപ്രഭു വർഗ്ഗാധിപത്യ ഭരണകൂടത്തിന്റെയും കുത്തക

മുതലാളിത്ത ചങ്ങാത്ത സമ്പദ് ഘടനയുടെയും നാലതിരുകൾക്കുള്ളിൽ നിന്നുള്ള ഇടപെടലിനു മാത്രമേ സംസ്ഥാന സർക്കാരുകൾക്കും ഇടതു പക്ഷ പ്രസ്ഥാനത്തിനും ഇപ്പോൾ കഴിയുകയുള്ളൂ. അങ്ങനെ പ്രവർത്തി ക്കുമ്പോൾ തന്നെ ബദൽ വികസന-ക്ഷേമ-പുരോഗമന നയങ്ങൾക്കു രൂപംനല്കുന്നതിനും ജനജീവിത നിലവാരം പടിപടിയായി ഉയർത്തുന്ന തിനുമുള്ള ബോധപൂർവ്വമായ സമീപനമാണ് നാം പുലർത്തിയത്.

ആഗോളവല്ക്കരണ -സാമ്രാജ്യത്വവല്ക്കരണ ഭീഷണികളെ ചെറു ക്കാനും തദ്ദേശീയ ബഹുസ്വരതയും വൈവിദ്ധ്യവും പരിപാലിച്ചു കൊണ്ടുള്ള ജനാധിപത്യ ശാക്തീകരണത്തിനും വർദ്ധിത പങ്കാളിത്ത ത്തിനുമായുള്ള ഉപാധിയായിട്ടാണ് ഇടതുപക്ഷ പ്രസ്ഥാനം അധികാര വികേന്ദ്രീകരണത്തെയും ആസൂത്രണ വികേന്ദ്രീകരണത്തെയും നോക്കി ക്കണ്ടതും ഇടപെട്ടതും.

ബഹുജന സംഘടനകളെയും ജനങ്ങളുടെ ജനാധിപത്യ ബോധ ത്തെയും തന്നെയാണ് സമർപ്പിത മൂലധനമായി നാം കണ്ടത്. ജനങ്ങ ളുടെ സംഘടിത ശേഷിയെയും പ്രവർത്തനത്തെയും സമൂഹത്തിനു ശാപമായി കാണുന്നവരുണ്ടാകാം. എന്നാൽ ഈ നാടിന്റെ സംഘടിത ശേഷിയെയും ജനങ്ങളുടെ രാഷ്ട്രീയ അവബോധത്തെയും ഉല്പാദന ക്ഷമതയും ഉല്പാദനവർദ്ധനവും അതിജീവനവും, ജീവിതഗുണതയും ഉറപ്പാക്കാനുമായി ഉപയോഗപ്പെടുത്താനാകുക എന്ന വെല്ലുവിളി നിറഞ്ഞ കർമ്മപദ്ധതിയാണ് നാം സ്വീകരിച്ചത്.

ഇത് അംഗീകരിക്കണമെങ്കിൽ സാർത്ഥകമാകണമെങ്കിൽ സർക്കാ രിനും ഭരണവർഗ്ഗത്തിനും സമൂഹത്തിന് ആകെത്തന്നെയും ജനകീയ പ്രസ്ഥാനങ്ങളോടും അവരുടെ സംഘടിത ശക്തിയോടും ജനങ്ങളുടെ ആവശ്യകതകളോടും സാമൂഹ്യ സംതൃപ്തിയെന്ന ജീവത്തായ മാനക ത്തോടുമുള്ള വീക്ഷണം, മനോഭാവം മാറണം. ജനകീയ ഇടപെടലു കളെ അടിച്ചമർത്തുന്നതിനും മരവിപ്പിക്കുന്നതിനും പകരം അദ്ധ്വാന വർഗ്ഗ ത്തിന് ഉല്പാദന വർദ്ധനവിൽ അധികമധികം ഇടപെടാനുമുതകുംവിധം ജനാധിപത്യവികേന്ദ്രീകരണത്തെ മാറ്റിത്തീർക്കണം. അടിസ്ഥാന വർഗ്ഗ ത്തിന് അർഹമായ പങ്കാളിത്തം ഉറപ്പുവരുത്താനും അതിന്റെ തോത് അന വരതം ഉയർത്താനും ഉതകുംവിധം ആസൂത്രണ വികേന്ദ്രീകരണത്തെ നമുക്ക് ഉപയോഗിക്കാനും കഴിയണം.

നവോത്ഥാന പ്രസ്ഥാനം, ഭൂപരിഷ്കരണ പ്രസ്ഥാനം, ഗ്രന്ഥശാലാ പ്രസ്ഥാനം, സാക്ഷരതാ പ്രസ്ഥാനം, വനിതാ പ്രസ്ഥാനം, ദളിത്-ന്യൂന പക്ഷ പ്രസ്ഥാനങ്ങൾ തുടങ്ങി ചെറുതും വലുതുമായ ഒട്ടേറെ ബഹു ജന പ്രസ്ഥാനങ്ങളുടെ സജീവമായ കൊള്ളക്കൊടുക്കലുകൾ അധികാര വികേന്ദ്രീകരണ പ്രക്രിയയെ സമ്പന്നവും സജീവവുമാക്കിയിട്ടുണ്ട്. ശാസ്ത്രസാഹിത്യ പരിഷത്, പ്രാദേശിക പങ്കാളിത്ത പഠന ഗവേഷണ സംരംഭങ്ങളും കൂട്ടായ്മകളും, സാങ്കേതിക വൈജ്ഞാനിക മേഖലക ളിലെ ധൈഷണിക മുന്നേറ്റങ്ങൾ തദ്ദേശീയമായി പരീക്ഷിക്കപ്പെട്ട വിക

സനമാതൃകകൾ എന്നിവയെല്ലാം ഏറിയും കുറഞ്ഞും അധികാര വികേന്ദ്രീകരണത്തെയും ആസൂത്രണ വികേന്ദ്രീകരണത്തെയും ഗണ്യമായി സ്വാധീനിച്ചിട്ടുണ്ട്. അതായത് വിരുദ്ധ ചേരികളിൽ നില്ക്കുന്നതായ ജനലക്ഷങ്ങളുടെ സഹായസഹകരണവും പങ്കാളിത്തവും അവരുടെ മഹത്തായ മനുഷ്യശേഷിയും അദ്ധ്വാനവും ഉറപ്പാക്കിയുള്ള വികസന രാഷ്ട്രീയം കൈകാര്യം ചെയ്യേണ്ടത് എങ്ങനെയെന്ന് ഇടതുപക്ഷം ഇതിലൂടെ പ്രാവർത്തികമാക്കി.

ഇത്തരം ജനലക്ഷങ്ങളുടെ പ്രത്യക്ഷ സഹകരണത്തിന്റെ ഏറ്റവും അടിസ്ഥാനതലമാണ് തദ്ദേശഭരണ സ്ഥാപനങ്ങൾ. ഒന്നല്ലായെങ്കിൽ മറ്റൊരു വിധത്തിൽ ഏതാണ്ട് എല്ലാ രാഷ്ട്രീയ പാർട്ടികളും ഒരു പ്രദേശത്തല്ലെങ്കിൽ മറ്റൊരു പ്രദേശത്ത് പ്രാദേശിക സർക്കാരിൽ അധികാരം കൈയാളുന്ന ഭരണകക്ഷികളാണ്. രാഷ്ട്രീയവും സംഘടനാപരവുമായ വിരുദ്ധചേരികളിലുള്ളവർ തദ്ദേശഭരണ സ്ഥാപനങ്ങളിൽ അധികാര നിർവ്വഹണം നടത്തുന്നുണ്ട്. തിരഞ്ഞെടുപ്പിൽ വിവിധ ചേരികളിൽ നിന്ന് മത്സരിക്കുന്നവർ തിരഞ്ഞെടുപ്പ് ഫലം പ്രഖ്യാപിച്ചുകഴിഞ്ഞാൽ ഭരണ-പ്രതിപക്ഷാംഗങ്ങളായല്ല കക്ഷിരാഷ്ട്രീയ ഭേദമെന്യേ ഏകാംഗീകൃത ഭരണസമിതിയിലെ അംഗങ്ങളായാണ് പ്രവർത്തിക്കുന്നത്. തദ്ദേശ സ്വയംഭരണ വ്യവസ്ഥാപനത്തിനും അതിനുമേൽ യൂണിയൻ-സംസ്ഥാന സർക്കാരുകളുടെ ഇടപെടലുകളെ ചെറുക്കുന്നതിനും ഈ യോജിച്ച ഐക്യനിര പ്രയോജനപ്പെടുത്തണം. അതിനൊപ്പം ജനജീവിത ഗുണതയും ഉല്പാദനക്ഷമതയും കൂലിഘടനയും വർദ്ധിക്കുന്നതിനായുള്ള സംഘടിത പ്രവർത്തനമായും വികേന്ദ്രീകൃത വികസന പ്രക്രിയയെ ഉപയോഗപ്പെടുത്തണം. തദ്ദേശീയ ജനവിഭാഗങ്ങൾക്ക് അവരവരുടെ മേഖലകളിൽ തനതായ വികസന പരിപാടികൾ ആവിഷ്കരിക്കുന്നതിനും ഭരണകാര്യ നടത്തിപ്പിൽ സജീവമായി ഇടപെടുന്നതിനും ഉള്ള അവസരം ഉറപ്പാക്കാൻ ഉതകുന്ന വികേന്ദ്രീകൃതമായ അധികാര ഘടനയാണ് അഭികാമ്യം എന്ന് സാരം.

ഒരു ഭാഗത്ത് വർഗ്ഗീയ മതമൗലികവാദത്തിന്റെ പിൻബലത്തോടെ ആർ എസ് എസ് നിയന്ത്രിത ബി ജെ പി സർക്കാരും അവരുടെ ഏജൻസികളും ഒളിഞ്ഞും തെളിഞ്ഞും നടത്തുന്ന കടന്നാക്രമണങ്ങൾ. മറ്റൊരു വശത്ത് ആഗോളീകൃത സാമ്പത്തിക നയപിൻതുടർച്ച അടിച്ചേല്പിക്കുന്നതായ സാമ്പത്തിക പ്രത്യാഘാതങ്ങളും അതിജീവന പ്രതിസന്ധികളും. ഇനിയൊരുവശത്ത് ഇതിനെയൊക്കെ എതിർത്തുതോല്പിച്ചശേഷം മാത്രം നീറുന്ന ജനജീവിതപ്രശ്നങ്ങൾക്ക് സമാശ്വാസമാകാം എന്ന് കരുതാനാകാത്ത സ്ഥിതി. ഏറ്റവും പുതിയ സാഹചര്യം അടിക്കടി ആവർത്തിക്കുന്ന പ്രകൃതി പരിസ്ഥിതി ദുരന്ത പ്രത്യാഘാതങ്ങളും അവയ്ക്കു പ്രതിവിധി കാണുന്നതിനുള്ള വമ്പിച്ച ബാദ്ധ്യതയും ഉൾപ്പെടെയുള്ള വെല്ലുവിളികൾ നമുക്കു മുമ്പിൽ ഉയർന്നുവരുകയാണ്. ഇവിടെയാണ് പരിമിതികൾ തിരിച്ചറിഞ്ഞ് അവയ്ക്കുള്ളിൽ നിന്നുകൊണ്ടുതന്നെ, ബഹുജന

ങ്ങളുടെ അപാരമായ സംഘടിത ശേഷി വിനിയോഗിച്ച്, ദൈനംദിന ജീവിത പ്രശ്നങ്ങൾക്ക് പരിഹാരവും സമാശ്വാസവും തേടുന്നതിനും സങ്കീർണ്ണ വികസന സമസ്യകൾക്ക് ഉത്തരം കാണുന്നതിനുമുള്ള അവസരമായാണ് അധികാര വികേന്ദ്രീകരണത്തെ നോക്കിക്കാണുന്നത്.

അധികാര വികേന്ദ്രീകരണം ഒറ്റമൂലിയല്ല

ഒന്നും ചെയ്യാനാകില്ല എന്ന, നിരാശാബോധവും എല്ലാം ചെയ്യാനാകും എന്ന വ്യാമോഹവും ഒരേപോലെ അപകടകരവും തിരസ്കരിക്കപ്പെടേണ്ടതുമാണ്. അധികാര വികേന്ദ്രീകരണം അസാദ്ധ്യമാണ് എന്നും എല്ലാത്തിനും ഒറ്റമൂലിയാണ് അധികാര വികേന്ദ്രീകരണം, വികേന്ദ്രീകൃതാസൂത്രണം എന്ന് കരുതുന്നതും ഒരുപോലെ മൗഢ്യമാണ്.

വ്യത്യസ്തവും സങ്കീർണ്ണവും വെല്ലുവിളി നിറഞ്ഞതുമായ സാഹചര്യത്തെ അഭിമുഖീകരിക്കാൻ നമുക്ക് കഴിയണം. അതാകട്ടെ ഏതെങ്കിലുമൊരു രാഷ്ട്രീയ പാർട്ടിക്കോ, പാർട്ടികൾക്കോ മാത്രമായി ചെയ്യാനാവുന്നതുമല്ല. രാഷ്ട്രീയ പ്രവർത്തകർ, സാമൂഹ്യ പ്രവർത്തകർ, സന്നദ്ധസേവകർ, ശാസ്ത്രസാങ്കേതിക വിദഗ്ദ്ധർ, കർഷകർ, കാർഷിക തൊഴിലാളികൾ, സംഘടിത അസംഘടിത തൊഴിലാളികൾ, സ്ത്രീകൾ, യുവാക്കൾ, വിദ്യാർത്ഥികൾ, കലാ–സാംസ്കാരിക പ്രവർത്തകർ തുടങ്ങി നാനാമേഖലകളിലുള്ളവരുടെ സമഗ്രവും ഉദ്ഗ്രഥിതവുമായ പ്രവർത്തനത്തിലൂടെ മാത്രമേ നാം മുന്നോട്ടുവച്ച അധികാര വികേന്ദ്രീകരണമെന്ന ആശയ രൂപത്തെ അനുഭവവേദ്യമാക്കാൻ കഴിയൂ.

കേവലം നിയമഭേദഗതികൊണ്ടും ചട്ടനിർമ്മാണംകൊണ്ടും സർക്കാർ ഉത്തരവുകളുടെ ആധിക്യംകൊണ്ടും മാത്രം സൃഷ്ടിക്കാവുന്ന ഒന്നല്ല ജനാധിപത്യ അധികാര വികേന്ദ്രീകരണം മറിച്ച് പ്രായോഗികമായ നിയമങ്ങളും അവ നടപ്പാക്കാനാവശ്യമായ സജ്ജീകരണങ്ങളും ഉണ്ടാകണം. അതായത് അധികാര വികേന്ദ്രീകരണത്തിലൂടെ അധികാര ശ്രേണികളിൽ ഭരണാധികാരത്തിൽ കയറിപ്പറ്റിയതുകൊണ്ടു മാത്രമായില്ല, കക്ഷിരാഷ്ട്രീയ ഭേദമെന്യേ ജനങ്ങളെ സംഘടിപ്പിച്ച്, അണിനിരത്തിക്കൊണ്ടുള്ള മുന്നണിയും പ്രക്ഷോഭവും സാദ്ധ്യമാകണം. നിരന്തരമായി നിരീക്ഷിച്ചും അവലോകന വിധേയമാക്കിയും പരിഷ്കരണ വിധേയമാക്കിയും മാത്രമേ അധികാര വികേന്ദ്രീകരണ ആസൂത്രണ വികേന്ദ്രീകരണ പ്രക്രിയയെ സ്ഥായിത്വമുള്ളതാക്കാനാകൂ എന്ന തിരിച്ചറിവും നമുക്കുണ്ടാകണം.

വിമർശനത്തിന്റെ ശരങ്ങൾ

സങ്കുചിത രാഷ്ട്രീയ താല്പര്യക്കാരും നിക്ഷിപ്ത അധികാരതാല്പര്യങ്ങളും കടുത്ത ഉദ്യോഗസ്ഥ ദുഷ്പ്രഭുത്വവും തങ്ങൾക്ക് ഒത്താശ ചെയ്യുന്ന മാധ്യമങ്ങളും ചേർന്ന് അധികാര വികേന്ദ്രീകരണത്തെ നഖശിഖാന്തം എതിർക്കുന്നുണ്ട്. അവരുടേതായ ദൃഷ്ടിയിലൂടെ വിലയിരുത്തി

ക്കൊണ്ടുള്ള വിമർശനങ്ങൾ ഉയർത്തുന്നുണ്ട്. അവസരം കിട്ടുമ്പോൾ അധികാര വികേന്ദ്രീകരണത്തെയും ആസൂത്രണ വികേന്ദ്രീകരണത്തെയും അട്ടിമറിക്കുകതന്നെയാണവരുടെ ലക്ഷ്യം. ചരിത്രം പലപ്പോഴും അതിന്റെ ശരിയായ രൂപഭാവങ്ങളിലായിരിക്കില്ല. പ്രച്ഛന്ന വേഷഭൂഷകളിലാവും മുന്നേറുക എന്ന തിരിച്ചറിവാണിവിടെ നമുക്കുണ്ടാകേണ്ടത്.

തദ്ദേശഭരണം എന്നത് വികേന്ദ്രീകൃത ജനാധിപത്യ വേദികളിലേക്ക് തിരഞ്ഞെടുക്കപ്പെടുന്ന ജനപ്രതിനിധികളും ഉദ്യോഗസ്ഥ വൃന്ദവും മദ്ധ്യവർത്തി അധികാര ദല്ലാൾമാരും കരാറുകാരും തമ്മിലുള്ള ഇടപാടായി മാറുന്ന ബന്ധത്തേയും സാഹചര്യത്തെയും നാം ശരിയാംവിധം മനസ്സിലാക്കി പ്രതിരോധിക്കേണ്ടതുണ്ട്. ഇല്ലെങ്കിൽ അധികാരത്തിന്റെ വികേന്ദ്രീകരണത്തിനൊപ്പം അഴിമതിയുടെ വികേന്ദ്രീകരണമായത് മാറും. അങ്ങനെ സംഭവിച്ചാൽ അധികാര വികേന്ദ്രീകരണത്തിന്റെ അടിസ്ഥാന ലക്ഷ്യങ്ങളെത്തന്നെയത് കടപുഴക്കും. അരാജകത്വത്തിന്റെ, അരാഷ്ട്രീയതയുടെ, അന്തരാളത്തിലേക്ക് അത് നമ്മുടെ സമൂഹത്തെയും ജനാധിപത്യത്തെയും തള്ളിവിടുകതന്നെ ചെയ്യും.

അതുകൊണ്ട് വാദവിവാദങ്ങളും തുടർച്ചയായ സംവാദങ്ങളും ആരോഗ്യകരമായ വിമർശനങ്ങളും ഉണ്ടായിക്കൊള്ളട്ടെ. സ്വയം വിലയിരുത്തലിനും തിരുത്തലിനും അത് ഉതകും. വർഗ്ഗബഹുജനസംഘടനകളും, സന്നദ്ധ സാമൂഹ്യ സേവന സംവിധാനങ്ങളും, നിർണ്ണായകമായവിധം അധികാര-ആസൂത്രണ വികേന്ദ്രീകരണത്തിന്റെ രംഗത്ത് ഇത്തരം തെറ്റായ പ്രവണതകൾക്കെതിരെ ശക്തമായി ഇടപെട്ട് തിരുത്തൽ ശക്തിയായി മാറണം എന്നതാണ് സമകാലിക കടമ.

പ്രശ്നാധിഷ്ഠിത പ്രത്യുല്പാദനപരമായ പ്രസ്ഥാനം

മിശ്ര സമ്പദ് ഘടനയിലും, സോഷ്യലിസ്റ്റ് സമ്പദ് ഘടനയിലും പലപ്പോഴും വികേന്ദ്രീകരണം എന്ന സംജ്ഞ സാധാരണ ഉപയോഗിക്കുന്നുണ്ട്. വിഭവ വിനിയോഗവും വികസന ഗുണഫലവിതരണവും നീതിപൂർവ്വകവും സന്തുലിതവും സ്ഥായിത്വപൂർണ്ണവുമായി ഉറപ്പാക്കുന്നതിന് വികേന്ദ്രീകൃതവും പ്രാദേശികവുമായ പങ്കാളിത്തം അനിവാര്യമാണെന്ന് ഈ സംജ്ഞയുടെ പ്രയോക്താക്കൾ ചൂണ്ടിക്കാട്ടുന്നു. രാഷ്ട്രീയ ഭരണകാര്യവിഷയങ്ങളിൽ മാത്രമല്ല ധനകാര്യ പ്രവർത്തനങ്ങളിലും ഇത്തരത്തിൽ പങ്കാളിത്ത പരിപാലനത്തിലൂന്നിയ വികേന്ദ്രീകരണ ആശയം ഉന്നയിക്കപ്പെടുന്നുണ്ട്. അതാകട്ടെ നിലവിലുള്ള കേന്ദ്രീകൃത ആസൂത്രണ-അധികാര നിർവ്വഹണത്തെ അസ്ഥിരപ്പെടുത്തുകയോ ദുർബ്ബലപ്പെടുത്തുകയോ ചെയ്യുന്നില്ല എന്നത് പ്രത്യക്ഷസത്യവുമാണ്. കാരണം അനുവദനീയ തലങ്ങളിൽ, നിശ്ചിതമായ പരിധികൾക്കുള്ളിൽ, സാധിതമായ മണ്ഡലങ്ങളിൽ മാത്രമായാണ് അധികാരവും ആസൂത്രണവും ഇപ്പോൾ വികേന്ദ്രീകരിക്കപ്പെടുന്നത് എന്നതു തന്നെയാണ്. അതായത് നിലവിലിരിക്കുന്ന വ്യവസ്ഥിതിയെ അപ്പാടെ മാറ്റിമറിക്കലോ മറ്റൊന്നിനെ

മാറ്റിസ്ഥാപിക്കലോ ഇതിലൂടെ സംഭവിക്കുന്നില്ല. മറിച്ച് സാദ്ധ്യമായ അവസരം ഉപയോഗിച്ച് നിലവിലുള്ളതിലെ പിഴവുകൾ ദൂരീകരിച്ച് നിലനില്ക്കുന്ന സംവിധാനത്തെ കുറ്റമറ്റതും മെച്ചപ്പെട്ടതും മികവും ഗുണവും ഉള്ളതുമാക്കി പരിപാലിക്കാനുള്ള ഉദ്യമമാണ് അധികാര-ആസൂത്രണ വികേന്ദ്രീകരണത്തിന്റെ പ്രായോഗിക സത്ത. അതാകട്ടെ സൂക്ഷ്മ വിശദാംശങ്ങളിൽ തീരുമാനമെടുക്കുകയെന്ന, വിപുലമായ കൃത്യതയോടെ നടപ്പാക്കുകയെന്ന അമിതവും ഭാരിച്ചതുമായ ബാദ്ധ്യതയിൽനിന്ന് കേന്ദ്രീകൃത ഭരണ ആസൂത്രണ സംവിധാനങ്ങളെ വിമോചിപ്പിക്കുകയാണ് ചെയ്യുന്നത്. തൃണമൂലതലത്തിൽ സൂക്ഷ്മനിർവ്വഹണ തീരുമാനങ്ങളുടെയും നടത്തിപ്പിന്റെയും ഗരിമയും ഗുണതയും ഇതിലൂടെ ഉയർത്തപ്പെടുക തന്നെയാണ് സംഭവിക്കുക.

ഭരണകൂടത്തിന്റെ മർദ്ദനോപകരണങ്ങളെയല്ല, ജനമനസ്സുകളുടെ സമ്മതത്തെയാണ് പദ്ധതി രൂപകല്പനയിൽ സർക്കാർ ആശ്രയിക്കേണ്ടത്, അവലംബിക്കേണ്ടത്. അതാകട്ടെ കൃത്രിമമോ അടിച്ചേല്പിക്കുന്നതോ വ്യാജമായി നിർമ്മിച്ചെടുക്കുന്നതോ മാധ്യമപ്രചരണവിധേയമോ വ്യാമോഹാധിഷ്ഠിതമോ ആയിട്ടുള്ള നിർമ്മിത സമ്മതിദാനമാകുകയുമരുത്. പ്രശ്നങ്ങളും പരിമിതികളും തിരിച്ചറിഞ്ഞ് സാദ്ധ്യതയും വെല്ലുവിളിയും മനസ്സിലാക്കി സുതാര്യതയിലും സ്വയം നിർണ്ണയത്തിലും അധിഷ്ഠിതമായ ജനസമ്മതിയാകണമത്. അത്തരം ബഹുജന സമ്മതി രൂപീകരണാർത്ഥമുള്ള അർത്ഥവത്തും പ്രായോഗികവുമായ പ്രക്രിയകളാണ് അധികാര വികേന്ദ്രീകരണത്തിന്റെ അടിത്തറ. കേവലവും കാല്പനികവുമായ അനുമാനങ്ങൾക്കപ്പുറം പ്രശ്നാധിഷ്ഠിത-പ്രായോഗിക വിലയിരുത്തലും ഇവിടെ അനിവാര്യമാണ്.

- അമിതാധികാര കേന്ദ്രത്തിലിരുന്ന് വികേന്ദ്രീകരണത്തിന് ആഹ്വാനം നല്കുകയും അതു സംബന്ധിച്ച് ഊറ്റം കൊള്ളുകയും ചെയ്തതു കൊണ്ടായില്ല. യഥാർത്ഥ ജനകീയ ജനാധിപത്യ അധികാര വികേന്ദ്രീകരണത്തിനു യോജിച്ച പ്രായോഗിക പ്രവർത്തനത്തിനുള്ള വേദികൾ നാം സൃഷ്ടിക്കേണ്ടതുണ്ട്.
- ഭരണ-വികസന-ക്ഷേമകാര്യങ്ങളിൽ തദ്ദേശഭരണ സ്ഥാപനങ്ങൾക്ക് തനതായ സ്വയംഭരണ ക്ഷമത അനാവശ്യമെന്നും, സംസ്ഥാന-കേന്ദ്ര സർക്കാരുകളുടെ ആജ്ഞാനുവർത്തിയായ ഉപകരണമായി തുടർന്നാൽ മതിയെന്നുമുള്ള പ്രതിലോമ സമീപനവും അതിലൂന്നിക്കൊണ്ട് പ്രാദേശിക സർക്കാരുകളുടെ അധികാരവും അവസരവും കവർന്നെടുക്കാനുമുള്ള നീക്കങ്ങൾ തുടരുന്ന സ്ഥിതി മാറണം.
- രാജ്യത്ത് പിന്തുടരുന്ന മൂലധന-വിപണിയധിഷ്ഠിത സമ്പദ് സംവിധാനത്തിൽ വരേണ്യ-പ്രമാണിവർഗ്ഗം തദ്ദേശഭരണ സ്ഥാപന ആധിപത്യം ഹനിക്കുകയും വികസന നേട്ടഗുണഫലങ്ങളിൽ ഗണ്യമായ ഭാഗം കൈയടക്കുകയും ബഹുഭൂരിപക്ഷവും തിരസ്കരിക്കപ്പെടു

കയും ചെയ്യുന്ന സ്ഥിതി തുടരുന്നു.

- ദേശീയ ചട്ടക്കൂട് നിയമം വഴി തദ്ദേശസ്വയംഭരണം പരമാവധി പരിമിതപ്പെടുത്തുകയും രാഷ്ട്രീയ ഇച്ഛാശക്തിയുടെ അഭാവത്തിൽ അടിസ്ഥാനതലത്തിലെ അധികാര വികേന്ദ്രീകരണം അയഥാർത്ഥ്യമാകുകയും ചെയ്യുന്ന അവസ്ഥയിൽ വികേന്ദ്രീകൃത ജനാധിപത്യ സങ്കല്പനം സാക്ഷാൽക്കരിക്കപ്പെടാതെ പോകുന്നു.
- പൊതു രാഷ്ട്രീയ അവബോധത്തിന്റെ അഭാവത്താലും അമിതമായ കക്ഷി രാഷ്ട്രീയ അതിപ്രസരത്താലും അധികാര വികേന്ദ്രീകരണത്തിന്റെ അന്തഃസത്തയെ പരിപാലിക്കപ്പെടുന്നതിനായുള്ള ജനകീയ സമ്മർദ്ദം അടിസ്ഥാനതലത്തിൽ നിന്നുയർന്നു വരുന്നില്ല എന്ന അവസ്ഥ നിലനില്ക്കുന്നു.
- തനത് വിഭവവും മൂലധനവും ആർജ്ജിക്കാനാകാത്ത, മുകളിൽ നിന്ന് കിനിഞ്ഞിറങ്ങുന്ന വിഭവ വിതരണക്രമത്തെ ആശ്രയിച്ചുള്ള അധികാര-ആസൂത്രണ നിർവ്വഹണത്തിന് അല്പായുസ്സായിരിക്കുമെന്നും അത് ഏതവസരത്തിലും തിരിച്ചെടുക്കപ്പെടാവുന്നതും തടഞ്ഞു വയ്ക്കപ്പെടാവുന്നതുമാണെന്ന യാഥാർത്ഥ്യബോധം ഉണ്ടാകണം.
- അധികാരമെന്നത് അവരവരിൽ വരെ മാത്രം വികേന്ദ്രീകരിക്കപ്പെടേണ്ടതാണെന്ന ബോധനിലവാരത്തെ അടിച്ചുടയ്ക്കാനാകണം.
- അനുഭവവേദ്യമായവയിൽ നിന്ന് അത്യന്തം വ്യത്യസ്തവും അതീവ സങ്കീർണ്ണവും, ആവർത്തിക്കപ്പെടുന്ന പ്രകൃതി-പരിസ്ഥിതി ദുരന്ത പ്രത്യാഘാതങ്ങളും അവയെ അഭിമുഖീകരിച്ചുകൊണ്ടുമാത്രമേ ജീവിക്കാനാകൂ എന്ന ഭൗതിക പരിസ്ഥിതിയെ അതിജീവിക്കുന്നതിനും പ്രാദേശിക നേതൃത്വമാണഭികാമ്യം.
- വിദൂര-ദുർഘട-പിന്നോക്ക മേഖലകളിൽ നിലനില്ക്കുന്ന ഭീതിതവും ദുഷ്കരവുമായ വികസന അസന്തുലിതാവസ്ഥയും തല്ഫലമായി സംജാതമാകുന്ന അഭൂതപൂർവ്വമായ അസംതൃപ്തിയും അസ്വസ്ഥതകളും അവയുടെ മൂർത്ത പ്രതിഫലനമെന്നോണം വേരൂന്നുന്ന വിഘടന, വിധ്വംസക പ്രവണതകളും അവയെ പ്രതിരോധിക്കാനുള്ള സായുധവും സംഘർഷാത്മകവുമായ ഇടപെടലുകളും ഉൾപ്പെടുന്ന പ്രാദേശിക സ്ഥിതിവിഗതികളും അഭിമുഖീകരിക്കേണ്ടതുണ്ട്.

അപ്പോൾ, ഹ്രസ്വകാല-ദീർഘകാല അടിസ്ഥാനത്തിൽ നിലവിലുള്ള ചൂഷണാധിഷ്ഠിത സാമൂഹ്യാധികാര ഘടനയെ അവസാനിപ്പിച്ചുകൊണ്ട് തദ്ദേശീയ ജനാധികാര ക്ഷമതയോടെയുള്ള ഭരണക്രമം അനിവാര്യമാണെന്ന യാഥാർത്ഥ്യം നാം അംഗീകരിക്കുന്നു. സ്വാതന്ത്ര്യാനന്തര കാലം തൊട്ട് ഇന്നോളം നടന്നിട്ടുള്ള ജനാധിപത്യ-സാമ്പത്തിക വികസന-വികേന്ദ്രീകരണ ഉദ്യമങ്ങളെ, അവയ്ക്കുള്ളിൽ നടന്ന നിരന്തര പ്രതിപ്രവർത്തനങ്ങളെ ഇത്തരമൊരു ഉത്തമ ബോദ്ധ്യത്തോടെ നാം ഉൾക്കൊള്ളാൻ

തയ്യാറാകണം. ഘടനാപരമായ സാമൂഹ്യമാറ്റത്തിനുള്ള സർഗ്ഗാത്മകവും ക്രിയാത്മകവുമായ ജനകീയ ഉപാധിയായി അധികാര-ആസൂത്രണ വികേന്ദ്രീകരണ സാദ്ധ്യതയെ നാം ഉപയോഗപ്പെടുത്തുക തന്നെ വേണം.

വിമുഖത വെടിയുക ജനതയെ അറിയുക

ഇക്കാര്യത്തിൽ ഇപ്പോഴും നമുക്കുള്ള സങ്കുചിതവും നിരങ്കുശവുമായ വിമുഖത വെടിയുകയാണ് ഇപ്പോൾ നമുക്കാവശ്യം. തദ്ദേശീയമായി നിലനില്ക്കുന്ന സാമൂഹ്യ-രാഷ്ട്രീയ-സാമ്പത്തിക അധികാര ബലാബലത്തിൽ ബഹുഭൂരിപക്ഷം വരുന്ന ദരിദ്ര-ദുർബ്ബല-അവശ വിഭാഗങ്ങൾക്ക് അനുകൂലമായ മാറ്റം വരുത്താനായുള്ള കർക്കശമായ ഇടപെടലിന് നാം വഴിയൊരുക്കണം, തദ്ദേശഭരണ സ്ഥാപനങ്ങളെ ഈ വിഭാഗങ്ങളുടെ ശബ്ദം പ്രതിഫലിക്കുന്ന, അവരുടെ അഭിപ്രായങ്ങൾക്ക് വിലമതിക്കുന്ന, ഇടങ്ങളായി പരിവർത്തനപ്പെടുത്തണം.

നമ്മുടെ ജനങ്ങളെ വിശേഷിച്ച് പ്രാദേശിക ആസൂത്രണവികസന ഭരണപ്രക്രിയയുടെ പങ്കാളികളെ സംഘടിപ്പിക്കുകയും അവരുമായി നിരന്തരമായ ആശയവിനിമയം സാദ്ധ്യമാകുകയും വേണം. ഇതിന് ബഹുജന ബോധന മാധ്യമങ്ങളെ വീണ്ടും പ്രയോജനകരമായി ഉപയോഗിക്കുകയും, നേതൃപരമായ പിന്തുണയും സഹകരണവും നല്കിയും അവരെ മുൻനിര പ്രവർത്തകരാക്കി മാറ്റണം. അതിനുതകുന്ന എല്ലാ സംഘടനാ സംവിധാനങ്ങളെയും നമുക്ക് ഉപയോഗപ്പെടുത്തണം. ജനകീയ ജനാധിപത്യ ശാക്തീകരണത്തിനെതിരെ ഉയർന്നുവരുന്ന പ്രതിബന്ധങ്ങളെ പ്രതിരോധിച്ചും മറികടന്നും നമുക്ക് മുന്നേറേണ്ടതുണ്ട്.

ഇക്കാര്യത്തിൽ നമുക്ക് എങ്ങനെയാണ് ജനസാമാന്യത്തിന്റെ വിശ്വാസ്യത നേടാനാകുക, അംഗീകാരം ഉറപ്പാക്കാനാകുക? മറ്റൊരു മാർഗ്ഗവുമില്ല. അധികാര-ആസൂത്രണ പ്രക്രിയയുടെ ഗുണഭോക്താക്കളും പ്രയോക്താക്കളുമായ മഹാഭൂരിപക്ഷം വരുന്ന ജനവിഭാഗങ്ങൾക്ക് ഒപ്പം നില്ക്കുകയും അവരിൽനിന്നുതന്നെ പ്രേരണയും ഊർജ്ജവും ആശയവും ഉൾക്കൊള്ളുകയും അവർക്കെതിരായ അന്യായമായ കടന്നാക്രമണങ്ങളെയും അവരുടെ അവകാശങ്ങൾക്കെതിരെ ഏതൊരു കോണിൽനിന്നും ഉണ്ടാകുന്ന അതിക്രമങ്ങളെയും അവരുടെ തന്നെ അജയ്യ ശക്തിയുപയോഗിച്ച് ചെറുത്തുതോല്പിക്കുകയും അതിനുവേണ്ടിയുള്ള അനവരത യത്നത്തിന് അവരെത്തന്നെ ആയുധമണിയിച്ച് അണിനിരത്തുകയും ചെയ്തുകൊണ്ടേ നമുക്കതിന് കഴിയുകയുള്ളൂ.

ചെറുതല്ലാത്ത, എന്നാൽ സാദ്ധ്യമാകുന്ന വഴിയാണ് നമുക്ക് മുമ്പിൽ താണ്ടാനുള്ളത്. നിക്ഷിപ്ത, സങ്കുചിത, താല്പര്യങ്ങളോട്, അതിന്റെ വക്താക്കളോടും ഏറ്റുമുട്ടിക്കൊണ്ടുമാത്രമേ നമുക്ക് മുന്നോട്ടു പോകാനാകൂ. അതിന് സംഘടിതമായ ജനകീയ പ്രസ്ഥാനം രൂപപ്പെടുത്തുകയെന്ന കടമയാണ് വരും ദിവസങ്ങളിൽ നാം ഏറ്റെടുക്കേണ്ടത്.

ഗ്രാമസഭകളും ഗ്രാമന്യായാലയവും

കാൽ നൂറ്റാണ്ടുകാലത്തെ അധികാര വികേന്ദ്രീകരണ അനുഭവത്തിൽ അതി നിർണ്ണായകമായ രണ്ട് ജനകീയ ഘടകങ്ങളുടെ സാദ്ധ്യത നാം ഗൗരവതരമായി പരിഗണിക്കണം എന്നാണ് ചൂണ്ടിക്കാണിക്കാനുള്ളത്. ഒന്ന് ഗ്രാമസഭകൾ (സമാനമായ സംവിധാനം നഗരപ്രദേശ വാർഡ് തലത്തെ അടിസ്ഥാനമാക്കി രൂപപ്പെടണം) 1999 ലെ നിയമഭേദഗതിയിലൂടെ നാം ഗ്രാമസഭയെ വ്യവസ്ഥാപിതമാക്കാനുള്ള ശ്രമം നടത്തി. എന്നാൽ കഴിഞ്ഞ രണ്ടു ദശകത്തിനിടയിലെ ഗ്രാമസഭ സംഘാടനവും പ്രവർത്തനവും ഗുണഫലവും നാം അവലോകനവിധേയമാക്കണം. പ്രത്യക്ഷ ജനാധിപത്യ വേദിയെന്ന നിലയിൽ ഉള്ള സാദ്ധ്യതയും അവസരവും നമുക്ക് പ്രയോജന പ്രദമാക്കാനാകണം. അതിനുതകുന്ന വിധം ബഹുജന പങ്കാളിത്തവും സാന്നിദ്ധ്യവും ഇടപെടലും ഉറപ്പാക്കാനാകണം. ഇപ്പോൾ പ്രായോഗികമായ നിർവ്വഹണ തീരുമാനങ്ങൾ എടുക്കാനുള്ള അധികാരം ഗ്രാമസഭകൾക്കില്ല. എടുക്കുന്ന ധാരണകൾ പ്രാവർത്തികമാക്കാനുള്ള അധികാരവും നിക്ഷിപ്തമാക്കപ്പെടുന്നില്ല. ആയതിനാൽ സ്വാഭാവികമായും തീരുമാനങ്ങൾ എടുക്കാനും എടുത്ത ധാരണകളുടെ നിർവ്വഹണ നിരീക്ഷണത്തിനും പിഴവുകൾ തിരുത്തപ്പെടാനുമുള്ള ജനകീയ ജനാധിപത്യ പൊതുവേദിയായി ഗ്രാമസഭകളെ (വാർഡുതല ഉപസഭകളെ) നമുക്ക് വിനിയോഗിക്കാനാകണം. ജനങ്ങൾക്കൊപ്പം നിന്നുകൊണ്ട് ജനങ്ങളുടെ ആവശ്യകതകൾ സാധൂകരിക്കാനായി ജനങ്ങളുടെ വേദിയെ ഉപയോഗിക്കുക എന്ന ഇടതുപക്ഷ തന്ത്രം നമുക്ക് വിജയകരമായി പ്രയോജനപ്പെടുത്താനാകണം, ഇത്തരം ജനസമ്മിതിയിലൂടെ ജനകീയ ജനാധിപത്യത്തെ ശക്തിപ്പെടുത്തുകയും യാഥാർത്ഥ്യമാക്കുകയും മാത്രമല്ല ജനങ്ങളുടെ രാഷ്ട്രീയ ബോധത്തെ വേരോട്ടമുള്ളതും ജീവത്തും, ചലനാത്മകവും ആക്കിത്തീർക്കും. വിപ്ലവകരമായ സാമൂഹ്യ മാറ്റത്തിലേക്ക് ഗ്രാമസഭയുടെ പ്രവർത്തനത്തെ നമുക്ക് ഉപയോഗപ്പെടുത്താനാകും.

1958 ലെ ഒന്നാം സംസ്ഥാന ഭരണ പരിഷ്കരണ കമ്മീഷൻ ശുപാർശ ചെയ്തതും ഇക്കാലമത്രയും പ്രാവർത്തികമാകാതിരുന്നതുമാണ് “ഗ്രാമന്യായാലയം” എന്ന ഘടകം. തദ്ദേശഭരണ സ്ഥാപന സംവിധാനത്തെ നീതിന്യായാധികാര നിർവ്വഹണത്തിന് പ്രാപ്തമാക്കുന്ന ബദൽ തർക്ക പരിഹാര വേദിയായി രൂപപ്പെടുത്താനാകുന്ന ഘടകമാണ് ഗ്രാമന്യായാലയങ്ങൾ. അവയുടെ അധികാരം നിയുക്ത ജുഡീഷ്യൽ ഉദ്യോഗസ്ഥരിലാകരുത് മറിച്ച് തദ്ദേശ ഭരണതലത്തിൽ തന്നെ നിക്ഷിപ്തമാക്കണം. ഒറ്റയ്ക്കൊരാൾ തീർപ്പുകല്പിക്കുന്ന കോടതി സമ്പ്രദായത്തിനുപകരം ഒരു പാനൽ പ്രവർത്തിക്കുന്നതായ ബദൽ തർക്ക പരിഹാര സാദ്ധ്യതയാകാം. അടിസ്ഥാനതലത്തിലെ ഗണ്യമായ ഒരു പറ്റം വ്യവഹാരങ്ങൾ ഈ തലത്തിൽ തീർപ്പാക്കുക വഴി നീതിന്യായ നടത്തിപ്പ് സുഗമവും സമയബന്ധിതവുമാക്കാനാകും. ദുർബ്ബലപ്പെട്ടുപോയ ജാഗ്രതാ സമിതി

കൾ, നിയമസഹായ സേവന കേന്ദ്രങ്ങൾ മുതലായവ ഇതിനൊപ്പം ഏകോപിപ്പിച്ചാൽ വർദ്ധിച്ച ഗുണഫലം ഉറപ്പാക്കാനാകും. നീതിന്യായ നടത്തിപ്പിലെ വിപ്ലവാത്മകമായ ഒരു ഏടായി അത് മാറുകതന്നെ ചെയ്യും.

ജില്ലാ ആസൂത്രണ സമിതിയെ പ്രായോഗികമാക്കുക എന്നതും പ്രധാനമാണ്. ഗ്രാമ-നഗര ഭേദമെന്യേ ജില്ലാതല ആസൂത്രണ- നിർവ്വഹണ-നിരീക്ഷണ ഘടകമായി ഡി പി സി മാറണം.അതിനുതകുന്ന ഔദ്യോഗിക-സംവിധാനവും സാങ്കേതിക വൈദഗ്ദ്ധ്യ സംവിധാനവും ഒരുക്കാൻ ഡി പി സിയ്ക്ക് കഴിയണം. ആസൂത്രണ നയരൂപീകരണം, ഏകോപനം, നിരീക്ഷണം, അവലോകനം, സാങ്കേതിക സഹായം എന്നീ നിലകളിൽ വ്യാപരിക്കുന്നതാകണം ജില്ലാ ആസൂത്രണ സമിതി. അതനുസരിച്ചുള്ള ഘടനാ പരവും പ്രായോഗികവുമായ പരിഷ്കരണം ഇതിൽ അനിവാര്യമായിരിക്കുന്നു.

പലരും ഉന്നയിക്കാവുന്നതായ ചോദ്യം ഭരണഘടനയ്ക്ക് അതീതമായി പ്രവർത്തിക്കാനാകുമോ എന്നതാവും. എന്നാൽ മുകളിൽ പരാമർശിച്ചവയൊന്നും പുതിയ കാര്യങ്ങളോ ഭരണഘടനാവിരുദ്ധമോ അല്ല. പഞ്ചായത്ത് രാജ് - നഗരപാലികാ നിയമഭേദഗതികൾ (ഭരണഘടനാ ഭേദഗതികൾ) കേവലം ചട്ടക്കൂടു നിയമനിർദ്ദേശങ്ങൾ മാത്രമാണ്. അതിന് വിരുദ്ധമാകാത്തതും അതിനുള്ളിൽ നിന്നുമുള്ളതായ നൂതന സാദ്ധ്യതകൾ അനുവർത്തിക്കാനോ സംസ്ഥാനതലത്തിൽ നയനിയമ - തീരുമാനമായി നടപ്പാക്കുന്നതിനോ ഒരുവിധ തടസ്സവുമില്ല എന്നതാണ് വസ്തുത. മാത്രമല്ല തദ്ദേശീയമായ മാതൃകാപരമായ നയ-നിയമ-ചട്ട നിർവ്വഹണത്തിലൂടെ മാത്രമേ ഇനി നമുക്ക് അധികാര - ആസൂത്രണ വികേന്ദ്രീകരണ അന്തസ്സത്തയെ പരിപാലിച്ച് നിലനിർത്താനും പൂർത്തീകരിക്കാനും കഴിയുകയുള്ളൂ.

നവകേരള നിർമ്മിതിയും അധികാര വികേന്ദ്രീകരണവും

നവകേരള നിർമ്മിതി ആന്തരികവും ബാഹ്യവുമായ നിരവധി വെല്ലുവിളികൾ നിറഞ്ഞ ഉദ്യമമാണ്. പരിമിതികൾ തിരിച്ചറിഞ്ഞു കൊണ്ടുമാത്രമേ അവ അതിജീവിക്കാനും നവകേരളം പടുത്തുയർത്താനും കഴിയൂ.

ആന്തരിക വെല്ലുവിളി നിർണ്ണായകമായത് വിഭവസംബന്ധിയായതുതന്നെയാണ്. വിശേഷിച്ച് കാർഷിക ഉല്പാദന മേഖലയിലെ അസ്ഥിരതയും ചാഞ്ചാട്ടവും മാന്ദ്യവും തുടരുന്ന സ്ഥിതി. വൻകിട നിക്ഷേപ അവസരങ്ങളുടെ അപര്യാപ്തത. പ്രവാസി നിക്ഷേപത്തിൽ സംഭവിക്കുന്നതായ ഗണ്യമായ തിരിച്ചടികൾ. ഇതിനു പുറമേയാണ് സംസ്ഥാനത്തിന്റെ പൊതു റവന്യൂ വരുമാനത്തിലുണ്ടാകുന്ന ഇടിവും ആഭ്യന്തരവായ്പാ ബാദ്ധ്യതയിലുണ്ടാകുന്ന വർദ്ധനവും.

വർദ്ധിച്ചുകൊണ്ടേ വരുന്ന ക്ഷേമകാര്യ ബാദ്ധ്യതയാണ് മറ്റൊരു പരിമിതി. 20 ശതമാനത്തോളം പോരുന്ന വയോജനസംഖ്യ. ഭിന്നശേഷി വെല്ലുവിളി വിഭാഗം, സാമൂഹ്യസുരക്ഷാ ക്ഷേമവിഭാഗം, ദുർബ്ബല പിന്നോക്ക വിഭാഗങ്ങൾ, പരിത്യക്ത വിഭാഗങ്ങൾ തുടങ്ങി ഗണ്യമായൊരു പങ്ക് പൗരരുടെ ക്ഷേമസുരക്ഷാ ഉത്തരവാദിത്വം പരിഷ്കൃത സമൂഹ കടമയായി നിറവേറ്റേണ്ടതായുണ്ട്.

യുവതയുടെ നൈപുണിയും തൊഴിലവസരവും വരുമാന വർദ്ധനവും ക്രിയാശേഷിപരിപാലനവുമാണ് മറ്റൊരു പരിമിതി. തൊഴിൽ ശേഷിയുടെ പുറത്തേക്കുള്ള ഒഴുക്കും, വിനിയോഗ പരിമിതിയുമായിരുന്നു മുമ്പ് പ്രശ്നങ്ങൾ. എന്നാലിപ്പോൾ ആവർത്തിക്കപ്പെടുന്ന ദുരന്ത സാഹചര്യങ്ങളും മഹാമാരിയും ഉൾപ്പെടെ പശ്ചാത്തലത്തിൽ പ്രവാസികളുടെ പുനരധിവാസവും മനുഷ്യവിഭവ ശേഷി വിനിയോഗവും നിർണ്ണായക പ്രശ്നമാകും.

പ്രകൃതി–പരിസ്ഥിതി പരിപാലനവും സന്തുലിത വിഭവ ചൂഷണവും നീതിപൂർവ്വക വിഭവ വിനിയോഗവും ഏറെ നിർണ്ണായക പ്രശ്നമാണ്. വികസനത്തിന്റെ മുന്നുപാധിയായി പ്രകൃതി–പരിസ്ഥിതി പരിപാലനം ഉൾക്കൊള്ളേണ്ടുന്ന സ്ഥിതിയാണ് നമുക്ക് മുമ്പിലുള്ളത്. ദുരന്താതിജീവന തയ്യാറെടുപ്പും പ്രതിരോധവും പുനരധിവാസ പുനർജ്ജീവന പ്രക്രിയയും പരമപ്രധാനമായിത്തീരുന്നു.

ഉചിതമായ പശ്ചാത്തല വികസനം, മാതൃകാപരമായ തൊഴിൽ ബന്ധം, വർദ്ധിച്ച നിക്ഷേപാകർഷണ ക്ഷമത, പൊതുനിയന്ത്രണ–നഷ്ടോത്തരവാദിത്തപാലനം, സേവന പ്രദാനവും അഴിമതിരഹിതവുമായ പൊതുസേവനലഭ്യതയും ഉറപ്പാക്കുകയെന്നതാണ് പ്രധാന വിഷയങ്ങളിൽ ഒന്ന്.

ബാഹ്യമായ പരിമിതികളിൽ സുപ്രധാനമായത് അമിതാധികാര കേന്ദ്രീകരണത്തിനും ഏകാധികാരശിലാരൂപം ബാധകമാക്കാനുമുള്ള ഭരണവർഗ്ഗ സമീപനമാണ് ഫെഡറൽ രാഷ്ട്രഘടനയെ ദുർബ്ബലപ്പെടുത്തുന്നതും ജനാധിപത്യ സംവിധാനങ്ങളെ തകർക്കുന്നതും, സംസ്ഥാനങ്ങളെത്തന്നെ അസ്ഥിരീകരിക്കാനും ദുർബ്ബലപ്പെടുത്താനുമുള്ള നീക്കമാണ് നടക്കുന്നത്.

വിഭവ സമാഹരണത്തിലും ലഭ്യതയിലും വിതരണത്തിലുമുള്ള അസന്തുലിതാവസ്ഥയും പക്ഷപാതിത്വവുമാണ് മറ്റൊരു പരിമിതി. ഇതപര്യന്തം ദേശീയ സർക്കാർ വിഹിതത്തെ ആശ്രയിച്ചിരുന്ന വനിതാ ശിശുക്ഷേമം, തൊഴിലുറപ്പ്, പോഷകാഹാര വിതരണം തുടങ്ങി നിരവധി രംഗങ്ങളിൽ അർഹമായ വിഹിതം നിഷേധിക്കപ്പെടുന്ന സ്ഥിതി ഉണ്ട്. വിദ്യാഭ്യാസം, ആരോഗ്യം, പൊതുശുചിത്വം, പശ്ചാത്തല വികസനം, ഗതാഗതം, വാർത്താവിനിമയം തുടങ്ങി വിവിധ മേഖലകളിലും വിഭവശോഷണം ബാധിക്കുന്നു.

വായ്പാ പരിധി നിർബ്ബന്ധിതമായി അടിച്ചേല്പിക്കാനും ഗ്രാന്റ് ഇൻ–എയ്ഡ് വിഹിതത്തിൽ ഒട്ടേറെ നിയന്ത്രണങ്ങൾ ഏർപ്പെടുത്താനും എഫ് ആർ ബി എം ആക്ട് ഉൾപ്പെടെ കർക്കശമാക്കാനും ഉള്ള നീക്കം സംസ്ഥാനത്തിന്റെ ബഡ്ജറ്റു തന്നെ താളം തെറ്റിക്കുന്ന നിലയിലെത്തി. ഇതിനൊപ്പം ജി എസ് ടി നടപ്പാക്കുക വഴി ഗുരുതരമായ നികുതി ചോർച്ചയും പരിഹാരവിഭവ ലഭ്യതയിലെ നിഷേധാത്മക നിലപാടുമൂലം കടുത്ത ധന പ്രതിസന്ധി നേരിടേണ്ടുന്ന സ്ഥിതി. ദുരന്താതിജീവനധനസഹായലഭ്യതയിൽപ്പോലും വിവേചനപരവും പക്ഷപാതിത്തപരവുമായ നിലപാട് സ്വീകരിക്കപ്പെടുന്ന സ്ഥിതി.

ഇതെല്ലാം ചേർന്ന് നവകേരള നിർമ്മിതി എന്ന മഹത് സങ്കല്പനത്തെ ഗൗരവതരമായി പരിമിതപ്പെടുത്തുമ്പോഴും നികുതി പിരിവ് ഊർജ്ജിതപ്പെടുത്തിയും സംസ്ഥാനത്തിന്റെ ആന്തരിക വളർച്ചാ നിരക്ക് ദേശീയ മൊത്ത വളർച്ചാ നിരക്കിനേക്കാൾ ഉയർന്ന തോതിൽ പരിപാലിച്ചും സംസ്ഥാന ഖജനാവിൽ നിന്നുള്ള പൊതുധന നിക്ഷേപത്തോത്

കുറയാതെ പരിപാലിച്ചും "കിഫ്ബി" ഉൾപ്പെടെ ധനസമാഹരണ പദ്ധതികൾ വഴി ബഡ്ജറ്റിനു പുറത്തുനിന്നുള്ള സഞ്ചിത വിഭവശേഷി വർദ്ധിപ്പിച്ചും ക്ഷേമ സുരക്ഷാ സാമൂഹ്യ നീതി വിഭാഗങ്ങളിൽ ഗണ്യമായ പൊതു നിക്ഷേപം ഉറപ്പാക്കിയുംകൊണ്ടുള്ള ബദൽ നയത്തിനാണ് സംസ്ഥാനം ശ്രമിച്ചത്.

അധികാര വികേന്ദ്രീകരണ പ്രക്രിയ പ്രായോഗികമാക്കിയും ജില്ലാ പദ്ധതി രൂപീകരണം യാഥാർത്ഥ്യമാക്കിയും സാമ്പത്തിക വർഷത്തുടക്കം മുതൽ തന്നെ സമയബന്ധിത വിഭവ വിതരണവും വിനിയോഗവും പദ്ധതി നടത്തിപ്പും തുടരവലോകനവും ഉറപ്പാക്കി. കാർഷിക ഉല്പാദന മേഖലയ്ക്ക് നിർബ്ബന്ധിത നീക്കിവയ്പ് ഉറപ്പാക്കി. തദ്ദേശഭരണ സ്ഥാപനങ്ങൾക്കുള്ള സംസ്ഥാന ധനകമ്മീഷൻ അവാർഡ് പ്രകാരമുള്ള വിഭവ വിഹിതം സാദ്ധ്യമാക്കി.

13–ാം പദ്ധതിയുടെ തുടക്കത്തിൽതന്നെ ആർദ്രം മിഷൻ, ലൈഫ് മിഷൻ, ഹരിത കേരള മിഷൻ, പൊതു വിദ്യാഭ്യാസ സംരക്ഷണ യത്നം എന്നീ നാല് വികസന മിഷനുകൾ പ്രഖ്യാപിച്ചു. തദ്ദേശഭരണ സ്ഥാപനങ്ങളുടെ പദ്ധതിയുമായി ഉൾച്ചേർന്ന് നൂതനമായ ഒരു വികസന പാത ഒരുക്കാനാണ് ശ്രമിച്ചത്. 537 കുടുംബാരോഗ്യ കേന്ദ്രങ്ങളും ദ്വിതീയ–ത്രിതീയ ചികിത്സാകേന്ദ്രങ്ങളുടെ മികവും നിലവാരവും, സേവന ലഭ്യതയുടെ ഗുണവും പ്രാപ്യതയും ഉറപ്പാക്കാൻ കഴിഞ്ഞതുവഴി 54% ജനങ്ങൾ പൊതുജനാരോഗ്യ കേന്ദ്രങ്ങളെ ആശ്രയിക്കുന്ന നിലയിലേക്കെത്തി. കോവിഡ് – 19 കാലത്ത് ഏറക്കുറെ പൂർണ്ണമായും പൊതുജനാരോഗ്യ സംവിധാനം അണിനിരത്തിയാണ് അതിജീവനം ഒരുക്കിയത്. പൊതു വിദ്യാഭ്യാസത്തെ മികവിന്റെയും ലോകോത്തരനിലവാരത്തിന്റെയും തലത്തിലേക്ക് എത്തിക്കാൻ നടത്തിയ പരിശ്രമം അഭൂതപൂർവ്വ നേട്ടം സൃഷ്ടിച്ചു. 6.5 ലക്ഷം കുട്ടികളാണ് അധികമായി പൊതു വിദ്യാഭ്യാസ മേഖലയിലേക്ക് എത്തിയത്. നാടിന്റെ ജൈവസമ്പത്തും പ്രകൃതി വിഭവ സ്രോതസ്സുകളും സംരക്ഷിക്കാനും വീണ്ടെടുക്കാനും പരിപാലിക്കാനുമുള്ള ആസൂത്രിതവും ശാസ്ത്രീയവുമായ ദൗത്യമാണ് ഹരിത കേരള മിഷന്റെ നേതൃത്വത്തിൽ നടന്നത്. 2.6 ലക്ഷം പേർക്ക് സംസ്ഥാനത്ത് പാർപ്പിടം ഒരുക്കിക്കൊണ്ട് അനാദൃശ്യമായ നേട്ടമാണ് ലൈഫ് മിഷൻ സാദ്ധ്യമാക്കിയത്. എന്നാൽ 2020 സെപ്തംബർ വരെ അപേക്ഷാ കാലയളവ് ദീർഘിപ്പിച്ചതോടെ ലൈഫ് പദ്ധതിയിൽ പുതിയ അപേക്ഷകരായി വീണ്ടും ഏഴ് ലക്ഷംപേർ എത്തിപ്പെട്ടിരിക്കുന്നുവെന്ന അത്ഭുതകരമായ സ്ഥിതിയും നാം തിരിച്ചറിയേണ്ടതായുണ്ട്.

ഇത്തരത്തിൽ പരിമിതിയും സാദ്ധ്യതയും ആവശ്യവും അനിവാര്യതയും തമ്മിൽ സന്തുലിതമാക്കി മുന്നോട്ടു പോകുന്നതിനുള്ള ശ്രമത്തിൽ തദ്ദേശഭരണ സ്ഥാപനങ്ങൾക്ക് അതിനിർണ്ണായക സ്ഥാനവും ഉത്തരവാദിത്വവുമാണുള്ളത്. നാടിന്റെയും ജനങ്ങളുടെയും ഗുണാത്മക അതിജീവനത്തിൽ തദ്ദേശഭരണസ്ഥാപനങ്ങളുടെ പങ്കാളിത്തവും അവസരവു

മാണ് ഇക്കാലയളവിൽ തെളിയിക്കപ്പെട്ടത്. അതിനെ സ്ഥായിത്വമുള്ള താക്കി മാറ്റുകയാണിനി അനിവാര്യം.

ഇക്കാര്യത്തിൽ യൂണിയൻ ഭരണകൂടത്തിന്റെ അലംഭാവവും അലക്ഷ്യസമീപനവും തിരിച്ചടി ആയേക്കാം. കൂടുതൽ പ്രതിലോമ നയങ്ങൾ അടിച്ചേല്പിക്കപ്പെട്ടേക്കാം. ഫെഡറൽ ഘടന കൂടുതൽ ഭീഷണിക്ക് വിധേയമാകാം, ദുർബ്ബലപ്പെടാം. സംസ്ഥാന, തദ്ദേശഭരണ അധികാരങ്ങൾ കൂടുതൽ തോതിൽ കവർന്നെടുക്കപ്പെടാം. വിഭവ നിഷേധം കർക്കശമായേക്കാം. അതിനെ പ്രതിരോധിക്കാനും അതിജീവിക്കാനും കരുതലോടെ കാലേക്കൂട്ടിയുള്ള പരിശ്രമം ഉണ്ടാകണം. ഭരണഘടനാ പരിരക്ഷയിലൂന്നിയ നിലപാടിന് നാം പ്രാമുഖ്യം നല്കണം. അതിനായുള്ള യോജിച്ച രാഷ്ട്രീയ ശാക്തീകരണം അനിവാര്യമാണ്.

അധികാര വികേന്ദ്രീകരണം നവകേരളത്തിന്റെ നിർമ്മിതിക്കൊപ്പം സക്രിയമായി വികസിക്കണമെങ്കിൽ അവ കൂടുതൽ കൂടുതൽ ജനകീയവും പങ്കാളിത്തപൂർണ്ണവും ജനാധിപത്യപരവും ആകണം. സർക്കാരുകളുടെ രാഷ്ട്രീയ മാറ്റവും ആസൂത്രണ കമ്മിഷന്റെയോ ബോർഡിന്റെയോ ഔദ്യോഗിക സ്വഭാവത്തിൽ വരുന്ന മാറ്റങ്ങളും വികേന്ദ്രീകരണത്തെ സ്വാധീനിക്കും, ചിലപ്പോൾ നിശ്ചലമാക്കും. അങ്ങനെ സംഭവിക്കാതിരിക്കണമെങ്കിൽ അധികാര–ആസൂത്രണ വികേന്ദ്രീകരണമെന്നത് സർക്കാരിന്റെ മുൻകൈ എന്നതിൽ നിന്ന് ജനങ്ങളുടെ ഉദ്യമം എന്നതിലേക്ക് മാറണം.

ഇതിൽ അനിവാര്യമായി സംഭവിക്കേണ്ട മാറ്റം തദ്ദേശഭരണ സ്ഥാപനങ്ങൾ പ്രാദേശിക സർക്കാരുകളാണെന്ന അവബോധം സൃഷ്ടിക്കപ്പെടണമെന്നതാണ്. നയരൂപീകരണത്തിനും തീരുമാനങ്ങൾ എടുക്കുന്നതിനും അവയുടെ നടത്തിപ്പിനും നിരീക്ഷണത്തിനും തിരുത്തലിനും അധികാരവും കടമയുമുള്ള തദ്ദേശീയ ജനാധിപത്യസർക്കാരുകൾ നാം പ്രതീക്ഷിക്കുന്ന വിധം അധികാരവികേന്ദ്രീകരണം പ്രാപ്തമാകണമെങ്കിൽ പ്രാദേശിക സർക്കാർ എന്ന സങ്കല്പനത്തെ തദ്ദേശഭരണതലത്തിനും താഴേത്തട്ടിലേക്ക് വിപുലപ്പെടുത്തണം. അതിനുതകുന്ന വേദി ഗ്രാമസഭ അഥവാ വാർഡ് സഭയാണെന്ന് മുൻ അദ്ധ്യായത്തിൽ ചൂണ്ടിക്കാട്ടിയിരുന്നല്ലോ. എന്നാൽ പ്രയോഗത്തിൽ ഗ്രാമസഭ, (വാർഡ് സഭയ്ക്കും) നേരിടുന്ന ദുർബ്ബലതകളും നമുക്ക് അനുഭവമുണ്ട്. അതുകൊണ്ട് ഗ്രാമസഭകളെ (വാർഡ് സഭകളെ) ശക്തവും ജനകീയവും സജീവവും ക്രിയാത്മകവുമാക്കാനായി സഹകരണ സംഘങ്ങൾ, അയൽക്കൂട്ടങ്ങൾ, കുടുംബശ്രീ സംഘങ്ങൾ, യുവസമിതികൾ, പാടശേഖര സമിതികൾ, തൊഴിൽ സംരംഭ സംഘങ്ങൾ, ഗ്രന്ഥശാലകൾ, തൊഴിലുറപ്പു സംഘങ്ങൾ തുടങ്ങി നമ്മുടെ സന്നദ്ധ–സമാന്തര–സാമൂഹ്യ സംഘങ്ങളെയെല്ലാം നമുക്ക് ഉപയോഗപ്പെടുത്തണം.

വികേന്ദ്രീകരണത്തിലെ ജാഗ്രത

ആത്യന്തിക വിശകലനത്തിൽ ആഗോള മുതലാളിത്ത വ്യവസ്ഥയെ മാറ്റി തൊഴിലാളി വർഗ്ഗ സർവ്വാധിപത്യം സ്ഥാപിക്കാനോ, സാമ്രാജ്യത്വത്തെ പ്രതിരോധിച്ച് സാർവ്വദേശീയ സോഷ്യലിസം സ്ഥാപിക്കുന്നതിനോ പ്രാപ്തമായ ഒരു ഉപാധിയല്ല വികേന്ദ്രീകരണം. മറിച്ച് നിലവിലിരിക്കുന്ന വ്യവ്സ്ഥിതിയിൽ ജനകീയ താല്പര്യങ്ങൾക്കെതിരെ ഉണ്ടാകുന്ന കടന്നാക്രമണങ്ങളെ ചെറുക്കാനും മറ്റൊരു വികസന-ജീവന മാതൃക സാദ്ധ്യമാണെന്ന ആത്മവിശ്വാസം ജനങ്ങളിൽ വളർത്താനും പ്രാവർത്തികമാക്കാനുമുള്ള ഉള്ളടക്കം അതിലടങ്ങിയിട്ടുണ്ട്.

ഇവിടെ നാം മറക്കരുതാത്ത കാര്യം ഇത്തരം ബദൽ പരിശ്രമങ്ങളെ പോലും കൈയടക്കാനും വരുതിയിലാക്കാനും വേണ്ടിയുള്ള തന്ത്രവും ശ്രമവും മുതലാളിത്ത-ഭരണാധികാരവർഗ്ഗം നടത്തും എന്നതാണ്. കാൽനൂറ്റാണ്ടുകാലത്തിനിടയിൽത്തന്നെ, മികച്ച ജനാധിപത്യ ആസൂത്രണ വികേന്ദ്രീകരണ ഉദ്യമം നടത്തിയ തദ്ദേശഭരണ സ്ഥാപനങ്ങൾതന്നെ, പഴയ ചിട്ടകളിലേക്ക് മടങ്ങിപ്പോയ അനുഭവങ്ങൾ നമുക്കു മുമ്പിലുണ്ട്. സ്ത്രീശാക്തീകരണത്തിനായി രൂപംനല്കപ്പെട്ട കുടുംബശ്രീ സംവിധാനത്തെത്തന്നെ വായ്പാ സംഘമെന്ന നിലയിലേക്ക് പരിമിതപ്പെടുത്തുന്ന നീക്കവും നടക്കുന്നത് നമുക്കറിയാം. സന്നദ്ധ-സഹകരണ മേഖലകളടക്കം മുതലാളിത്തം കൈയടക്കാൻ തുനിയും. വിതരണക്രമ നീതിയിൽ വിപണന യുക്തി പിടിമുറുക്കും. അതായത് അതിജീവനത്തിന്റെ എല്ലാ ദൗത്യങ്ങളെയും വരുതിയിലാക്കാൻ മുതലാളിത്തം തുനിഞ്ഞിറങ്ങും.

ഇത്തരം ബദൽ പരിശ്രമമാകട്ടെ അമാനവീകരണത്തിനെതിരായ അതിശക്തവും ജാഗ്രതയോടെയുമുള്ള പ്രതിരോധം കൂടിയാണ്. എന്നാൽ ഈ ജനകീയ പ്രതിരോധവും ബദലുകളും വിജയം കൈവരിക്കുകയെന്നത് പെട്ടെന്ന് സാദ്ധ്യമല്ല. ഹ്രസ്വകാല-ദീർഘകാല അടിസ്ഥാനത്തിലുള്ള നിരന്തര പരിശ്രമം ഇതിന് അനിവാര്യമാണ്.

- നിലവിലുള്ളതും അനുദിനം നാശോന്മുഖവുമായ പ്രകൃതി-പരിസ്ഥിതി സമ്പത്ത് സംരക്ഷിച്ച് പരിപാലിക്കാനും പരമാവധി വീണ്ടെടുക്കാനും അവ പൊതു ഉടമസ്ഥതയിലും നിയന്ത്രണത്തിലും നിലനിർത്താനും വിവേചനബുദ്ധിയോടെ നീതിപൂർവ്വകമായി സന്തുലിതമായി വിനിയോഗിക്കാനും കഴിയുക.
- കാർഷിക മേഖലയിലെ ഉല്പാദനവളർച്ച തിരിച്ചുപിടിക്കുകയും അതിന്റെ ഗുണഫലങ്ങളുടെ വിതരണക്രമം നീതിപൂർവ്വകമെന്ന് ഉറപ്പാക്കുകയും ചെയ്യുക. അതിനുതകുന്ന വിധം ആസൂത്രണ-നിർവ്വഹണവും അവയ്ക്കുമേലുള്ള സാമൂഹ്യ അവലോകനവും സാദ്ധ്യമാക്കുക.
- ഉപഭോക്തൃ മൂല്യങ്ങളുടെ അടിമകളായി ജീവിക്കുന്നതിനുപകരം സ്വായശ്രത്വവും അദ്ധ്വാനശേഷിയുടെ വികാസവും വിനിയോഗവും

അതിനെ ആശ്രയിച്ചുള്ള ജീവനവും സാദ്ധ്യമാക്കുക.

- ഉല്പാദന-വിതരണ-ഉപഭോഗ ക്രമങ്ങളിലും ആശയപരമായ ആവിഷ്കാര ഉദ്യമങ്ങളിലും ഫ്യൂഡൽ-മുതലാളിത്ത-കമ്പോള മൂല്യങ്ങൾക്ക് ഇരയാക്കുന്നതിനു പകരം ഭാഷയുടെയും സംസ്കാരത്തിന്റെയും തനിമയും പൊതുമണ്ഡലവും അവയ്ക്കുതകുന്ന വ്യവഹാരരൂപങ്ങളും ആദാനപ്രദാന ഉപാധികളും പ്രാവർത്തികമാക്കുക.
- ശാസ്ത്ര-സാങ്കേതിക-വൈജ്ഞാനിക രംഗങ്ങളിൽ അറിവിനെയും വിജ്ഞാനത്തെയും വൈദഗ്ദ്ധ്യത്തെയും കച്ചവടവല്ക്കരിക്കുന്നതിനും സങ്കുചിത ലാഭതാല്പര്യങ്ങൾക്കു ഉപകരണമാക്കുന്നതിനെ ചെറുക്കുക. അറിവിനെ, നൈപുണിയെ, വൈദഗ്ദ്ധ്യത്തെ, ശാസ്ത്ര-സാങ്കേതിക വിദ്യകളെ മനുഷ്യാദ്ധ്വാന ശേഷിയുടെ വികാസത്തെ വിഭവങ്ങളുടെയും ഉല്പാദന ഉപാധികളുടെയും മേലുള്ള സാമൂഹ്യ ഉടമസ്ഥതയുടെയും നിയന്ത്രണത്തിന്റെയും മനുഷ്യ സർഗ്ഗാത്മകതയുടെ വികാസത്തിന്റെയും ഭാഗമായി വികസിപ്പിക്കുകയും ഉപയോഗപ്പെടുത്തുകയും ചെയ്യുക.
- ഇവയെല്ലാം പ്രാപ്യമാകുംവിധം അധികാരഘടനയിൽ അനിവാര്യമായ മാറ്റം യാഥാർത്ഥ്യമാക്കുക. അതിനായി ജനാധിപത്യത്തെ കൂടുതൽ ആഴവും പരപ്പും ഉള്ളതാക്കുക. സ്വാഭാവികവും തദ്ദേശീയവും സവിശേഷ സംസ്കാരത്തിനിണങ്ങുന്നതുമായ ജനാധിപത്യാധികാര രൂപങ്ങൾ വികസിപ്പിക്കുക.
- സ്വത്വരാഷ്ട്രീയ-സിവിൽ സമൂഹ സങ്കുചിത സങ്കല്പനങ്ങൾക്കു പകരം സമത്വാധിഷ്ഠിതവും ജനാധിപത്യപരവും പങ്കാളിത്തപൂർണ്ണവുമായ ഗ്രാമസഭയെ (വാർഡ് സഭ) അടിസ്ഥാന ജനകീയ ജനാധിപത്യവേദിയായി വികസിപ്പിക്കുക. അതിന് ശക്തി പകരുംവിധം അതിനും താഴെ തലങ്ങളിൽ വേരോട്ടവുമുള്ള ജനകീയ കൂട്ടായ്മകളുടെ നിരവധി സൂക്ഷ്മരൂപങ്ങളും മാതൃകകളും സാധിതമാക്കുകയും ഉപയോഗിക്കുകയും ചെയ്യുക.

നവകേരളത്തിന്റെയും വികേന്ദ്രീകരണത്തിന്റെയും ഭാവി

അധികാര വികേന്ദ്രീകരണത്തിനൊപ്പം എന്ന പ്രതീതി ജനിപ്പിക്കുകയും അതിനു തീർത്തും വിപരീതമായി പ്രവർത്തിക്കുകയും ചെയ്യുന്നതാണ് കേരളത്തിലെ വലതുപക്ഷരാഷ്ട്രീയ കക്ഷികളുടെ രീതി. അതിനായി അവർ എപ്പോഴും സ്വീകരിക്കുന്ന ഒരു മാർഗ്ഗമാണ് തിരഞ്ഞെടുപ്പ് മാറ്റിവയ്ക്കുകയോ നടത്താതിരിക്കുകയോ ചെയ്യുക എന്നത്. നിയോജകമണ്ഡല പുനർ നിർണ്ണയം, പഞ്ചായത്ത്-നഗരഭരണ പുനഃസംഘാടനം, വോട്ടർ പട്ടിക പുതുക്കൽ, കാനേഷുമാരി തുടങ്ങിയ പല കാരണവും ഇതിനായവർ എടുത്തു പ്രയോഗിക്കാറുമുണ്ട്.

ജനങ്ങളുമായി നേരിട്ട് ഇടപെടേണ്ടതും അതിസൂക്ഷ്മതലത്തിൽ ആസൂത്രണ-ഭരണകാര്യ നിർവ്വഹണവും നടത്തേണ്ടതുമായ സംവിധാ

നമാണ് തദ്ദേശഭരണ സർക്കാരുകൾ. ജനാധിപത്യ അധികാര വികേന്ദ്രീകരണത്തോട് മുഖം തിരിഞ്ഞു നില്ക്കുകയും ജാതി പഞ്ചായത്തുകളെയും ഗ്രാമത്തലവന്മാരെയും വച്ചുവാഴിക്കുകയും അവരുടെ കൈയൂക്കിന്റെ തണലിൽ അധികാര രാഷ്ട്രീയം പയറ്റുകയും ചെയ്യുന്നതാണ് സംഘപരിവാർ ശൈലി. തദ്ദേശഭരണ സ്ഥാപനങ്ങൾക്ക് അധികാരങ്ങളും അവസരവും നിഷേധിക്കുകയും അവയ്ക്ക് അർഹമായ ധനവിഹിതം നിഷേധിക്കുകയും ചെയ്ത് ജനാധിപത്യ വികേന്ദ്രീകരണത്തെ ദുർബ്ബലപ്പെടുത്തുന്നതാണ് ഐക്യജനാധിപത്യ മുന്നണിയുടെ മുൻകാല ചെയ്തികൾ. ജില്ലാ കൗൺസിലുകളെ നിഷ്ക്രിയമാക്കിയും ജനകീയാസൂത്രണ പ്രക്രിയ അട്ടിമറിച്ചും നടത്തിയ നീക്കം നമുക്ക് അനുഭവപാഠമാണ്. പ്രാദേശിക-സംസ്ഥാന ഭരണക്രമങ്ങളാകെ തകർത്ത് ഏകാധികാര വാഴ്ചയൊരുക്കാനാണ് മോദി സർക്കാർ നീക്കം. ഇതു രണ്ടിനെയും ചെറുത്ത്, തദ്ദേശഭരണപ്രക്രിയ ശക്തിപ്പെടുത്തി, മുൻകാലത്തുനിന്ന് വ്യത്യസ്തമായി അവയുടെ സാദ്ധ്യതയും പരിധിയും വിപുലപ്പെടുത്തിക്കൊണ്ട് മുന്നോട്ട് പോകാനുള്ള അവസരമാണ് സംജാതമായിട്ടുള്ളത്.

അധികാര വികേന്ദ്രീകരണവും ഇടതുപക്ഷ യാഥാർത്ഥ്യവും

ഇരുപത്തിയഞ്ചു വർഷത്തിനുള്ളിലെ അനുഭവ പരിചയം അടിസ്ഥാനമാക്കിക്കൊണ്ട് അധികാര വികേന്ദ്രീകരണത്തെ അവലോകന വിധേയമാക്കാനും ഇക്കാര്യത്തിലുള്ള ഇടതുപക്ഷ നിഗമനം സംവാദ വിഷയമാക്കാനുമാണ് ഈ ഘട്ടത്തിൽ ശ്രമിക്കുന്നത്. അങ്ങനെ ചെയ്യുമ്പോൾ ദേശീയ സംസ്ഥാന തലങ്ങളിലെ മുഖ്യ രാഷ്ട്രീയ സാമൂഹ്യസാമ്പത്തിക പശ്ചാത്തലം കൂടി പരിഗണിച്ച് വേണം ഇത്തരമൊരു നിഗമനത്തിലേക്ക് പോകേണ്ടത്.

1992–1997, 2004–2014 കാലയളവ് രാഷ്ട്രീയ ഭരണാധികാരം വഹിച്ചത് പഞ്ചായത്ത് രാജിന്റെ പൈതൃകാവകാശം കുത്തകയാക്കിക്കൊണ്ടു നടക്കുന്നവരാണ്. 1998–2004 കാലയളവും 2014 മുതൽ പിന്നീടുള്ള ഘട്ടവും പഞ്ചായത്ത് രാജിനെയെന്നല്ല എല്ലാവിധ ജനാധിപത്യ സംവിധാനങ്ങളെയും അട്ടിമറിക്കാനും നിർവ്വീര്യമാക്കാനും ഒത്താശ ചെയ്യുന്ന സംഘപരിവാർ ഭരണമാണ് തുടരുന്നത്. ഇക്കാലയളവിൽ 2004–09 ഘട്ടത്തിലാണ് നിർണ്ണായകമായ ഇടപെടൽ നയ–നിയമ രംഗത്തുണ്ടായത്. അതാകട്ടെ തൊഴിലുറപ്പ് നിയമം, അറിയാനുള്ള അവകാശനിയമം, വനാവകാശ നിയമം, പഞ്ചായത്ത് വ്യാപന മേഖലാ നിയമം തുടങ്ങി, അവസാനം വികലമാണെങ്കിലും ഗ്രാമന്യായാലയ നിയമം എന്നിങ്ങനെ തദ്ദേശഭരണത്തെ ശക്തിപ്പെടുത്താനുള്ള എല്ലാ നിയമ നിർമ്മാണ സാദ്ധ്യതകളും പ്രയോജനപ്പെടുത്തിക്കൊണ്ടാണ് അധികാര വികേന്ദ്രീകരണത്തെ മുന്നോട്ടു നയിച്ചത്. ഇതിൽ ഗണ്യമായ സ്വാധീനവും സമ്മർദ്ദവും ചെലുത്തിയിട്ടുള്ളത് ഇന്ത്യയിലെ ഇടതുപക്ഷ പുരോഗമന പ്രസ്ഥാനമാണ് എന്നത് എല്ലാ രാഷ്ട്രമീമാംസകരും അംഗീകരിച്ചിട്ടുള്ളതാണ്. എന്നാൽ സ്വാഭാവികമായും 2009 ന് ശേഷമുള്ള കാലയളവിൽ ഇത്തരം നിയാമക

മുന്നേറ്റങ്ങൾ ഉണ്ടായില്ല എന്നു മാത്രമല്ല വലിയ തോതിൽ ഭരണപരവും ധനപരവുമായ പ്രാതികൂല്യം നേരിടുകയും ചെയ്തതായിക്കാണാം. മോദി സർക്കാരിന്റെ കാലയളവാകുമ്പോഴേക്കും വർദ്ധിതമായ അധികാര വികേന്ദ്രീകരണംവഴി തദ്ദേശഭരണ സ്ഥാപനങ്ങളെ സങ്കല്പനത്തിലും പ്രയോഗത്തിലും ദുർബ്ബലപ്പെടുത്താനുമായിരുന്നു തുടർച്ചയായ നീക്കം.

അധികാരത്തിനൊപ്പം വിഭവവും വികേന്ദ്രീകരിക്കുക എന്ന ആശയം പ്രാവർത്തികമാക്കുന്നതിൽ യു പി എ - എൻ ഡി എ സർക്കാരുകൾക്ക് നയമോ താല്പര്യമോ ഉണ്ടായിരുന്നില്ല. യു പി എ സർക്കാർ അധികാര വികേന്ദ്രീകരണത്തെപ്പറ്റി ആണയിടുമ്പോഴും കേന്ദ്രാവിഷ്കൃത പദ്ധതികളും യൂണിയൻ ഗവൺമെന്റിലെ പഞ്ചായത്ത്-നഗരകാര്യ, ഗ്രാമവികസന, കാർഷിക വകുപ്പുകൾ വഴി ഗണ്യമായ വിഭവം കൈയടക്കിവയ്ക്കുകയും തദ്ദേശഭരണ സ്ഥാപനങ്ങളെ വരുതിയിലാക്കാനുമാണ് ശ്രമിച്ചത്. എന്നാൽ, മോദി സർക്കാർകാലത്ത് ഇത്തരം വിഭവ നീക്കിവയ്പിനുപോലും സന്നദ്ധമാകാതെ അധികാര വികേന്ദ്രീകരണ പ്രക്രിയയെ നിർജ്ജീവമാക്കാനാണ് തുനിഞ്ഞത്.

ധനകമ്മീഷനുകളുടെ, പരിഗണനാ വിഷയങ്ങളിലും അവയുടെ അർദ്ധനീതിന്യായ തീർപ്പിലും തദ്ദേശഭരണം സ്ഥാനം പിടിക്കുന്നില്ലെന്നതും ഗൗരവമേറിയ കാര്യമാണ്, 10-ാം ധനകമ്മീഷനാണ് ഇക്കാര്യത്തിൽ ഒരു മാറ്റം പരാമർശിക്കുവാനായുള്ളത്. 13-ാം ധനകമ്മീഷൻ തദ്ദേശഭരണ സ്ഥാപന വിഭവ സ്ഥിതി പരാമർശിച്ചുവെങ്കിലും സംസ്ഥാനങ്ങൾക്ക് തദനുസരണം വിഭവ വർദ്ധനയ്ക്കും നിർദ്ദേശമൊന്നും ഉന്നയിച്ചില്ല. 15-ാം ധനകമ്മീഷനാകട്ടെ ഇക്കാര്യത്തിൽ അലംഭാവവും നിഷേധാത്മകവുമായ സമീപനമാണ് പുലർത്തിയത്.

കേരളത്തിലാകട്ടെ മാറിമാറി വന്ന ഐക്യജനാധിപത്യമുന്നണി സർക്കാരുകൾ തദ്ദേശഭരണമെന്ന പരിപ്രേക്ഷ്യത്തെത്തന്നെ വികലവും വികൃതവുമാക്കുകയാണ് ചെയ്തത്. സമഗ്ര തദ്ദേശഭരണ വകുപ്പെന്ന വീക്ഷണം തന്നെ അവർ കൈയൊഴിഞ്ഞു. സേവന മേഖലയിലെ ഏകോപനവും ഏകീകൃത മന്ത്രാലയമെന്ന വീക്ഷണവും അവർ ഉപേക്ഷിച്ചു. ഉല്പാദന മേഖലയിലെ വിഭവ നീക്കിവയ്പിനുള്ള നിർബ്ബന്ധിത വ്യവസ്ഥ ഉപേക്ഷിച്ചു. ബഡ്ജറ്റ്-പദ്ധതി വിഹിതം സ്ഥിരാനുപാതത്തിൽ മാനദണ്ഡ വിധേയമായി ഉറപ്പാക്കപ്പെടുക എന്ന നിബന്ധന അട്ടിമറിച്ചു. സംസ്ഥാനത്തിന്റെ റവന്യൂ അടങ്കലിന്റെ നിശ്ചിത വിഹിതം മാത്രം ലഭ്യമാകുകയെന്ന നിലയിൽ വിഭവ ലഭ്യത പരിമിതപ്പെടുത്തി. കൈമാറ്റാവുന്ന നികുതി മേഖലകൾ പോലും കൈമാറാതെ അടച്ചു. നികുതി പരിഷ്കരണം വ്യാഴവട്ടക്കാലം പിന്നിട്ടിട്ടും കാലാനുസൃതമാകാൻ അനുവദിക്കാത്ത രാഷ്ട്രീയ നിലപാട് സ്വീകരിച്ചു. സംസ്ഥാനത്തിന് വിഭവച്ചുരുക്കം സംഭവിക്കുമ്പോൾ തദനുസരണം തദ്ദേശഭരണ വിഹിതവും ചുരുക്കേണ്ടതല്ലേ എന്ന കുത്സിത ചോദ്യമുയർത്തി തദ്ദേശഭരണ സംവിധാനത്തെ വരുതിയിലാക്കാനാണ് 5-ാം സംസ്ഥാന ധനകമ്മീഷൻ ശ്രമിച്ചത്.

ദോഷൈകദൃക്കുകളോട് പൊറുക്കരുത്

യു ഡി എഫ് എക്കാലവും തദ്ദേശഭരണ സ്ഥാപനങ്ങളെ അവിശ്വാസത്തോടെയാണ് സമീപിച്ചിരുന്നത്. ഇതിന്റെ തുടർച്ചയെന്നോണം കുറ്റവും കുറവും കണ്ടെത്തി പർവ്വതീകരിക്കാനും അപഹസിച്ച് തകർക്കാനുമാണ് ശ്രമിച്ചത്. പദ്ധതി അടങ്കലും പ്രാദേശിക പദ്ധതിക്കുള്ള വിഹിതവും തമ്മിലുള്ള അനുപാതം 2011-12 മുതലുള്ള കാലയളവിൽ അനുക്രമമായി കുറയ്ക്കുകയാണ് ചെയ്തത്. ചുരുങ്ങിയത് 5-10 ശതമാനം വിഭവ നിഷേധമാണിതുമൂലം നേരിട്ടത്. എന്നാൽ കുറ്റവും കുറവും ചികഞ്ഞ് തദ്ദേശഭരണപ്രക്രിയയെ ആക്ഷേപിച്ചവർ സമാന കാലയളവിലെ സംസ്ഥാന യൂണിയൻ സർക്കാരുകളുടെ പ്രവർത്തനത്തെയോ അതിലെ അഴിമതിയെയോ കണ്ടില്ലെന്നു നടിച്ചു. തുടർന്ന് അഴിമതി, ധൂർത്ത്, പിടിപ്പുകേട്, സ്വജനപക്ഷപാതം ഇവയെല്ലാംകൊണ്ട് സംസ്ഥാന സാമ്പത്തിക സ്ഥിതി താറുമാറാകുന്നതിന്റെ പാപം പേറേണ്ടിവരുന്ന ദുഃസ്ഥിതിയാണ് പ്രാദേശിക സർക്കാരുകൾക്ക് വന്നുചേർന്നത്. ജനറൽ പർപ്പസ് ഫണ്ടും മെയിന്റനൻസ് ഫണ്ട് വിഹിതവും കാലോചിതം ഉയർത്താൻ പോലും സന്നദ്ധമായില്ല. ധനവിനിയോഗ പരിപാലനത്തിന്റെ മറവിൽ 12 തുല്യ ഗഡുക്കളായി വിഭവ ലഭ്യത സാദ്ധ്യമാക്കിയിരുന്നത് നിർത്തലാക്കി ബിൽ സമ്പ്രദായത്തിലേക്ക് മാറ്റി. സ്പിൽ ഓവർ പ്രക്രിയ നിർത്തലാക്കി. ഇലക്ട്രോണിക് ഫിനാൻസ് ലഡ്ജർ വഴി ധനവിഭവ ലഭ്യതയ്ക്കുമേൽ കത്തിവയ്ക്കുകയാണ് ചെയ്തത്.

എന്നാൽ 2016 ൽ അധികാരമേറ്റ ഇടതുപക്ഷ സർക്കാരാകട്ടെ സമയബന്ധിതമായ വിഭവ ലഭ്യത ഉറപ്പാക്കി. സാമ്പത്തിക വർഷത്തുടക്കത്തിൽ തന്നെ പദ്ധതിരേഖ അംഗീകരിക്കപ്പെടാനും ത്രൈമാസതലത്തിൽ നടത്തിപ്പ് അവലോകനത്തിനും വിഭവ വിനിയോഗവും പദ്ധതി ഗുണഫലവും ഉറപ്പാക്കലിനും അവസരമൊരുക്കി. 2018-19 ൽ മഹാപ്രളയ ദുരന്തപശ്ചാത്തലത്തിൽ കടുത്ത ബഡ്ജറ്റ് നിയന്ത്രണമുണ്ടായപ്പോൾ പോലും തദ്ദേശഭരണ സ്ഥാപന വിഹിതം വെട്ടിക്കുറയ്ക്കേണ്ട എന്ന നിലപാടെടുത്തു. മഹാമാരിയുടെ കാലത്തും തദ്ദേശഭരണ സ്ഥാപനങ്ങൾക്ക് മതിയായ വിഹിതവും നിർവ്വഹണാനുമതിയും ഉറപ്പാക്കിക്കൊണ്ടുള്ള സമീപനമാണ് സംസ്ഥാനസർക്കാരും ഇടതുപക്ഷമുന്നണിയും പ്രാവർത്തികമാക്കിയത്. പ്രകൃതി-പരിസ്ഥിതി ദുരന്താതിജീവനത്തിലുൾപ്പെടെ തദ്ദേശഭരണ സ്ഥാപനങ്ങളെ അണിനിരത്തി നവകേരള പുനർ നിർമ്മിതി യാഥാർത്ഥ്യമാക്കാനുള്ള സമർപ്പിത നയമാണ് ഇടതുപക്ഷ മുന്നണി സ്വീകരിച്ചത്.

കുറ്റിയിൽ തിരിയുന്ന നിലമാറണം

അധികാരവികേന്ദ്രീകരണം എന്നത് ഒരു പ്രഭാതത്തിന്റെ സ്വപ്നമുകുളമല്ല. വിഷയാധിഷ്ഠിത സംവാദങ്ങളുടെയും ജനാധിപത്യശാക്തീകരണത്തിന്റെയും ഫലമാണത്. വികസനത്തെപ്പറ്റിയുള്ള തൊഴിലാളി വർഗ്ഗ കാഴ്ചപ്പാടും അത് പ്രാവർത്തികമാക്കാനുള്ള അദമ്യ ഇച്ഛാശക്തിയുമാണ്

വികേന്ദ്രീകരണത്തെ സാധിതപ്രാപ്തമാക്കിയത്. വാക്കിലും വാചകത്തിലും പ്രചാരണത്തിലുമുള്ള വികസനമല്ല നയത്തിലും നടത്തിപ്പിലും അനുഭവത്തിലുമുള്ളതാണ് വികേന്ദ്രീകൃത വികസന സമീപനം. ഇതാണ് അധികാര വികേന്ദ്രീകരണം സംബന്ധിച്ച ഇടതുപക്ഷ വീക്ഷണത്തെ വ്യത്യസ്തവും ശ്രദ്ധേയവുമാക്കി മാറ്റുന്നത്.

ജനക്ഷേമവും വികസനവും ഉറപ്പാക്കുന്ന പ്രായോഗിക പദ്ധതികളെ സർവ്വാത്മനാ സ്വീകരിക്കുന്ന ജനതയാണ് മലയാളികൾ. ആ ജനകീയാംഗീകാരം ഉൾക്കൊണ്ടുള്ള സുസ്ഥിര വികസന–പങ്കാളിത്ത ജനാധിപത്യ പ്രക്രിയ സാധൂകരിക്കാനായിരുന്നു ഇടതുപക്ഷ പരിശ്രമം. അതിനുള്ള അംഗീകാരം തദ്ദേശഭരണ തിരഞ്ഞെടുപ്പിൽ സ്വാഭാവികമായി നേടാനായി. നവകേരള നിർമ്മിതിയെന്ന മുഖമുദ്രാവാക്യത്തെ മുന്നോട്ടുകൊണ്ടുപോകാനുള്ള പതാക വാഹകരായി പുതിയ തദ്ദേശഭരണ സ്ഥാപനങ്ങൾ മാറണം.

കാൽനൂറ്റാണ്ടായുള്ള അധികാരവികേന്ദ്രീകരണത്തിന്റെയും ആസൂത്രണവികേന്ദ്രീകരണത്തിന്റെയും ക്രിയാത്മക തുടർച്ച സംഭവിക്കേണ്ടതുണ്ട്. എന്നാൽ ശരിയാംവണ്ണം ഇക്കാലത്തിനിടയിൽ ഈ തുടർച്ച മുന്നോട്ടു കൊണ്ടുപോകുന്നതിനോ പുതിയ രൂപങ്ങൾ വികസിപ്പിക്കാനോ കഴിഞ്ഞോ എന്ന ഗൗരവതരമായ അവലോകനത്തിനുകൂടിയുള്ള സന്ദർഭമാണിന്ന്. അറിയാനുള്ള അവകാശം, സേവനാവകാശം, ദുരന്തനിവാരണം, ജൈവവൈവിദ്ധ്യ പരിരക്ഷ, തൊഴിലുറപ്പ് തുടങ്ങി സാദ്ധ്യമാകുന്ന എല്ലാ ഘടകങ്ങളിലും തദ്ദേശഭരണസ്ഥാപന പങ്കാളിത്തം ഉറപ്പാക്കണം. ഗ്രാമസഭയെയും അതിന്റെ ഉപസംവിധാനങ്ങളെയും പരമാവധി ശാക്തീകരിക്കാനും പ്രയോജനകരമാക്കാനും നമുക്ക് കഴിയണം. ഔപചാരികമോ ഔദ്യോഗികമോ ആയ പങ്കാളിത്തമല്ല അർത്ഥവത്തായ പങ്കാളിത്തമാണ് നാം ഉറപ്പാക്കേണ്ടത്.

ജനപ്രതിനിധികളെ തിരഞ്ഞെടുക്കുന്നതിൽ മാത്രമല്ല പൗരരുടെ ഉത്തരവാദിത്വം. ജനാധിപത്യത്തെ യഥാർത്ഥ്യത്തിൽ അനുഭവവേദ്യമാക്കാനുള്ള ഇടപെടലാണ് പൗരജനതയിൽ നിന്ന് ഉണ്ടാകേണ്ടത്. പ്രാദേശിക സർക്കാരുകളുടെ പ്രവർത്തനത്തിൽ ജനകീയ ഇടപെടലും സംവാദവും നിരീക്ഷണവും തിരുത്തലും ഉറപ്പാക്കാനുതകുന്ന ജനപങ്കാളിത്തവും നേതൃത്വവും ഉടമസ്ഥതയും ഉണ്ടാകണം. അമർത്യസെന്നിന്റെ ഭാഷയിൽ കേരളത്തിന്റെ മഹത്തായ മാനവവിഭവശേഷിയെയും പുരോഗമന സാമൂഹ്യ സമ്പത്തിനെയും ഗുണാത്മകമായി സമ്മേളിപ്പിച്ചും നവകേരള നിർമ്മിതി യാഥാർത്ഥ്യമാകുന്നതിൽ മാത്രമല്ല അധികാര വികേന്ദ്രീകരണത്തെ യാഥാർത്ഥ്യമാക്കുന്നതിലും നമുക്ക് സമർപ്പിത മനസ്കരായി പ്രവർത്തിക്കാം.

ആശയപരമായും പ്രായോഗികമായുമുള്ള പരിമിതികളും സാദ്ധ്യതകളും നാം തിരിച്ചറിയണം. നാളിതുവരെയുള്ള നേട്ട–കോട്ടങ്ങളും അവലോകന വിധേയമാക്കണം. കോട്ടങ്ങൾ ചൂണ്ടിക്കാട്ടി, നിരുത്സാഹപ്പെടു

ത്തുകയല്ല അവ തിരുത്തി, ആവർത്തിക്കപ്പെടുന്നില്ലായെന്ന് ഉറപ്പാക്കി, നേട്ടങ്ങൾ നിലനിർത്തി ജാഗ്രതയോടെയുള്ള ജനമുന്നേറ്റമാണിന്ന് നമുക്കാവശ്യം. വ്യാജസമ്മതിയുടെയും സത്യാനന്തരകാല പ്രചാരണങ്ങളുടെയും മുമ്പിൽ പകച്ചുനില്ക്കുകയല്ല, നമുക്ക് ചെയ്യാനുള്ളത് ജനവിശ്വാസവും പിന്തുണയും സഹകരണവും ആർജ്ജിച്ച് ചെയ്തു തീർക്കുകയാണ് വേണ്ടത്. അതാകട്ടെ നഷ്ടോത്തരവാദിത്ത ബോധത്തോടെ നിർമ്മിക്കുകയാണ് വേണ്ടത്.

വികസന രാഷ്ട്രീയത്തിന്റെ പ്രയോഗതലം

പലരും പലതരത്തിൽ നിർവ്വചിക്കാനും വ്യാഖ്യാനിക്കാനും ശ്രമിച്ച പ്രയോഗമാണ് വികസന രാഷ്ട്രീയമെന്നത്. ഇന്നത് രാഷ്ട്രതന്ത്ര മണ്ഡലത്തിൽ ഏറക്കുറെ സ്ഥാപിത അർത്ഥതലങ്ങളിൽ വ്യാപരിക്കുന്ന പ്രയോഗവുമാണ്. ഇതിൽ ഏതെങ്കിലുമൊരു നിർവ്വചന-വ്യാഖ്യാന ചട്ടക്കൂടിനുള്ളിൽ ഒതുക്കാനാകില്ലെങ്കിലും അധികാര ആസൂത്രണ വികേന്ദ്രീകരണ പ്രക്രിയയിൽ നാം അനുവർത്തിച്ചത് വികസന രാഷ്ട്രീയത്തിന്റെ ജനാധികാരതലവും പ്രയോഗവും തന്നെയാണ്. ജനാധിപത്യ ഭരണ-വികസന നിർവ്വഹണത്തിൽ ഭൂരിപക്ഷ ജനസാമാന്യത്തെ ഒന്നിപ്പിച്ച് അണിനിരത്തുന്നതും അനുഭവവേദ്യമാക്കുന്നതുമായ രാഷ്ട്രീയമാണത്.

ഭൗതിക സമ്പത്തുല്പാദനത്തിലെ സ്ഥായിത്വമുള്ള വർദ്ധനവും അത്തരത്തിൽ വികസിക്കുന്ന സാമ്പത്തിക നേട്ടങ്ങളുടെ നീതി പൂർവ്വക വിതരണവും അതിലൂടെ ജനജീവിത ഗുണനിലവാരത്തിലെ അനുപൂരകമായ ഉയർച്ചയും ഇക്കാര്യങ്ങളുടെ സാധൂകരണത്തിൽ തീരുമാനമെടുക്കുന്നതിലുള്ള ജനാധികാരവുമാണ് വികേന്ദ്രീകരണത്തിലൂടെ നാം ലക്ഷ്യമിട്ടതും പ്രാവർത്തികമാക്കിയതും. അതാകട്ടെ കേരളത്തിന്റെ സുശക്തമായ സാമൂഹിക-നവോത്ഥാന-രാഷ്ട്രീയ പാരമ്പര്യത്തിന്റെ അനിവാര്യമായ തുടർച്ചയും വളർച്ചയുമായിരുന്നു.

അംഗങ്ങളുടെ അവകാശ സംരക്ഷണത്തിനായി പ്രവർത്തിക്കുന്ന ബഹുജന സംഘടനകൾ, സമൂഹത്തിന്റെ പൊതുനന്മയ്ക്കായി അറിവും നൈപുണിയും വൈദഗ്ദ്ധ്യവും സ്വയം സന്നദ്ധതയോടെ സംഭാവന ചെയ്യുന്നതായ സാമൂഹിക സന്നദ്ധ സംഘടനകൾ, അതാത് രംഗങ്ങളിലെ പ്രചാരണ-പ്രക്ഷോഭ-പ്രതിരോധ സംഘാടകരായ പ്രസ്ഥാനങ്ങൾ, എന്നിവയെ എല്ലാം സമഗ്രമായി അണിനിരത്തിക്കൊണ്ട് മാത്രമേ അധികാര-ആസൂത്രണ പ്രസ്ഥാനത്തെ ശക്തവും വിപുലവുമാക്കാൻ കഴിയുകയുള്ളൂ. കാരണം, ബഹുജനസാമാന്യത്തോട് പ്രത്യക്ഷത്തിലും നേരിട്ടും ഇടപെട്ട് പ്രവർത്തിക്കുന്നവയാണ് പ്രാദേശിക സർക്കാരുകൾ – എന്നതുതന്നെ. അതുകൊണ്ടുതന്നെ തങ്ങൾ നേരിട്ടേക്കാവുന്ന ഭൗതിക-വിഭവ പരിമിതികൾ മറികടക്കാനുള്ള പരിഹാര ഉപാധികൂടിയായി ഈ ബഹുജനസഞ്ചയത്തെ തദ്ദേശഭരണ സ്ഥാപനങ്ങൾക്ക് മാറ്റിത്തീർക്കാനാകും.

ഈ നാടിങ്ങനെയാണ്, ഇങ്ങനെയേ പോകൂ, ഇവിടൊന്നും നടക്കില്ല എന്നുള്ള നിരാശാ ബോധത്തിനും; എല്ലാത്തിനും പ്രതിവിധിയും എല്ലാം ചെയ്യാവുന്നതുമായ ഒറ്റമൂലിയാണ് അധികാരവികേന്ദ്രീകരണമെന്ന ബോധ നിലവാരത്തിനും പകരം അതുരണ്ടിനുമിടയിൽ ജനാധിപത്യത്തിന്റെയും വികസനത്തിന്റെയും പ്രായോഗിക രാഷ്ട്രീയത്തിന്റെ, ജനകീയ തലമാണ് തദ്ദേശഭരണ പ്രക്രിയ എന്ന് തിരിച്ചറിയണം. എന്നാൽ ദീർഘകാലം നാം അനുവർത്തിച്ച വിതരണ മേഖലയിലെ നീതിപൂർവ്വ രാഷ്ട്രീയമെന്നതിനൊപ്പം ഉല്പാദന മേഖലയിലെ വികസനം മുൻനിർത്തിയുള്ള ജനകീയ രാഷ്ട്രീയം കൂടി ഉൾക്കൊണ്ടു മാത്രമേ ഇനി നമുക്ക് മുന്നോട്ടു പോകാൻ സാദ്ധ്യമാകൂ. ഇത്തരത്തിൽ പ്രതീക്ഷയും സാദ്ധ്യതയും തിരിച്ചറിഞ്ഞുള്ള ബോധപൂർവ്വമായ ഇടപെടലാകണം അധികാര-ആസൂത്രണ രംഗത്ത് നാം ഏറ്റെടുക്കേണ്ട ചരിത്രപരമായ, രാഷ്ട്രീയ കടമ. സഖാക്കളെ മുന്നോട്ട്...

www.ingramcontent.com/pod-product-compliance
Lightning Source LLC
LaVergne TN
LVHW060133051026
849517LV00007B/2467
* 9 7 8 9 3 9 3 4 6 8 2 0 8 *